KHUYÊN NGƯỜI
BỎ SỰ THAM DỤC

KHUYÊN NGƯỜI BỎ SỰ THAM DỤC
(AN SĨ TOÀN THƯ - TẬP 4)

NGUYỄN MINH TIẾN
dịch và chú giải

NGUYỄN MINH TIẾN
Việt dịch và chú giải

KHUYÊN NGƯỜI BỎ SỰ THAM DỤC

Nguyên tác: Dục hải hồi cuồng

NHÀ XUẤT BẢN LIÊN PHẬT HỘI

Lời tựa

Vào khoảng cuối mùa hạ năm Tân Dậu,[1] tôi và Chu tiên sinh[2] cùng ngồi hóng mát trong một cái đình nhỏ ven hồ sen, tay nắm tay trao đổi tâm tình, luận bàn những việc được mất trong đời từ xưa đến nay, nhân đó đề cập đến những lẽ thiện ác báo ứng, Chu tiên sinh bỗng xúc động thở dài than rằng: *"Sắc dục làm mê hoặc con người thật quá lắm, đến bậc hiền trí còn không thoát khỏi, huống chi là những người khác!"*

Tôi nghe lời ấy thì lặng thinh hồi lâu, suy nghĩ đến việc [dùng lời nói] khuyên người trong một lúc sao bằng [viết sách] khuyên người, [lưu truyền đến] muôn đời sau, liền đem việc muốn biên soạn sách này[3] ra thỉnh ý tiên sinh.

Chu tiên sinh nói: "Tôi lo việc khắc in sách *Vạn*

---

[1] Tức là năm 1681.

[2] Tức Tiên sinh Chu An Sĩ.

[3] Tức là sách Dục hải hồi cuồng này. Người viết lời tựa muốn đề cập đến nguyên nhân đầu tiên phát khởi ý định biên soạn sách này là do ông đề xướng và tiên sinh Chu An Sĩ thực hiện.

thiện tiên tư đã gần hai năm rồi vẫn chưa xong, đâu dám nghĩ đến việc khác."

Tôi nói: "Chỉ cần là việc lợi ích cho muôn người, tôi đây không tiếc [đóng góp] tiền bạc."

Chu tiên sinh nghe vậy rất hoan hỷ, liền phát tâm biên soạn sách này. Ngày lại ngày qua, thoáng chốc đến mùa thu năm nay,[1] vào ngày Canh Ngọ trong tháng bảy, tôi tìm đến nhắc lại lời nói năm xưa. Tiên sinh liền ngay trong ngày ấy đốt hương trang nghiêm, rửa tay sạch sẽ, phóng bút viết ra.

Tiên sinh biên soạn sách này, mỗi khi nêu ra một phần nghị luận đều cứu xét thật rõ trong nguyên bản, để giúp cho người đọc có thể nhận hiểu rõ ràng, lại khảo cứu rộng thêm đến cả những sách vở, kinh điển của Nho, Lão, Phật, lấy đó làm chỗ tham khảo [để bổ sung] đầy đủ. Tiên sinh chịu khó nhọc, đêm ngủ không yên giấc, ngày ăn chẳng thấy ngon, [để hết cả tâm ý vào công việc]. Bản thảo viết ra mất ba tháng mới hoàn tất, tôi liền tuyển chọn thợ khéo khắc bản in để có thể lưu truyền rộng rãi.

Chỉ mong sao những người đọc được sách này có thể xem đây như một tiếng chuông trong đêm khuya thanh vắng [giúp người tỉnh ngộ], như lương thực lúc đói thiếu [giúp người no lòng], ngày ngày đặt sách ngay nơi thuận tiện để thường xem đi xem

---

[1] Tức là năm viết lời tựa này, 1682, có ghi ở cuối bài.

lại, ắt trí tuệ sẽ được khai mở, phước duyên tự nhiên vững chắc sâu dày. Đến như những chỗ dò tận nguồn cội, hiển lộ nghĩa uyên áo của sách này, rực rỡ sáng tỏ muôn phần, thì đương thời ắt không thiếu những bậc thức giả sáng suốt [tự nhận biết], tôi đâu cần phải ngợi khen xưng tán.

Niên hiệu Khang Hy năm thứ 21[1]
Nhâm Tuất, ngày 16 tháng 11[2]
Cô Tô[3] *- Cố Ngạc Thanh Lâm thị kính đề*

1 Tức là năm 1682.

2 Duyên khởi sách này từ tháng 6 (cuối mùa hạ) năm 1681, đến lúc hoàn thành viết lời tựa này là tháng 11 năm 1682, như vậy tiên sinh An Sĩ phải mất gần một năm rưỡi để soạn thành, trong đó thời gian viết bản thảo mất ba tháng.

3 Tức thuộc vùng Tô Châu.

Đức hạnh đáng khâm phục[1]

Vào đời Nguyên, Tần Chiêu là người Dương Châu, vào độ tuổi đôi mươi có dịp đi chơi đến kinh thành. Lúc lên thuyền rồi, có người bạn họ Đặng mang rượu đến đưa tiễn. Đang lúc cả hai cùng nâng ly, bỗng có một cô gái tuyệt đẹp bước đến. Người bạn họ Đặng liền bảo cô ấy thi lễ với Tần Chiêu, rồi nói: "Cô gái này nguyên là nô tỳ, có vị đại nhân ở một bộ [nơi kinh thành] đã bỏ tiền mua về làm thiếp. Nhân tiện chuyến đi này của anh, xin giúp đưa cô ấy đến [chỗ ông ta ở] kinh thành."

Tần Chiêu ba lần từ chối không nhận, họ Đặng giận đổi sắc mặt, nói: "Sao anh lại cố chấp đến thế? Ví như không tự giữ mình được thì cứ xem như cô gái này sẽ về làm vợ anh, bất quá chỉ mất hai ngàn năm trăm quan tiền mà thôi." Tần Chiêu bất đắc dĩ phải nhận lời [đưa cô gái đi cùng].

Khi ấy tiết trời nóng bức, ban đêm nhiều muỗi, cô gái khổ sở không ngủ được vì không có mùng. Tần Chiêu liền bảo cô vào ngủ chung mùng với mình. Hành trình theo đường sông phải mất mười ngày như vậy mới đến kinh thành.

Tần Chiêu gửi cô gái cho bà chủ quán trọ, rồi tự mình mang thư của người bạn họ Đặng đến cho vị đại nhân kia. Ông ta dọ hỏi: "Anh đi như thế, có người nhà cùng đi chăng?" Tần Chiêu đáp: "Không, chỉ có

[1] Chuyện này được ghi chép tại huyện Cam Tuyền, tỉnh Dương Châu.

mỗi mình tôi thôi." Ông ta nghe vậy bỗng nhiên biến sắc, lộ vẻ giận ra mặt, nhưng vì có thư của họ Đặng nên phải miễn cưỡng cho người đón cô gái kia về nhà.

Đêm ấy, ông ta mới biết cô gái chưa từng thất thân, trong lòng tự thấy hết sức xấu hổ. Hôm sau lập tức viết thư cho họ Đặng, hết lời ngợi khen đức hạnh của Tần Chiêu. Ông lại đến thăm Tần Chiêu, nói: "Ông quả là người quân tử đức độ cao vời, xưa nay ít có. Hôm qua tôi hết sức nghi ngờ [việc ông đi chung thuyền nhiều ngày với người thiếp của tôi], quả thật là đã lấy bụng tiểu nhân đo lòng quân tử. Tôi lấy làm hổ thẹn vô cùng."

Lời bàn

Tâm địa của Tần Chiêu, nếu chẳng phải hoàn toàn không bị dục tính của con người chi phối, chỉ một mực vâng theo lẽ trời, thì khi cùng với một cô gái tuyệt đẹp như thế ăn cùng mâm, ngủ cùng chiếu trong suốt mười ngày dài, làm sao có thể không khởi lên chuyện dục tình?

Tần Chiêu như thế cố nhiên đã là một bậc quân tử đức hạnh, nhưng cô gái kia cũng là một trang thục nữ trong trắng thanh cao. Đức hạnh cao vời và tấm lòng trinh trắng thanh cao ấy thật khiến cho người ta phải hết sức khâm phục ngưỡng mộ. Vì thế nên cho khắc in thêm vào đây để lưu truyền rộng rãi.

Năm Dân quốc thứ 11 (Nhâm Tuất)[1]
Thích Ấn Quang kính ghi

[1] Tức là năm 1922.

Thể lệ chung khi biên soạn sách này[1]

- Sách này được phân làm ba quyển. Quyển thứ nhất sưu tầm các tích truyện xưa, nhằm khơi dậy tâm niệm răn ngừa sự dâm dục. Quyển thứ hai phân tích chi tiết lý lẽ, nhằm khai mở, trình bày rõ về phương pháp, cách thức để răn ngừa sự dâm dục. Quyển thứ ba gồm các phần hỏi đáp, nhằm củng cố vững chắc căn bản của sự răn ngừa dâm dục. Trình bày như thế là để đi dần từ cạn đến sâu, không thể đảo ngược.
- Những chuyện nhân quả được dẫn ra trong sách này, cùng với những ý kiến luận bàn của người xưa, được trích từ sách nào đều có cước chú rõ ràng, để người đọc có thể khảo chứng. Nếu có tham khảo thêm các bản khác, ắt sẽ nêu ra những chỗ sai khác để làm căn cứ so sánh làm rõ.
- Xưa nay những chuyện liên quan đến trinh tiết và dâm dục, phần nhiều dễ được mọi người truyền miệng khắp nơi, nếu xét thấy không có sự tích chứng cứ rõ ràng thì đều loại bỏ. Đối với những chuyện nhân quả rõ ràng trong hiện tại, chưa từng có ai ghi chép thì thu thập đưa thêm vào.
- Người xưa ghi chép sự việc thường trình bày theo lối trường thiên, liên tục nối tiếp nhau không phân chương mục, khiến người đọc dễ chán. Trong sách này dựa theo mỗi sự việc mà đặt tiêu đề, dựa theo tiêu đề mà có lời khuyên bảo khuyến khích, mỗi

[1] Gồm có 12 điều. (Chú giải của soạn giả)

chỗ đều rõ ràng, giúp người đọc dễ dàng phân biệt nhận hiểu.

- Những sự tích đưa vào quyển thứ nhất có xuất xứ từ tác phẩm của rất nhiều tác giả khác nhau, nên nguyên bản vốn có nhiều sự khác biệt về cách trình bày, giọng văn... Nay khi đưa vào sách này đều chỉnh sửa, thay đổi đôi chút để có sự nhất quán.
- Những sách khuyên nhắc răn ngừa sự dâm dục thì người xưa trước tác cũng đã nhiều, nhưng đa phần chỉ trích dẫn sự tích xưa, lấy đó làm điều răn nhắc mà thôi. Còn như vì người thực sự muốn hạ thủ công phu mà trình bày phương pháp cụ thể chi ly, [vận dụng vào những trường hợp trong đời sống hằng ngày như trong sách này] ắt xưa nay chưa từng có.
- Những văn chương khuyến thiện, khuyên đời thực sự rất nhiều, thoạt nhìn qua như trường giang đại hải, thật rất đáng mừng. Nhưng khảo sát cho thật kỹ thì mới thấy gần như chỉ cần một vài câu đã tóm lược được hết ý tứ. Sách này nỗ lực vượt qua hạn chế đó, nên trong phần "Phương pháp tu tập" (Quyển hai) cố gắng dùng lời đơn giản mà ý hàm súc, tuy chỉ nói là răn nhắc sự dâm dục nhưng cũng gồm đủ hết thảy những phương pháp ứng xử, tu tập ở đời. Mong rằng người xem đừng như cưỡi ngựa xem hoa, sẽ uổng phí đi sự dụng tâm khó nhọc của người biên soạn.
- Nguồn gốc của dâm dục chính là nằm ở sự tham ái. Nếu tâm tham ái chưa đoạn trừ [thì dù có chế

ngự được] cũng chỉ như cỏ chưa nhổ gốc, đến mùa xuân ắt lại mọc lên xanh tốt. Vì thế, trong quyển hai, ở phần quán bất tịnh và các phép quán khác đều chú ý đến việc đoạn trừ ngay từ lúc tâm tham dục còn chưa sinh khởi. Những ai thực sự ra sức thực hành mới có thể thấy được sự kỳ diệu của phương pháp này. Bằng như đem tâm hối hả mà đọc qua loa, cho rằng không có sự liên quan đến ý chỉ căn bản, ắt người soạn sách này cũng đành như Bá Nha xưa [lúc chưa gặp được Tử Kỳ, chỉ có thể] ôm đàn mà khóc.

- Trong hai quyển đầu thì phương pháp răn ngừa dâm dục cũng đã đầy đủ, nhưng chỉ nêu lên rồi cho là đúng thật, ắt không thể không làm khởi sinh nghi vấn. Vì thế, trong quyển cuối nêu ra một trăm câu hỏi đáp, đề cập tổng quát đến hết thảy mọi vấn đề.
- Vấn đề quan trọng thiết yếu nhất đối với người đời thật không gì hơn việc sống chết, bất kể là đạo Nho hay đạo Phật cũng đều quan tâm đến. Người đời nay cho rằng đây chỉ là vấn đề của đạo Phật, nên từ lâu thường né tránh không đề cập đến. Sách này nhắm đến việc làm lợi ích cho muôn người, nên đâu dám sợ sệt tránh né mà không đề cập? Vì thế, trong cả quyển hai và quyển ba, đối với những việc như nguyên nhân của sự sống chết cho đến các thuyết về u minh, đều tạm đem chỗ kiến thức hạn hẹp của soạn giả mà luận bàn, thuật lại.
- Cả ba quyển trong sách này đều chia nhỏ thành

nhiều mục, hết thảy đều có phân chia thứ tự rõ ràng, từ mục đầu cho đến mục cuối. Như thế không chỉ thuận tiện cho [độc giả trong] việc bổ sung, [ghi chú nội dung từng mục], mà còn có thể trích ra từng phân đoạn để ghi thành những tấm bảng nhỏ [treo nơi chỗ ngồi, nằm hoặc trên tường], nhằm nhắc nhở sự thực hành hằng ngày.

- Viết sách lưu hành ở đời là điều hết sức khó khăn. Nếu dùng lời thô thiển ắt không hợp với hàng văn nhân trí thức, nhưng chuộng thanh nhã quá ắt không phù hợp với giới bình dân đại chúng. Đối với người kém trí thì dù nói hết sức rõ ràng họ cũng vẫn còn nghi ngại, nhưng với hạng trí thức thì dù chỉ nêu phần hết sức tinh túy cũng vẫn bị chê là thô lậu. Cho dù là những bậc thánh hiền tái thế, e cũng khó lòng thỏa mãn ý riêng của tất cả mọi người, huống chi hàng hậu học như chúng tôi? Những phần luận về răn ngừa sự dâm dục trong sách này, có những điều vì giúp bảo vệ hạnh phúc gia đình mà nêu ra, có những điều vì giúp giữ gìn sức khỏe khang kiện mà nêu ra, có những điều nhằm tạo phúc tiêu tai, có những điều nhằm tu tâm dưỡng tánh, lại cũng có những điều nhắm đến chỗ siêu việt tử sinh, vượt thoát ra ngoài Ba cõi. Cũng giống như các phương thuốc khác nhau được bày ra đủ cả, nhưng mỗi người phải tự biết bệnh mình, để chọn dùng những gì thích hợp.

Kinh sách tham khảo

Tham khảo trong Đại tạng kinh

1. Chính ngoa tập
2. Chuẩn Đề tịnh nghiệp
3. Hiển mật viên thông
4. Hiện quả tùy lục
5. Kê cổ lược
6. Kinh A-hàm
7. Kinh Bảo Tích
8. Kinh Bát Sư
9. Kinh Bát-nhã
10. Kinh Chánh pháp niệm xứ
11. Kinh Duy-ma
12. Kinh Đại A-di-đà
13. Kinh Đề vị
14. Kinh Giới đức hương
15. Kinh Hiền ngu nhân duyên
16. Kinh Hoa Nghiêm
17. Kinh Khởi thế nhân bản
18. Kinh Lăng Nghiêm
19. Kinh Lâu thán Chánh pháp[1]
20. Kinh Liên Hoa Diện
21. Kinh Ma-da

---

[1] Chúng tôi phát hiện An Sĩ toàn thư đã có sự nhầm lẫn khi dẫn chú lại từ sách Pháp uyển châu lâm nhưng ghi sai lệch. Thật ra không hề có kinh Lâu thán Chánh pháp như được ghi ở đây, mà chỉ có 2 tên kinh khác nhau: kinh Lâu thán (hay kinh Đại lâu thán) và kinh Chánh pháp niệm (hay kinh Chánh pháp niệm xứ).

22. Kinh Ma-đăng nữ
23. Kinh Mật Nghiêm
24. Kinh Nghiệp báo sai biệt
25. Kinh Nguyệt Thượng nữ
26. Kinh Bồ Tát Nhật Minh
27. Kinh Niết-bàn
28. Kinh Ni-kiền tử
29. Kinh Phạm võng
30. Kinh Pháp cú dụ
31. Kinh Pháp Hoa
32. Kinh Phật bản hạnh
33. Kinh Phật bát Nê-hoàn
34. Kinh Phổ diệu
35. Kinh Quá khứ nhân quả
36. Kinh Quán phật Tam-muội
37. Kinh Tam giới
38. Kinh Tăng hộ
39. Kinh Tạo tượng
40. Kinh Tạp thí dụ
41. Kinh Thập nhị nhân duyên
42. Kinh Thất phật diệt tội
43. Kinh Thiền bí yếu
44. Kinh Thiền yếu A-dục
45. Kinh Tu hành đạo địa
46. Kinh Tứ thập nhị chương
47. Kinh Ưu Điền Vương
48. Kinh Ưu-bà-tắc giới
49. Kinh Uy đức đà-la-ni
50. Kinh Viên Giác
51. Kinh Xử thai

52. Kinh Xuất diệu
53. Luận Câu-xá
54. Luận Du-già
55. Luận Trí độ
56. Pháp hỉ chí
57. Pháp uyển châu lâm
58. Quán kinh sớ sao
59. Thích-ca phổ
60. Tịnh độ văn
61. Trúc song tam bút

Sách tham khảo của Nho giáo[1]

1. Bắc sơn lục
2. Bắc sử
3. Bắc tề thư
4. Bất khả bất khả lục
5. Cảm ứng thiên đồ thuyết
6. Cảm ứng thiên dược chú
7. Cảm ứng thiên quảng sớ
8. Cảm ứng thiên tập giải
9. Cảm ứng thiên thuyết định
10. Chu thư
11. Chu thư di ký
12. Địch cát lục
13. Dịch kinh
14. Dục hải thần chung
15. Đường thị phổ
16. Đường thư

[1] Có phụ thêm sách của Đạo giáo.

17. Giới dâm vựng thuyết
18. Hậu hán thư
19. Hoài nam tử
20. Hoàng minh thông kỷ
21. Khoa danh khuyến giới lục
22. La Trạng nguyên truyện
23. Lễ kí
24. Liệt tử
25. Lương thư
26. Mạo Hiến phó kỷ sự
27. Mao lộc môn tập
28. Nam sử
29. Nam tề thư
30. Ngụy thư
31. Nguyên sử
32. Quảng nhân lục
33. Quảng nhân phẩm
34. Sử ký chính nghĩa
35. Tả truyện
36. Tam giáo bình tâm luận
37. Tấn thư
38. Thư kinh
39. Tiền hán thư
40. Tiết nghĩa truyện
41. Tống sử
42. Tống thư
43. Trần thư
44. Trang tử
45. Tri phi tập
46. Trịnh cảnh trọng tập

47. Trương tử ngữ lục
48. Tứ thư
49. Tục bút thừa
50. Tùy thư
51. Văn hiến thông khảo
52. Văn Xương bảo huấn
53. Văn Xương hóa thư
54. Ý hành lục

安士全書

QUYỂN MỘT[1]

NHỮNG GƯƠNG TỐT XẤU XƯA NAY[2]

LỜI KHUYÊN CHUNG[3]

Theo chỗ thường nghe mà luận, trong biển nghiệp mênh mang, không gì khó đoạn trừ hơn sắc dục, trần thế nhiễu nhương, không gì dễ mắc phải hơn việc tà dâm. Xưa nay những bậc anh hùng cái thế, lấp biển dời non, thường do nơi đây mà bỏ thân mất nước. Bao kẻ tài hoa lắm lời hay ý đẹp, lại cũng do việc này mà bại hoại danh tiết.

---

1 Ngọc Phong - Chu Tư Nhân An Sĩ biên soạn. (Chú giải của soạn giả) Ngọc Phong là tên khác của địa danh Côn Sơn, Tư Nhân (思仁) là một tên hiệu khác của tiên sinh Chu An Sĩ.

2 Nguyên tác là Pháp giới lục (法戒录), nghĩa là ghi chép lại (录) những chuyện nên noi theo (法) và những chuyện nên răn ngừa, tránh xa (戒). Vì thế cũng có nghĩa là nêu ra những tấm gương tốt, xấu để người đời noi theo hoặc tránh đi.

3 Phần này có hai chuyện, nêu ra một gương tốt và một gương xấu.

Từ xưa đến nay đều như thế, dù kẻ hiền tài hay người ngu muội, vẫn cùng một vết xe đổ ấy mà nối nhau giẫm vào. Huống chi hiện nay thói đời cao ngạo ngày càng bạo phát, đạo thánh hiền xưa ngày một suy vong. Những kẻ tiểu tâm hèn kém ngông cuồng, tất nhiên là dễ đam mê nơi lầu hoa gác phấn, nhưng ngay cả những bậc văn nhân trau dồi trí tuệ, cũng không khỏi sa đọa vào chốn phòng the yếm thắm.

Miệng luôn nói lời kiềm chế dục tình, nhưng lòng nghĩ đến sắc dục ngày càng mãnh liệt. Tai vẫn nghe lời khuyên răn ngừa tính dâm, nhưng ngọn lửa dâm ngày thêm hừng hực. Vừa gặp gái đẹp bên đường, mắt dính chặt ngàn lần không chớp; thấy bóng hồng thoáng qua trong rèm cửa, lòng miên man trăm mối tơ tình.

Hết thảy những điều ấy đều do tâm không sáng suốt, chịu sự chi phối của hình sắc bên ngoài; thức mê muội bị những cảm tình xúc động nhất thời dẫn dắt. Dung nhan tàn tạ già nua, một khi điểm phấn tô son, liền tưởng như Tây Thi tái thế. Gái quê thô kệch vụng về, trang điểm vào thêm hương đổi sắc, liền quên ngay hình bóng vợ nhà.

Thật không biết rằng, [kẻ buông thả theo dục tình thì] trời đất khó dung tha, quỷ thần đều phẫn nộ. Có kẻ vì hủy hoại trinh tiết của người khác mà khiến vợ con mình phải chịu nạn đền trả. Lại có kẻ vì làm ô nhục thanh danh người khác mà khiến con cháu mình phải chịu báo ứng. Những phần mộ tuyệt tự không người hương khói, chính là những kẻ khi sống khắt khe ngông cuồng bạc bẽo. Cha ông những cô gái lầu xanh, phần nhiều đều là những lãng tử dập liễu vùi hoa. Nếu [đã từng tạo phúc] đáng được giàu sang, nay [tà dâm] ắt phải bị trời cao đổi mệnh. Nếu [sản nghiệp xưa đáng được] vinh quý, nay [tà dâm] ắt bảng vàng phải bị gạch tên. [Kẻ tà dâm thì] trong đời này ắt phải chịu những hình phạt như bị đánh bằng roi vọt, gậy gộc, bị hành hạ lao dịch, lưu đày, hoặc thậm chí phải chịu tử hình.

Đến khi chết đi lại phải đọa vào ba đường ác: địa ngục, ngạ quỷ và súc sinh, chịu đựng những quả báo khổ sở. Bao nhiêu ân ái ngọt ngào trước đây, đến lúc ấy chẳng còn gì cả. Cái tâm ý hùng hổ mạnh mẽ [lao vào việc việc tà dâm] ngày trước, nay còn thấy đâu?

Xin rộng khuyên các chàng trai đang tuổi thanh xuân, những bậc văn nhân chí sĩ, tài học vang danh cõi thế, hãy phát khởi tâm giác ngộ sáng suốt, phá trừ sự che chướng của con ma sắc dục xấu ác. Mặt hoa da phấn, nên biết vẫn mang những xương thịt, đầu lâu ô uế; má thắm môi hồng, dưới lớp áo kia cũng chỉ là chín lỗ[1] thường chảy ra những chất nhớp nhơ. Ví như có gặp trang hồng nhan xinh như ngọc, đẹp như hoa, cũng nên khởi tâm nghiêm túc, tưởng đó như chị, như mẹ của mình. Kẻ chưa phạm vào việc tà dâm, phải hết sức cẩn thận đề phòng sự lỗi lầm hoặc thái quá. Người đã phạm lỗi rồi, quan trọng nhất là phải biết quay đầu cải hối.

[1] Chín lỗ: hai lỗ tai, hai lỗ mắt, hai lỗ mũi, một lỗ miệng và hai lỗ đại, tiểu tiện.

Xin mọi người hãy cùng nhau tiếp nối lưu chuyển văn này, cùng khuyên nhau noi theo chánh đạo, để ai nấy đều đi theo đường sáng, người người đều ra khỏi bến mê.

Nếu cho những lời răn nhắc này chỉ là vu vơ vô nghĩa, mời xem báo ứng tốt đẹp của họ Mạo dưới đây. Bằng như vẫn lấy việc phong lưu cho là tốt đẹp, xin hãy nhìn lại vết xe đổ của chàng Kim ngày trước.

Mạo Tung Thiếu[1]

Tiên sinh Mạo Tung Thiếu người huyện Như Cao, tỉnh Giang Tô, vốn tên là Mạo Khởi Tông. Vào năm Kỷ Mùi,[2] tiên sinh dự thi không trúng tuyển, quay về lo việc chú giải sách *Thái Thượng cảm ứng thiên*. Đến câu *"Thấy vợ người khác xinh đẹp"*,[3] ông hết sức lưu tâm chú giải ý nghĩa chỗ ấy thật kỹ lưỡng [để khuyên răn người]. Lúc đó, người trợ giúp việc ghi chép bản thảo cho ông là một thầy giáo được ông mời đến, tên La Hiến Nhạc, [có biết việc này].

Về sau, La Hiến Nhạc về quê ở Nam Xương. Vào tháng giêng năm Mậu Thìn thuộc niên hiệu Sùng Trinh,[4]

---

[1] Trích từ sách Mạo Hiến phó kỉ sự (冒憲副紀事). (Chú giải của soạn giả)

[2] Tức là năm 1619.

[3] Nguyên văn câu này trong Thái thượng cảm ứng thiên là: "見他色美，起心私之- Kiến tha sắc mỹ, khởi tâm tư chi." (Thấy vợ người khác xinh đẹp, liền khởi tâm muốn chiếm đoạt lấy.) Bài văn chỉ ra điều này như một trong những điểm cần phải tránh đi. An Sĩ toàn thư chỉ trích vế đầu tiên để nói đến ý này.

[4] Tức là năm 1628. Sách này biên soạn hoàn tất và khắc bản in năm 1682. Như vậy câu chuyện họ Mạo chỉ vừa xảy ra cách đó hơn 50 năm,

La Hiến Nhạc nằm mộng thấy một ông lão trang phục ra dáng đạo nhân, có hai thiếu niên theo hầu hai bên. Lão nhân tay cầm một quyển sách, gọi thiếu niên đứng hầu bên trái bảo đọc lên. La Hiến Nhạc chú ý lắng nghe, nhận ra chính là phần chú giải câu *"Thấy vợ người khác xinh đẹp"* do tiên sinh Mạo Tung Thiếu biên soạn trước đây. Thiếu niên ấy đọc xong, lão nhân nói: "Đáng thi đỗ lắm." Tiếp đó lại gọi thiếu niên đứng bên phải, bảo làm một bài thơ vịnh. Thiếu niên ấy lập tức đọc thơ rằng:

Tham lam muốn bẻ quế cung Hằng,
Đâu biết trần lao sắc tức không.
Thấu rõ thế gian toàn huyễn tướng,
Bảng vàng tên ngọc khắp trời hồng.

La Hiến Nhạc tỉnh mộng, tin chắc rằng Mạo tiên sinh sẽ thi đỗ, liền đem giấc mộng ấy kể lại với đứa con trai. Đến kỳ thi năm ấy, quả nhiên Mạo Tung Thiếu đỗ tiến sĩ, sau làm quan thăng đến chức Hiến phó.

Kim Thánh Thán[1]

Kim Thánh Thán[2] là người Giang Nam, tên là Vị, học rộng biết nhiều, ưa thích tìm hiểu những chuyện

---

có thể nói là không xa lắm.

[1] Chuyện này ở Tô Châu lưu truyền rộng rãi, người người đều biết. (Chú giải của soạn giả) Kim Thánh Thán sinh khoảng năm 1608 (có sách nói là 1610) và mất năm 1661 vì chịu tội tử hình.

[2] Câu chuyện này trong nguyên bản [khi đề cập đến tên người chỉ] ghi là "ông nọ", đó là vì húy kỵ không dám nói thẳng ra. Nay thời gian trôi qua đã lâu, không cần kiêng tránh, nên đặc biệt chỉnh sửa lại cho đúng. (Chú giải của soạn giả)

khác thường trong đời. Ông có tài văn chương lưu loát hơn người, tự cho là trong thiên hạ không ai hơn mình.

Ông soạn ra nhiều sách khiêu dâm, cho đó là cách để biểu hiện sự tài hoa của mình. Các bản văn bình giải truyện Tây sương, Thủy hử... của ông đều đầy dẫy những chỗ hết sức tục tĩu dâm uế. Ông lại thường trích dẫn kinh Phật trong văn chương của mình [nhưng giảng giải hoàn toàn sai lệch], khiến không ít người [vì không hiểu rõ nên] khâm phục văn tài của ông, mang những chuyện ấy lưu truyền khắp nơi. Ông lại soạn ra sách "Pháp Hoa bách vấn", lấy chỗ nhận hiểu sai lầm của mình mà đo lường ý nghĩa sâu xa trong Kinh điển, khiến nhiều người do đó mà sai lầm theo ông.

Vào năm Tân Sửu thuộc niên hiệu Thuận Trị,[1] ông bỗng nhiên vì chuyện của người khác mà phải bị bắt giam vào ngục, cuối cùng lại bị xử tội tử hình, bêu thây giữa chợ.[2]

---

[1] Tức là năm 1661, niên hiệu Thuận Trị năm thứ 18 đời Thanh Thế tổ. Như vậy, Kim Thánh Thán bị tử hình trước lúc biên soạn sách này chỉ khoảng 20 năm.

[2] Nguyên văn là "khí thị - 棄市", một án tử hình tàn khốc ngày xưa, chỉ dành cho những tội phạm hết sức nặng nề. Tội nhân bị xử chém công khai nơi chỗ đông người, rồi thi thể bị vất giữa chợ hoặc ngã tư đường, mục đích là để người dân thấy vậy mà khiếp sợ, không dám phạm tội như người ấy. Kim Thánh Thán bị xử tội này cùng với khoảng 30 nho sinh, khi họ đến Quốc tử giám để khiếu nại về việc làm sai trái của một viên quan huyện lệnh. Lúc ấy Giang Nam đang có giặc loạn, quan Tuần phủ là Châu Quốc Trị liền khép số nho sinh này (có cả Kim Thánh Thán) vào tội thông đồng với giặc nổi loạn, do đó bị xử hình phạt nặng nhất.

KHUYÊN NGƯỜI ĐANG LÀM QUAN[1]

Cùng là con người với nhau, có kẻ làm việc bằng tâm trí, có kẻ làm việc bằng sức lực tay chân; có người được giàu sang vinh hiển tôn quý, có kẻ phải nghèo hèn đói khổ khốn cùng, lẽ nào lại do đạo trời không công bằng hay sao?

Đó chẳng qua do chính mỗi người tự chuốc lấy mà thôi. Kinh Thi nói rằng: "Vĩnh viễn [làm điều gì cũng] hợp với mệnh trời, biết tự [sửa mình] cầu được nhiều phúc lành."[2] Kinh Dịch nói: "Nhà làm nhiều việc thiện ắt có thừa niềm vui."[3] Những người đời nay được giàu sang phú quý, nói chung đều là nhờ đời trước đã từng tu tạo phúc đức. Con cháu được hưởng vinh hoa, đều là nhờ cha ông có nhiều ân trạch để lại.

Những việc như thế vốn là lẽ đương nhiên. Chỉ có điều là trong khi được hưởng phúc, nếu lại tiếp tục tu tạo phúc đức, ắt sẽ như người làm ruộng, mỗi năm đều được thu hoạch thì mỗi năm cũng đều gieo trồng. Bằng như cậy vào quyền thế hiện nay mà hống hách, buông thả phóng túng theo những chuyện trăng hoa sắc dục, đó chẳng phải là [như Mạnh tử nói,] được tước

---

[1] Phụ khuyên các nha dịch, thư lại. Phần này có năm chuyện, nêu ra bốn gương tốt và một gương xấu. (Chú giải của soạn giả)

[2] Nguyên tác trong Kinh Thi, phần Đại nhã, Văn vương: "永言配命，自求多福 – Vĩnh ngôn phối mệnh, tự cầu đa phúc".

[3] Nguyên tác trong Kinh Dịch: "積善之家，必有餘慶。- Tích thiện chi gia, tất hữu dư khánh."

vị của người mà lại vất bỏ tước vị của trời đó sao?[1]

Điều khó khăn ở đây là, gặp hoàn cảnh thuận lợi thì thường vui mừng, vui mừng ắt thường quên mất tâm thiện, không có tâm thiện thì tâm tham dâm sinh khởi. Nếu vào lúc ấy mà có thể hốt nhiên phản tỉnh, tâm địa sáng suốt, ắt sẽ bồi đắp được nền phúc sâu dày.

Hàn Ngụy công[2]

Đời Tống, Hàn Kỳ được phong tước Ngụy công, lúc đang giữ chức Tể tướng[3] có bỏ tiền mua một phụ nữ về làm thiếp. Người phụ nữ ấy họ Trương, hết sức xinh đẹp. Lúc viết giấy bán thân đã xong, cô Trương bật khóc. Hàn Kỳ gạn hỏi nguyên do, cô nói: "Tôi

---

1 Câu này lấy ý từ sách Mạnh tử, chương Cáo tử thượng, tiết thứ 16, nguyên văn như sau: "孟子曰：有天爵者，有人爵者。仁義忠信，樂善不倦，此天爵也。公卿大夫，此人爵也。古之人，修其天爵而人爵從之。今之人，修其天爵以要人爵。既得人爵而棄其天爵，則惑之甚者也，終亦必亡而已矣。- Mạnh Tử viết: "Hữu thiên tước giả, hữu nhân tước giả. Nhân, nghĩa, trung, tín, nhạo thiện bất quyện, thử thiên tước dã. Công, khanh, đại phu, thử nhân tước dã. Cổ chi nhân tu kỳ thiên tước, nhi nhân tước tùng chi. Kim chi nhân tu kỳ thiên tước dĩ yêu nhân tước. Ký đắc nhân tước nhi khí kỳ thiên tước, tắc hoặc chi thậm giả dã. Chung diệc tất vong nhi dĩ hỹ." (Mạnh tử nói rằng: "Có tước vị của trời, có tước vị của người. Nhân, nghĩa, trung, tín, ưa thích làm việc thiện không chán mệt, đó là tước vị của trời. Được phong làm công, khanh, đại phu... đó là tước vị của người. Người xưa tu sửa tước vị của trời mà tước vị của người tự nhiên có được. Người đời nay tu sửa tước vị của trời chỉ để mong cầu được tước vị của người. Khi được tước vị của người rồi thì vất bỏ tước vị của trời, đó là điều sai lầm hết sức nặng nề. Cuối cùng sẽ mất hết tất cả mà thôi."

2 Trích từ sách Tống sử. (Chú giải của soạn giả)

3 Hàn Kỳ làm Tể tướng vào đời Tống, trải qua cả ba triều vua, đức độ khiến người người đều cảm phục. Ông nhiều lần tổ chức cứu tế cho dân vào những năm mất mùa.

vốn là vợ của quan Cung chức lang[1] tên Quách Thủ Nghĩa. Năm trước chồng tôi bị một kẻ thuộc hạ vu cáo, nên hôm nay mới rơi vào tình cảnh này." Hàn Kỳ động lòng thương xót, bảo cô gái mang tiền bán thân quay về nhà, hẹn khi nào làm rõ sự việc sẽ quay lại.

Cô gái họ Trương về rồi, Hàn Kỳ xem xét lại vụ việc và giải được mối oan cho người chồng của cô, lại thu xếp cho anh ta được nhận lại quan chức. Cô gái họ Trương đúng theo lời hẹn liền quay lại, Hàn Kỳ không gặp mặt, chỉ sai người đến chuyển lời rằng: "Ta là Tể tướng đương triều, không thể lấy vợ người khác làm thiếp của mình. Số tiền bán thân lúc trước, cô có thể giữ lấy không cần trả lại." Rồi ông trả lại giấy bán thân, còn giúp thêm hai mươi lượng bạc làm lộ phí đi đường, bảo cô ta hãy quay về đoàn tụ gia đình. Cô họ Trương cảm động rơi lệ, quỳ xuống lạy tạ từ xa rồi ra về.

Sau, Hàn Kỳ được phong đến tước Ngụy quận vương, tên thụy là Trung Hiến, con cháu nhiều đời vinh hiển không ai bằng.

LỜI BÀN

Thuở xưa, Tư Mã Ôn Công[2] lúc chưa có con trai, vợ ông [vì muốn ông có con nối dõi nên] âm thầm

1 Cung chức lang: một chức quan thuộc hàng lục phẩm.

2 Tức Tư Mã Quang, sinh năm 1019, mất năm 1086, là danh sĩ trải qua bốn triều vua: Tống Nhân Tông, Tống Anh Tông, Tống Thần Tông và Tống Triết Tông. Ông là một nhà chính trị, văn học, sử học nổi tiếng. Chính ông đã chủ trì biên soạn bộ biên niên sử vĩ đại của Trung quốc là Tư trị thông giám.

mua một phụ nữ về cho ông làm thiếp, chọn lúc thích hợp đưa vào phòng đọc sách của ông. Ông phớt lờ như không nhìn thấy. Người thiếp muốn thử lòng ông, cố ý cầm lên một pho sách hỏi: "Đây là sách gì thế?" Ông giữ sắc mặt nghiêm trang, chắp tay cung kính trả lời: "Đó là sách Thượng thư." Người thiếp [biết ông thực sự không quan tâm đến mình,] đành rụt rè lui ra.

Nhìn chung, một khi tâm ham muốn sắc dục đã lạnh nhạt đi thì người ta có thể tự chế được. Bản lĩnh của Hàn Kỳ [có thể làm được việc nghĩa khí cao thượng như thế], hoàn toàn đều nhờ ở chỗ ít ham muốn.

Tào Văn Trung công[1]

Trong khoảng niên hiệu Tuyên Đức,[2] Tào Nãi giữ chức Thái Hòa Điển Sứ. Nhân một lần truy bắt bọn cướp trong đêm, giải cứu được một cô gái đẹp bị chúng giam giữ nơi nhà trọ. Cô gái ấy có ý thân cận, muốn gần gũi ông. Tào Nãi nói: "Ta làm sao có thể xâm phạm đến con gái nhà lành trong trắng?" Liền lấy ra một mảnh giấy, ghi vào bốn chữ "Tào Nãi không thể" rồi đốt đi. Suốt đêm ấy ông không hề động tâm. Sáng ra, ông sai người tìm gọi gia đình cô gái ấy đến nhận con về.

Về sau, Tào Nãi tham gia Điện thí,[3] đang làm

[1] Trích từ sách Quảng nhân phẩm. (Chú giải của soạn giả)

[2] Niên hiệu Tuyên Đức kéo dài từ năm 1426 đến năm 1435, đời vua Minh Tuyên Tông.

[3] Điện thí: kỳ thi tuyển cao nhất trong hệ thống thi cử thời phong kiến Trung Hoa, thường do chính nhà vua ra đề hoặc đích thân chấm thi. Người đỗ đầu kỳ thi này là Trạng nguyên.

bài bỗng có cơn gió thổi bay đến trước mặt ông một mảnh giấy, trên đó thấy ghi rõ bốn chữ: "Tào Nãi không thể". Ngay lúc đó, ông bỗng thấy tinh thần sáng suốt, ý văn dồi dào tuôn tràn. Kỳ thi ấy ông đỗ Trạng nguyên.

LỜI BÀN

Người ta trước phải [biết kiềm chế đối với những việc] "không thể", rồi sau mới làm được những chỗ "có thể". Trong hai chữ "không thể" đó, thật có sức mạnh vô cùng.

Vương Khắc Kính[1]

Vương Khắc Kính làm quan Diêm vận sứ[2] vùng Lưỡng Chiết.[3] Vùng Ôn Châu cho áp giải tội phạm đến, trong số đó có một phụ nữ cũng bị áp giải chung. Vương Khắc Kính nổi giận quát: "Sao có thể áp giải phụ nữ cùng đi trên đường xa ngàn dặm, phải chung đụng với quân binh sai dịch hỗn tạp như thế này? Làm như vậy thật hết sức nhơ nhớp cho lễ giáo. Từ nay về sau không được bắt bớ phụ nữ nữa."

LỜI BÀN

Trong chốn quan trường, mỗi khi bắt bớ can phạm vẫn thường giải người đi chung đụng với phụ

[1] Trích từ sách Bất khả bất khả lục. (Chú giải của soạn giả)

[2] Diêm vận sứ: chức quan chủ quản những việc liên quan đến sản xuất và vận chuyển muối.

[3] Lưỡng Chiết: vùng bao gồm cả hai tỉnh Chiết Đông và Chiết Tây.

nữ, việc ấy thật không còn gì tổn hại đạo đức hơn nữa, bởi vì lòng hổ thẹn của nữ giới thật gấp trăm lần so với nam nhân.

Chưa nói đến những sự quát mắng nhục mạ, bức bách có thể đẩy họ đến chỗ xem thường cả mạng sống, chỉ cần dùng lời nhẹ nhàng tra vấn mà thôi, nhưng một khi bị bắt đến trước cửa quan, ắt họ đã sớm hồn xiêu phách lạc, xem đó như một vết nhơ suốt đời không sao rửa sạch.

Than ôi, vợ của quan chức so với vợ dân thường, bất quá chỉ có sự sang hèn khác nhau đôi chút. Hãy hình dung như vợ ta đang phải quỳ dưới công đường, rồi quan phủ hống hách bước đến, trăm ngàn con mắt đều đổ dồn vào, thử hỏi trong tình cảnh ấy thì cảm xúc của họ sẽ ra sao?

Nếu biết suy xét ứng xử được như Vương Khắc Kính, ắt con cháu đời sau có thể nhờ phúc trạch mà vô cùng vinh hiển.

Cố Đề khống[1]

Có người họ Cố làm quan Đề khống ở huyện Thái Thương (tỉnh Giang Tô), mỗi khi lo việc đưa đón quan chức các nơi đến phủ, đều tạm ngụ ở nhà một người bán bánh họ Giang nơi ngoại thành. Về sau, ông Giang bị vu cáo là có dính líu đến bọn trộm, bị

[1] Trích từ sách Ý hành lục. (Chú giải của soạn giả) Đề khống là một chức quan trợ lý cho quan phủ địa phương, thường phụ trách những công việc như chưởng quản, quản lý.

bắt vào ngục. Ông Cố vì ông Giang mà biện bạch, làm rõ được sự oan tình. Ông Giang nhân đó hết sức cảm kích, liền mang đứa con gái mười bảy tuổi đến nhà ông Cố, bảo lo coi sóc việc nhà, [có ý cho làm thiếp của ông Cố]. Ông Cố không nhận, biện lễ vật theo đúng nghi lễ đưa cô gái trở về nhà ông Giang. Ông Giang lại cố ép, đến ba lần như vậy, [ông Cố vẫn từ chối].

Về sau, nhà ông Giang ngày càng sa sút túng quẫn, đến nỗi phải bán cô con gái này cho một thương gia. Lại nhiều năm sau đó, ông Cố hết hạn kỳ làm việc ở Thái Thương, được điều về kinh thành, đến làm việc dưới quyền quan Thị lang họ Hàn.

Một hôm, quan Thị lang có việc đi vắng, ông Cố lúc ấy tình cờ đang ngồi trước cửa phủ thì nghe có phu nhân quan Thị lang đến, ông vội quỳ mọp xuống giữa sân trước, không dám ngẩng lên nhìn. Phu nhân vừa trông thấy ông liền nói: "Xin mau đứng dậy, ngài chẳng phải là quan Đề khống họ Cố ở huyện Thái Thương ngày xưa đó sao? Tôi chính là con gái nhà họ Giang đây. [Khi xưa tôi bị bán cho một thương gia,] nhờ ông ấy thương yêu xem tôi như con gái, gả cho quan Thị lang làm vợ lẽ, chẳng bao lâu lại được thành vợ chính. Giàu sang phú quý của tôi hôm nay, đều là nhờ ơn ngài cứu giúp ngày trước. Tôi vẫn thường ân hận không biết làm sao báo đáp ơn sâu của ngài, thật may mắn thay hôm nay được gặp lại ngài ở đây. Tôi sẽ đem việc này thưa với chồng tôi."

Quan Thị lang trở về phủ, phu nhân liền đem hết ngọn ngành chuyện xưa kể lại. Thị lang khen: "Quả là một người có đức nhân." Liền mang việc ấy trình lên Hoàng đế Hiếu Tông,[1] vua cũng hết lời ngợi khen, lập tức truyền lệnh tra xét các bộ xem nơi nào còn thiếu quan chức. Tìm được chức quan Chủ sự ở Hình bộ đang khuyết, liền phong cho ông Cố.

LỜI BÀN

Làm ơn không mong được báo đáp, đó là lòng nhân của Cố Đề khống. Chịu ơn người phải lo nghĩ đến việc báo đáp, đó là tình nghĩa của Giang phu nhân. Tiến cử người hiền cho đất nước, đó là lòng trung của Hàn Thị lang. Được người hiền tài thì dùng ngay không câu nệ quy cách, đó là sự [sáng suốt] quyết đoán của bậc thiên tử.

Nha dịch họ Lưu[2]

Vào năm Nhâm Thìn thuộc niên hiệu Thuận Trị,[3] có người họ Lưu làm nha dịch ở Giang Trữ, đi Giang Bắc bắt người. Sau khi bắt giam vào ngục, chiếu theo lệ nếu có hơn mười lượng bạc thì được chuộc phạm

1 Chuyện này không ghi rõ niên đại. Có hai vị hoàng đế xưng hiệu Hiếu Tông. Nếu là đời Tống thì Tống Hiếu Tông trị vì từ năm 1162 đến năm 1189. Nếu là đời Minh thì Minh Hiếu Tông trị vì từ năm 1487 đến năm 1505.

2 Chính người anh của người này kể lại câu chuyện với một người họ Vương. (Chú giải của soạn giả)

3 Niên hiệu Thuận Trị thuộc đời Thanh, từ năm 1644 đến năm 1661. Năm Nhâm Thìn này tức là năm 1652, niên hiệu Thuận Trị năm thứ 9.

nhân ra. Một người tù nói với họ Lưu: "Tôi có đứa con gái, nhờ ông báo tin về nhà tôi, bán nó đi lấy tiền chuộc tôi về." Họ Lưu nhận lời, liền sang bên kia sông tìm gặp vợ người ấy chuyển lời về việc bán con. Người vợ đồng ý bán đứa con gái được hai mươi lượng bạc, đưa hết cho họ Lưu.

Họ Lưu nhận tiền rồi chiếm lấy làm của mình, [không nói gì đến việc chuộc người.] Người tù kia biết chuyện, uất ức quá mà chết. Mười ngày sau, họ Lưu bỗng ngã bệnh, tự nói ra rằng: "Người tù kia đến Đông Nhạc tố cáo tôi, lưỡi tôi sắp bị móc sắt lôi ra rồi!" Chốc lát sau, bỗng thè lưỡi ra dài đến mấy tấc, mắt mũi tai miệng... đều ứa máu ra mà chết.

LỜI BÀN

Người làm việc nơi cửa công đúng ra càng phải tu tạo phước đức. Những ai giống như họ Lưu, nhất định rồi sẽ phải gặp nhau trong ba đường ác.

KHUYÊN CÁC BẬC TƯỚNG SOÁI[1]

Vũ trụ rộng lớn mênh mang, hết thảy đều là sinh linh trong trời đất, [người người] đều là con dân trong nước. Nếu không may gặp phải những ngày binh lửa nhiễu nhương, vợ chồng chia lìa, mẹ con ly tán, khi

[1] Phần này có hai chuyện, nêu ra một gương chung (có tốt có xấu) và một gương xấu.

ấy thì người có thể mở ra một con đường sống, cứu muôn dân khỏi phải nhanh chóng bị dồn vào chỗ chết trong đám loạn quân, duy nhất chỉ có bậc tướng soái mà thôi. Một khi gặp phải vị tướng quân không giữ nghiêm được quân kỷ, ắt [người dân phải chịu cảnh] bị hút kiệt máu xương, bị hủy hoại danh tiết, bị cướp mất sinh mạng... [Những hoàn cảnh bi đát thê lương ấy thật chẳng khác gì] tuyết trắng thêm sương, lửa hồng thêm củi.

Nay tôi thay mặt cho những người dân nghèo cùng khốn khó [từ nay cho đến] trăm ngàn năm sau, xin lễ bái khẩn cầu các bậc tướng soái [từ nay cho đến] trăm ngàn năm sau, xin [quý vị] đừng bao giờ tận sát dân trong thành quách,[1] đừng cướp bóc nơi xóm làng, đừng đốt phá nhà dân, đừng chiếm đoạt cưỡng hiếp phụ nữ. Mỗi khi nhìn thấy cha mẹ người khác phải lâm vào cảnh hoảng hốt trốn chạy, nên hình dung đó như cha mẹ của chính mình đang lúc hoang mang không biết phải làm gì. Thấy vợ con người khác khốn khổ phiêu dạt, nên hình dung đó như chính vợ con mình lúc tình thân bịn rịn khó chia lìa.

Người xưa có nói: "Giàu sang phú quý, há phải do tài sản sở hữu trong nhà thôi sao?" Đang lúc nắm quyền thế trong tay, nếu không nỗ lực dùng phương tiện khéo léo cứu giúp người, thật chẳng khác gì kẻ

[1] Nguyên bản dùng "屠城 - đồ thành", chỉ một chủ trương của tướng lãnh ngày xưa, khi đánh thành gặp nhiều khó khăn thì lúc hạ được thành giết sạch dân chúng già trẻ lớn bé... Nếu thành nào chịu đầu hàng ngay thì không giết. Mục đích là để đe dọa những thành họ sắp đánh tới phải khiếp sợ mà không dám chống trả.

vào được núi châu báu lại quay về với hai tay không. Làm bậc tướng soái, nếu như không nghĩ đến việc vì sinh linh tạo phước, vì muôn dân trong nước mưu sự bình an, chẳng phải là đã không nghĩ đến con cháu mai sau của chính mình đó sao? Nếu như có thể sớm tự hiểu ra được những điều này, quả thật phước báo ngày sau không thể đo lường được hết.

Hai vị tướng họ Tào[1]

Tào Bân[2] là tướng quân đời Tống, tính tình khiêm nhượng hiền hòa, chưa từng giết người vô tội. Lúc mới đánh được thành Toại Châu, các tướng dưới quyền đều muốn tận sát dân trong thành, ông cương quyết không đồng ý. Khi bắt được phụ nữ trong lúc đánh nhau, ông ra lệnh đưa hết về một nơi, bí mật sai người bảo vệ. Sau khi trận chiến kết thúc, ông cho hỏi quê quán từng người để trả về. Đối với những người không có ai thân thích, ông lại chuẩn bị đủ lễ vật mà gả chồng cho.

Đến khi đánh thành Kim Lăng, trước hết ông thắp hương khấn nguyện rằng: Ngày hạ được thành ấy sẽ không giết bất cứ người nào cả.

Sau này các con của ông như Tào Vĩ, Tào Tông, Tào Xán đều nối nghiệp, nhận lãnh búa việt cờ mao,[3] điều binh khiển tướng. Con út của ông là Tào Khí sau được truy phong đến tước [Ngô] vương và có người

1 Trích từ sách Tống sử. (Chú giải của soạn giả)

2 Tào Bân: tên tự là Quốc Hoa, sinh năm 931 và mất năm 999, là danh tướng của triều Bắc Tống.

3 Búa việt cờ mao: những biểu tượng quyền lực của một vị tướng soái, được vua ban cho.

con gái là Thái hậu Quang Hiến,[1] con cháu nhiều đời sau đều vinh hiển phát đạt không ai bằng.

Vào thời ấy lại có một vị tướng khác cũng họ Tào là Tào Hàn.[2] Khi đánh thành Giang Châu, bị kháng cự lâu ngày không hạ được nên ông nổi giận, hạ lệnh tận sát dân chúng trong thành, lại buông thả cho quân sĩ tha hồ cướp bóc hãm hiếp. Sau khi ông chết chưa được ba mươi năm thì gia đình ông suy vi tan nát, con cháu có người trôi giạt đến vùng ven biển, phải đi ăn xin mà sống.

LỜI BÀN

[Một vị tướng quân có thể] tự mình không tham lam làm việc sai trái, tất nhiên là rất tốt, nhưng làm sao có thể sánh bằng việc nghiêm cấm quân sĩ của mình không cướp bóc? Như việc Tào Bân [bắt giữ tất cả phụ nữ rồi] bí mật sai người bảo vệ, nhất định là vì ông sợ có sự xâm hại từ các tướng lãnh của ông, quyết không phải do ông [có ý xấu định] bắt lấy [làm của mình] rồi sau đó [đổi ý mà] thả ra, huống chi ông lại còn tự mình lo việc gả chồng cho họ. Tào Bân có thể xem là mẫu mực muôn đời của những vị tướng soái có lòng nhân từ.

---

[1] Tức là hoàng hậu Từ Thánh Quang Hiến của Tống Nhân Tông. Bà sinh năm 1016 và mất năm 1079.

[2] Tào Hàn: sinh năm 924, mất năm 992, cũng là danh tướng triều Bắc Tống, sau được vua truy tặng đến chức Thái úy, ban thụy hiệu là Vũ Nghị.

Người họ Chi[1]

Huyện Gia Thiện[2] có một nho sinh họ Chi, vào mùa xuân năm Kỷ Dậu thuộc niên hiệu Khang Hy,[3] một hôm bỗng nói với người bạn họ Cố rằng: "Sao tôi bỗng nhiên thấy tinh thần hoang mang hoảng hốt, dường như có oan hồn báo oán đang đi theo tôi."

Tiếp đó họ Chi liền ngã bệnh. Vì thế, người bạn họ Cố liền thỉnh một vị tăng là Pháp sư Tây Liên đến thưa hỏi. Lúc ấy họ Chi bỗng phát ra tiếng nói từ trong bụng như tiếng hồn ma, nói rằng: "Tôi trước đây vốn là một viên phó tướng hồi đầu triều Minh, họ Hồng tên Thù. [Tên họ Chi này khi ấy là] chủ tướng của tôi, họ Diêu, thấy người vợ họ Giang của tôi xinh đẹp liền khởi tâm tham muốn. Nhân khi ấy có một nơi kia làm phản, liền sai tôi đi chinh phạt [nhưng cố ý chỉ] giao cho bảy trăm tên lính già yếu. [Do quân binh yếu ớt], tôi không đủ sức dẹp loạn, phải bỏ mạng cùng cả đám quân sĩ ấy. Họ Diêu liền chiếm lấy vợ tôi, nhưng nàng [không thuận nên] treo cổ tự vẫn. Tôi ôm mối thù sâu nặng đó quyết đi theo báo oán. Nhưng họ Diêu thuở ấy đến tuổi già xuất gia tu hành, đời sau đó sinh ra thành một vị cao tăng, đời tiếp theo lại làm một vị đại học sĩ trong Hàn lâm viện, đời thứ ba lại làm một vị tăng giới hạnh, đời thứ tư sinh làm người hết sức giàu có, ưa thích bố thí, nên không một đời nào tôi có thể báo oán được cả. Nay là đời thứ năm, kẻ

---

[1] Trích từ sách Hiện quả tùy lục. (Chú giải của soạn giả)

[2] Thuộc tỉnh Chiết Giang.

[3] Tức là năm 1669.

oan gia này của tôi lẽ ra đã được thi đỗ liên tiếp cả hai khoa thi, nhưng vì vào năm ấy trổ tài văn chương hý lộng, hại chết bốn người thương gia buôn trà, bị trời cao tước lộc, không cho thi đỗ nữa. Vì thế hôm nay tôi đến đây báo oán."

Pháp sư Tây Liên nghe lời hồn ma kể rõ ngọn ngành, liền khuyên bảo [nên buông bỏ oán cừu,] hứa sẽ vì hồn ma mà tụng kinh lễ sám. Hồn ma liền chấp nhận. Người nhà thỉnh Pháp sư Tây Liên tụng kinh lễ sám, hóa giải oán cừu. Quả nhiên, không bao lâu họ Chi khỏi bệnh.

Sau đó một thời gian, họ Chi lại phát ra tiếng nói trong bụng như hồn ma. Pháp sư Tây Liên liền quở trách. Hồn ma nói: "Tôi nương nhờ Phật lực đã được siêu sinh, quyết không trở lại. Nay đến đòi mạng ông Chi chính là bốn người thương gia buôn trà bị ông ấy hại chết trước đây, thật không phải tôi. Vì sợ thầy trách tôi không giữ lời hứa nên mới đặc biệt trở lại đây nói rõ." Nói xong liền đi mất. Chỉ trong chốc lát, họ Chi phát bệnh, chưa được hai ngày thì qua đời.

LỜI BÀN

Kinh Phật dạy rằng: "Dù có trải qua trăm ngàn kiếp, những nghiệp đã tạo ra đều không tự nhiên tiêu mất. Khi có đủ nhân duyên gặp nhau thì những quả báo của việc mình làm đều phải tự mình nhận lấy." Việc đền trả một món nợ đã vay trước đây hai, ba trăm năm, so [với thời gian trăm ngàn kiếp] cũng không phải là quá xa xôi.

KHUYÊN NHỮNG NGƯỜI CẦU CÔNG DANH[1]

Sắc đẹp là thứ mà người thế gian luôn mong muốn, khoa cử thành đạt công danh lại cũng là điều người thế gian mong muốn. Nếu muốn cho cả hai điều này cùng đạt được, thì có khác chi người lưng đeo vạn đồng tiền còn muốn cưỡi hạc Dương Châu?[2] Tuy nhiên, trong thế gian này thì điều làm mê hoặc lòng người nhất không gì hơn sắc dục, mà tương khắc với công danh sự nghiệp như nước với lửa, cũng không gì hơn [sự đam mê] sắc dục. Từ xưa đến nay những người tài ba lấy tri thức làm sự nghiệp từng bị con sông lớn ái dục cuốn trôi nhận chìm, thật không thể kể hết. Nếu là những kẻ được chăng hay chớ, bình thường không chú tâm gì đến sự nghiệp công danh khoa bảng thì như thế cũng được, chẳng nói làm gì. Nhưng với những người tàn đêm tuyết lạnh, chong đèn một bóng dùi mài kinh sử; cha mẹ ơn sâu, mỗi khi nhìn bóng trăng lạnh thì tinh thần đau xót [thương con khó nhọc sớm hôm đèn sách]; vợ hiền nghĩa nặng, những lúc nghe tiếng gà gáy sớm lại rơi lệ [nhớ chồng vất vả dùi mài kinh sử]. Thế rồi

[1] Phần này có tám chuyện, nêu ra bốn gương tốt, hai gương xấu và hai gương chung (có tốt có xấu). (Chú giải của soạn giả)

[2] Câu này lấy ý từ một câu chuyện trong phần chú giải tập thơ Lục quân hiên của Tô Thức đời Tống: "Khách đến chơi cùng nói ra chí hướng, có người muốn được giàu có nhiều tiền bạc, có người muốn được làm quan Thứ sử Dương Châu, lại có người muốn cưỡi hạc bay lên trời. Một người khác liền nói: Tôi muốn quấn ngang lưng một vạn đồng tiền, cưỡi hạc bay trên bầu trời Dương Châu. Ấy là bao gồm được hết cả ý muốn của ba người kia." Vì thế, thành ngữ "cưỡi hạc Dương Châu" thường được dùng để chỉ những sự tham muốn vô độ, phi lý.

chỉ trong một sớm quan phục[1] không được nhận, bảng vàng chẳng thấy tên, vợ con bao ngày luống công mong đợi, ân đức cha mẹ sâu dày đành chưa báo đáp, thử hỏi xem trong tình cảnh ấy sẽ cảm thấy thế nào?

Nên có lời thơ rằng:

Làm trai muốn thỏa chí công danh,
Má thắm môi hồng đừng vướng bận.

Lâm Mậu Tiên[2]

Lâm Mậu Tiên là người Tín Châu, [học hành chăm chỉ], hằng ngày chỉ đóng cửa đọc sách. Sau khi thi Hương đỗ cử nhân, hàng xóm có một nhà rất giàu, người vợ chê ông chồng thất học, ngưỡng mộ tài danh của Lâm Mậu Tiên, chủ động tìm dịp sang nhà, muốn dan díu với ông. Lâm Mậu Tiên nói: "Nam nữ có sự phân biệt, [cô làm như thế] lễ giáo không cho phép. Quỷ thần trong trời đất đầy khắp quanh đây, sao cô có thể làm vấy bẩn [sự trong sạch] tôi." Người phụ nữ kia xấu hổ ra về.

Kỳ thi sau đó, Lâm Mậu Tiên đỗ tiến sĩ. Về sau, ông sinh ba người con trai cũng đều đỗ tiến sĩ.

LỜI BÀN

Ngay từ đoạn mở đầu, sách Trung dung đã nói đến [người quân tử luôn] "thận trọng răn ngừa" và "lo lắng

[1] Nguyên tác dùng "朱衣- chu y", y phục màu đỏ như son, chỉ quan phục của những người thi đỗ được bổ làm quan.

[2] Trích từ sách Văn Xương hóa thư. (Chú giải của soạn giả)

sợ sệt".[1] Khi bàn luận đến kẻ tiểu nhân thì nói "không có chỗ nào kiêng sợ cả".[2] Qua đó có thể thấy, trong việc tu sửa bản thân thì quan trọng nhất chỉ có hai điều là biết "cung kính" và "sợ sệt".

[Lâm Mậu Tiên nói rằng:] "Nam nữ có sự phân biệt, lễ giáo không cho phép", đó là biết cung kính; lại nói: "Quỷ thần trong trời đất đầy khắp quanh đây", đó là biết sợ sệt. Như thế có thể biết rằng, sự tu dưỡng từ lâu của ông thật đã hết sức thâm hậu.

La Văn Nghị Công[3]

La Luân khi trên đường dự kỳ thi Hội, thuyền dừng lại nghỉ ở bến Cô Tô, đêm ấy mộng thấy Phạm Văn Chính Công[4] đến chào hỏi, rồi nói rằng: "Danh hiệu trạng nguyên năm tới đã thuộc về ông rồi." Họ La khiêm nhường không dám nhận, Phạm Văn Chính Công liền nói: "Sự việc vào năm ấy... nơi lầu ấy...đã thấu đến lòng trời."

Họ La [khi tỉnh dậy] nhân câu nói đó liền nhớ lại năm xưa nơi lầu ấy quả thật đã từng cự tuyệt với một

---

1 Nguyên văn câu này trong đoạn mở đầu sách Trung dung là: "君子戒慎乎其所不睹，恐懼乎其所不聞。- Quân tử giới thận hồ kỳ sở bất đổ, khủng cụ hồ kỳ sở bất văn." (Người quân tử thận trọng răn ngừa ở cả những nơi không ai nhìn thấy, lo lắng sợ sệt ở cả những nơi không ai nghe biết.)

2 Chỗ này lấy ý từ chương 2 sách Trung dung: "小人之反中庸也，小人而無忌憚也。- Tiểu nhân chi phản trung dung dã, tiểu nhân nhi vô sở kỵ đạn dã." (Kẻ tiểu nhân làm trái với đạo trung dung, đó là nói kẻ tiểu nhân không biết kiêng sợ gì cả."

3 Trích từ La Trạng nguyên bản truyện. (Chú giải của soạn giả)

4 Tức Phạm Trọng Yêm (范仲淹), sinh năm 989, mất năm 1052, tên tự là Hy Văn, tên thụy là Văn Chánh.

cô gái muốn cùng ông dan díu. Vì thế nên ông tin rằng giấc mộng này chẳng phải hư vọng. Đến kỳ thi Đình [năm sau] quả nhiên ông đỗ trạng nguyên.

LỜI BÀN

Ở những nơi khuất tất không ai nhìn thấy, con mắt theo dõi của quỷ thần vẫn sáng như điện. Cho nên, người quân tử luôn phải thận trọng ngay cả những khi ở một mình không ai biết đến.

Dương Hy Trọng[1]

Dương Hy Trọng quê ở Thành Đô, khi còn chưa đỗ đạt, xa quê lo việc học hành đèn sách. Có một cô gái xinh đẹp theo gạ gẫm muốn gần gũi ông, Hy Trọng không chấp nhận.

Đêm ấy, vợ ông ở quê nhà nằm mộng thấy một vị thần đến nói: "Chồng cô ở nơi đất khách quê người có thể giữ gìn tiết tháo đức độ, rồi đây sẽ được vượt trội nhất trong hàng sĩ tử."

Người vợ tỉnh dậy hoang mang không hiểu gì cả. Đến cuối năm Hy Trọng về quê, lúc ấy bà mới biết được sự việc. Sang năm sau Dương Hy Trọng dự kỳ thi Hương, quả nhiên đỗ đầu trong toàn vùng Tứ Xuyên.[2]

LỜI BÀN

Kinh Ưu-điền vương dạy rằng: "[Đam mê] nữ sắc là điều xấu ác nhất, rất khó tạo thành nhân duyên [tốt

[1] Trích từ sách Khoa danh khuyến giới lục. (Chú giải của soạn giả)

[2] Nguyên bản dùng chữ Thục (蜀), đất Thục tức là vùng Tứ Xuyên.

đẹp]. Một khi đã bị sợi dây ân ái buộc vào, ắt sẽ lôi kéo người ta đi vào tội lỗi."

Được như Dương Hy Trọng, có thể nói là bị lôi kéo mà không hề lay động.

Người họ Tào[1]

Có người họ Tào quê ở Tùng Giang, trên đường về Nam đô dự thi ở trọ trong một nhà nọ. Trong nhà có một phụ nữ [vừa gặp ông thì nảy sinh tư tình, muốn cùng ông] dan díu. Họ Tào vội vã lánh ra khỏi nhà, [tìm ngụ nơi khác], trên đường bỗng gặp [một toán quan quân] đèn đuốc sáng rực, có kẻ quát người đi đường tránh ra nhường đường. Đoàn người ấy cùng nhau kéo vào một ngôi miếu cổ. Họ Tào liền đến gần miếu, ý muốn lắng nghe xem bên trong nói gì, liền nghe thấy tiếng hô tên những người sẽ đỗ khoa này. Hô đến tên người đỗ thứ sáu, có tiếng một viên chức bẩm lên rằng: "Người này đức hạnh suy tổn, đã gạch tên rồi, giờ sẽ thay ai vào?" Có tiếng thần đáp: "Họ Tào không chịu dâm ô với bà chủ nhà trọ, đức hạnh tốt lắm, nên ghi tên vào."

Đến khi công bố kết quả thi, quả nhiên họ Tào đỗ thứ sáu.

LỜI BÀN

Những kẻ háo sắc, nếu có phụ nữ tìm đến với họ ắt không chỉ là điềm báo tai họa. Những người đức độ, nếu có phụ nữ muốn lôi kéo chuyện mây mưa,

[1] Trích từ sách Bất khả bất khả lục. (Chú giải của soạn giả)

[nhất định thế nào cũng cự tuyệt, nên] đó chính là điềm lành được hưởng phúc. Vì thế mới nói rằng, phúc hay họa đều do chính mình tự cầu mà có.

Lưu Nghiêu Cử[1]

Lưu Nghiêu Cử là người ở Long Thư, thuê một chiếc thuyền đi lên tỉnh thành dự kỳ thi Hương.[2] Trên đường đi đùa cợt trêu chọc người con gái của chủ thuyền, nên ông này lưu tâm đề phòng rất kỹ.

Đến khi Nghiêu Cử đã vào dự thi, chủ thuyền thấy trường thi cửa đóng then cài nhiều lớp, canh phòng hết sức nghiêm mật, nên cho rằng chẳng có gì phải lo nữa, liền vào trong phố chợ chơi một thời gian rất lâu. Không ngờ đề thi thuộc phạm vi Nghiêu Cử đã học kỹ nên anh ta làm xong và trở về thuyền rất sớm, liền [nhân cơ hội ấy] tư thông với đứa con gái chủ thuyền.

Khi ấy, ở quê nhà cha mẹ Lưu Nghiêu Cử đều nằm mộng thấy một người áo vàng mang bảng danh sách đến, báo tin Lưu Nghiêu Cử đỗ đầu. Họ vội vã chạy đến bên định xem bảng, bỗng có một người giật bảng lại, nói: "Họ Lưu gần đây làm điều gian dối, đã bị tước bỏ tư cách dự thi." Hai người tỉnh dậy kể lại giấc mộng giống nhau, do đó đều sinh lòng lo lắng.

Không bao lâu đến lúc chấm quyển thi, Lưu

---

[1] Trích từ sách Quảng nhân lục. (Chú giải của soạn giả)

[2] Thi Hương: kỳ thi được tổ chức ở mỗi tỉnh thành, người thi đỗ lấy học vị cử nhân.

Nghiêu Cử vì phạm quy nên bị tước bỏ tư cách thi, các quan chấm thi đều tiếc cho văn chương của ông.

Lúc về nhà, cha mẹ Lưu Nghiêu Cử đem chuyện trong mộng kể lại và cật vấn, Nghiêu Cử lặng thinh không dám nói lời nào.

Kỳ thi sau, Nghiêu Cử cuối cùng cũng đỗ được cử nhân, nhưng vĩnh viễn không đỗ được tiến sĩ.

LỜI BÀN

Ham vui chốc lát trên thuyền mà vĩnh viễn không được thi đỗ tiến sĩ, thật không còn gì ngu xuẩn hơn!

Người nho sinh ở Phụng Dương[1]

Huyện Phụng Dương có nho sinh nọ, nhà có một cái hồ nhỏ trồng sen nhưng đã nhiều năm không nở hoa. Vào năm Kỷ Dậu thuộc niên hiệu Khang Hy,[2] nho sinh này sắp đi đến Cú Khúc để tham dự kỳ thi lục di[3] thì trong hồ bỗng nhiên trổ lên một cành sen tuyệt đẹp. Cha mẹ anh ta thấy vậy hết sức vui mừng, cho rằng đó là điềm báo tốt lành cho kỳ thi Hương sắp tới,[4] liền quyết định sáng sớm hôm sau bày tiệc rượu ven bờ hồ để thưởng ngoạn.

---

[1] Một người bạn của người này trực tiếp kể lại với tôi. (Chú giải của soạn giả)

[2] Tức là năm 1669.

[3] Theo chế độ thi cử triều Thanh thì kỳ thi "lục di" được tổ chức để bổ sung cho kỳ thi "lục khoa" trước đó. Người đi thi lục khoa không đỗ thì có thể tham gia thi lục di, nếu đỗ thì vẫn có tư cách để tham gia thi Hương như người đỗ lục khoa.

[4] Cha mẹ nho sinh này cho rằng đây là điềm báo anh sẽ thi đỗ kỳ thi lục di.

Đêm hôm đó, vợ chồng nho sinh này đang cùng nhau vui vẻ, trong nhà có đứa tỳ nữ đi ngang qua, nho sinh buông lời đùa cợt trêu ghẹo, người vợ cũng không ngăn cản gì, cuối cùng đêm ấy anh liền cùng đứa tỳ nữ dan díu.

Sáng hôm sau ra xem thì cành hoa sen đã bị bẻ mất rồi. Cha mẹ nho sinh hết sức kinh sợ, tra hỏi mới biết chính là đứa tỳ nữ kia đã bẻ cành sen, hai người hết sức buồn rầu vì việc ấy.

Ngay đêm hôm đó, người nho sinh nằm mộng thấy mình được đến bái kiến Đế Quân, thấy tên mình đã ghi trên bảng những người thi đỗ, bỗng Đế Quân bước đến gạch xóa đi. Anh ta liền khóc lóc quỳ lạy hết lời cầu xin, van xin đến lần thứ ba thì bị đuổi ra.

Tỉnh dậy, nho sinh này tự biết đó là điềm chẳng lành, lên đường đi thi mà trong lòng hết sức buồn bực không vui. Thông thường, kỳ thi lục di ở phủ tuyển lấy ba người, mà về Cú Khúc dự thi năm ấy cũng chỉ có ba người, nhưng duy nhất chỉ có nho sinh này bị đánh rớt. Anh ta dự thi tiếp tục ba lần, cho đến lần cuối cùng kết quả vẫn như vậy, đành gạt lệ quay về.

LỜI BÀN

Giá như người vợ của nho sinh kia cứng rắn ngăn cản, ắt người chồng sẽ giận ghét, nhưng biết đâu nhờ vậy mà trong chốn u minh vẫn bảo toàn được công danh khoa cử cho chồng. Thuở xưa, người mẹ của Thúc Hướng[1] vì nghe lời con can gián, muốn tránh

[1] Thúc Hướng sinh vào thời Xuân Thu, không rõ năm sinh, mất vào

tiếng xấu ghen hờn nhưng rồi lại khiến cho họ Dương Thiệt gặp nạn. Cho nên, chuyện ghen hờn của người vợ, đâu thể một lời mà nói hết? [1]

Hai nho sinh ở Trực Lệ [2]

Vào triều Minh, có một nho sinh về dự thi ở Nam kinh, phòng trọ nằm đối diện với nhà của một viên võ quan chỉ huy. Viên chỉ huy này có một người con gái, thường lén nhìn sang thấy nho sinh ấy rồi đem lòng yêu mến. Khi anh ta vừa thi xong, cô gái sai một tỳ nữ sang ngỏ ý, hẹn đêm hôm ấy sẽ gặp nhau. Nho sinh ấy sợ tổn hại âm đức, liền từ chối.

Có một người bạn ở trọ cùng phòng với anh ta, vốn là người dể duôi phóng túng, biết chuyện này liền giả dạng bạn mình, đêm ấy tìm đến chỗ hẹn với cô gái kia. Trời tối, con tỳ nữ không phân biệt được, liền đưa anh ta vào trong nhà gặp cô chủ, hai người cùng ăn nằm với nhau. Tình cờ quên đóng cửa, sáng sớm người cha đã về, bước vào nhìn thấy liền nổi trận lôi đình, vung kiếm chém chết cả hai rồi đến tự thú với quan phủ.

Hôm sau yết bảng, anh nho sinh kia được đỗ đầu.

---

khoảng năm 528 trước Công nguyên. Ông tên Hật, tự Thúc Hướng, được phong ở đất Dương nên lấy Dương Thiệt làm họ. Cha Thúc Hướng có người vợ lẽ, mẹ ông vì ghen hờn nên cản trở không cho gặp cha ông. Thúc Hướng khuyên can vì sợ bà mang tiếng xấu là người ghen hờn. Bà nghe theo, do đó người vợ lẽ kia mới có cơ hội sinh ra Thúc Hổ, về sau gây nạn Loan Doanh khiến họ Dương Thiệt tan nát, bản thân Thúc Hướng cũng bị giam vào ngục.

[1] Xem rõ chuyện này trong Tả truyện. (Chú giải của soạn giả)

[2] Trích từ sách Giới dâm vựng thuyết. (Chú giải của soạn giả) Địa danh này ngày nay thuộc tỉnh Hà Bắc.

LỜI BÀN

Một người tên đề lên đầu bảng, một người danh liệt xuống thành quỷ oan hồn. So hai người ấy, sự sướng khổ, vinh nhục thật cách xa nhau một trời một vực. Ý niệm khác nhau ẩn khuất khó thấy, nhưng chỉ trong sớm chiều đã phải nhận lấy quả báo tương ứng, thật đáng sợ thay!

Hai anh em ở Nam Xương[1]

Ở Nam Xương có hai anh em sinh đôi, giống nhau như đúc, từ hình dạng cho đến giọng nói, nên ngay cả cha mẹ họ cũng khó phân biệt, phải dùng y phục khác biệt để nhận biết. Lớn lên lại cưới vợ cùng lúc, vào trường học cũng cùng lúc, cho đến những chuyện nên hư được mất của hai người, hầu như cũng đều tương tự như nhau.

Đến ngày hai người đi dự thi, lại cùng ở trọ chung một nhà. Có cô gái ở gần nhà ấy có ý trêu chọc người anh, anh ta liền cự tuyệt, lại răn nhắc người em phải đề phòng. Người em giả vờ vâng dạ, nhưng lại lén lút giả danh người anh đến gặp cô gái kia, lại có lời ước hẹn sau khi thi đỗ sẽ đến cưới.

Đến khi yết bảng, người anh đỗ, người em rớt. Cô gái kia không phân biệt được hai người, tưởng rằng người thi đỗ là người đã dan díu với mình nên trong lòng hết sức mừng vui, còn lo tiền đưa cho anh ta làm lộ phí đi đường về quê.

Mùa xuân năm sau, người anh lại thi đỗ tiếp tiến

[1] Trích từ sách Cảm ứng thiên quảng sớ. (Chú giải của soạn giả)

sĩ. Cô gái kia nghe tin mừng rỡ, lo chuẩn bị hành trang đợi người ấy đến cưới. Trông đợi hoài chẳng thấy tin tức gì, cuối cùng ôm hận mà chết.

Về sau, người anh được sống thọ, con cháu đều vinh hiển. Còn người em đã chết sớm lại không con nối dõi.

LỜI BÀN

Tướng mạng tốt xấu của con người đều do tâm thức trong đời trước tạo thành. Đời trước làm lành, ắt khi vào thai tự nhiên có đủ tướng tốt, lúc sinh ra đời cũng nhằm giờ tốt. Đời trước nếu làm ác, ắt kết quả đời này ngược lại. Chuyện tướng mạng tốt xấu vì thế không thể bác bỏ được. Tuy nhiên, tướng mạng tốt xấu khi đã sinh ra rồi thì cố định, nhưng tâm người lại không cố định. Cho nên những điều tai họa hay phước lành đều do tâm tạo ra chứ không do tướng mạng tạo ra. Chuyện tướng mạng tốt xấu vì thế không thể xem là tuyệt đối. Cứ xét như việc của hai anh em ở Nam Xương [tướng mạng giống nhau mà kết quả cuộc đời khác nhau] thì có thể hiểu ra được lẽ này.

KHUYÊN NGƯỜI LÀM THẦY GIÁO[1]

Những việc làm bại danh hoại tiết, dù là người nơi thị phi phố chợ cũng không nên làm, huống chi đối với kẻ đã được người đời tôn xưng một tiếng "tiên

[1] Phần này có hai chuyện, nêu ra một gương tốt và một gương xấu.

sinh", ngày ngày lại đem lễ nghĩa răn dạy học trò? Thà mắc lỗi khờ khạo, không mắc lỗi quá khôn lanh. Thà để người xem mình là thư sinh ngờ nghệch chân chất, đừng để người khen là bậc phong lưu tài tử. Như thế có thể xem là tạm được.

Người nho sinh ở Chiết Giang[1]

Vào khoảng cuối triều Minh, ở Chiết Giang có một nho sinh được mời làm gia sư ở nhà một viên võ quan chỉ huy. Một hôm bị cảm lạnh, sai đứa học trò vào nhà trong lấy tấm chăn. Đứa học trò sơ ý khi ôm chăn ra vướng theo chiếc hài của người mẹ, làm rơi bên dưới giường nằm của thầy. Cả hai thầy trò đều không hay biết.

Viên chỉ huy về nhà tình cờ nhìn thấy chiếc hài của vợ ở chỗ dưới giường nằm thầy giáo, nghi ngờ vợ mình tư thông cùng thầy liền tra hỏi. Người vợ cương quyết phủ nhận. Ông liền lập kế sai đứa tỳ nữ giả nói là do phu nhân sai đến, mời thầy gặp mặt. Xong, ông cầm đao đứng rình ngoài cửa, định bụng rằng nếu thấy thầy giáo nhận lời đi gặp vợ mình thì lập tức chém chết ngay cả thầy với vợ mình.

Thầy giáo nghe tiếng gõ cửa, từ trong hỏi vọng ra chuyện gì. Đứa tỳ nữ lớn tiếng nói: "Phu nhân con muốn mời thầy gặp mặt." Thầy giáo nghe vậy nổi giận, quát đuổi con nô tỳ về. Viên chỉ huy lại buộc vợ mình phải đích thân đến gọi cửa mời thầy. Thầy giáo

[1] Trích từ sách Giới dâm vựng thuyết. (Chú giải của soạn giả)

nghe rồi từ trong nhà nói vọng ra: "Tôi dẫu hèn kém cũng được mời về đây làm một thầy giáo, đâu dám làm những chuyện không minh bạch? Xin phu nhân hãy về ngay cho." Viên chỉ huy thấy rõ mọi việc, cơn giận dần tan biến.

Hôm sau, thầy lập tức xin từ biệt ra đi. Viên chỉ huy biết mình sai, liền tạ lỗi với thầy và kể hết nguyên nhân khiến ông nghi ngờ.

Thầy giáo ấy về sau đỗ tiến sĩ, địa vị cao tột vinh hiển vô cùng.

LỜI BÀN

Bóng hồng bên cửa,
Đao sắc sẵn chờ,
Một chút buông thả,
Bao người chết oan.

Trương Đức Tiên[1]

Ở Côn Sơn có người tên Trương Đức Tiên, khi làm thầy dạy học trong làng lại dan díu với đứa con gái nhà hàng xóm, bị người chồng phát hiện, cuối cùng phải bỏ quê mà đi.

Đến năm Nhâm Dần thuộc niên hiệu Khang Hy,[2] Trương Đức Tiên lại về qua làng ấy, muốn nối lại tình xưa, nhân lúc đêm tối tìm đến gõ cửa. Không ngờ người chồng một lần nữa lại phát hiện, bắt giữ mà

[1] Chuyện này lúc tôi còn nhỏ có biết tin ông này chết. (Chú giải của soạn giả) Vào lúc ông này chết, tiên sinh An Sĩ được 6 tuổi.

[2] Tức là năm 1662.

đánh, hàng xóm cùng kéo đến hùa vào đánh, Trương Đức Tiên chết ngay tại chỗ, bị đám người ấy cùng nhau mang xác đi vất bỏ, sau chẳng ai biết được việc ấy cả.

LỜI BÀN

Đức Phật có dạy: "Chánh pháp của chư Phật, hàng quốc vương, đại thần đều không có khả năng phá hoại, chỉ có chính tăng chúng trong Phật giáo mới có thể làm hư hoại, cũng giống như con trùng sinh ra trong thân sư tử, quay lại ăn thịt con sư tử ấy." Đối với nhà Nho, cũng có thể nói giống như vậy, [chính những người học Nho mới có thể phá hoại đạo Nho.]

KHUYÊN HÀNG THANH THIẾU NIÊN[1]

Đang khi tuổi trẻ, có ai không muốn được giàu sang phú quý, nhưng kẻ tham dâm lại thường nghèo cùng trắng tay. Đang khi tuổi trẻ, có ai không muốn đỗ đạt, công danh rộng mở, nhưng kẻ tham dâm lại thường đi vào bế tắc trắc trở. Đang khi tuổi trẻ, có ai không muốn ngày sau được sống thọ dài lâu, nhưng kẻ tham dâm lại thường chết yểu. Đang khi tuổi trẻ, có ai không muốn sinh con yêu quý, nhưng kẻ tham dâm lại thường không con nối dõi. Một ngày hưởng thói phong lưu ong bướm mà phải khốn khổ suốt đời. Người có chí khí không thể đem tấm thân hiếu dưỡng cha mẹ, bảo bọc vợ con mà

[1] Phần này có bốn chuyện, nêu ra hai gương tốt, một gương xấu và một gương chung (có tốt có xấu).

mê đắm vào chuyện ong lơi bướm lả trong nhất thời. Các bạn trẻ phải biết sợ sệt, hết sức thận trọng đối với việc này.

Đường Cao[1]

Đường Cao người huyện Hấp,[2] thuở còn thiếu thời, đang lúc bên đèn đọc sách đêm khuya, có người thiếu nữ đến trêu ghẹo, nhiều lần [áp mặt vào cửa sổ], liếm rách giấy dán.[3] Anh ta lấy giấy khác dán bồi chỗ ấy, nhân đó đề lên hai câu thơ:

Giấy song liếm rách dễ bồi,
Hại người thất đức vãn hồi khó thay.

Đêm nọ, có một vị tăng đi ngang qua cửa nhà Đường Cao, nhìn thấy trên cổng nhà có tấm biển lớn đề hai chữ "Trạng nguyên", hai bên có treo hai ngọn đèn, lại thấy hai bên cổng đề hai câu thơ của Đường Cao như trên. Vị tăng thấy lạ bước vào trước sân dọ hỏi, [bỗng thấy biển, đèn đều biến mất,] mới hay những thứ ấy là [điềm báo] của thần [chứ không phải thật]. Về sau, quả nhiên Đường Cao chiếm bảng khôi nguyên, đỗ đầu trong thiên hạ.

LỜI BÀN

Bên song cửa đề thơ,
Ngoài cổng đèn tự sáng.

---

[1] Trích từ sách Đường thị phổ. (Chú giải của soạn giả)

[2] Thuộc tỉnh An Huy.

[3] Thời xưa không có cửa kính, người ta thường dùng giấy dán lên các cửa sổ để che chắn gió.

Đạo trời cảm ứng ngay,
Như đánh trống vang tiếng.

Mao Lộc Môn[1]

Mao Lộc Môn quê ở Quy An,[2] khoảng hai mươi tuổi lên đường cầu học phương xa, theo làm học trò tiên sinh Tiền Ứng Dương. Có một cô tỳ nữ lén để ý Lộc Môn, giả vờ đến phòng đọc sách của ông bắt con mèo, trong ý là muốn cùng ông đan díu. Lộc Môn nghiêm sắc mặt nói: "Tôi từ phương xa đến đây cầu thầy, nếu phạm vào việc không đúng lễ nghĩa, sao có thể quay về gặp mặt cha mẹ? Lại còn mặt mũi nào mà nhìn chủ nhân của cô?" Tỳ nữ ấy xấu hổ rút lui.

Về sau, Lộc Môn đỗ tiến sĩ, văn chương nổi tiếng khắp thiên hạ.

LỜI BÀN

Luôn nhớ đến cha mẹ, đó là nhân. Kính trọng thầy, đó là nghĩa. Giữ tiết tháo trong sạch, đó là lễ. Không bị sắc dục mê hoặc, đó là trí. Chỉ một việc không phạm vào tà dâm mà có đủ cả bốn đức lành: nhân, nghĩa, lễ, trí.

Lục Trọng Tích[3]

---

[1] Trích từ sách Mao công văn tập hậu tự. (Chú giải của soạn giả)

[2] Mao Lộc Môn: tức Mao Khôn, hiệu Lộc Môn, một nhà văn lớn vào triều Minh.

[3] Trích từ sách Quảng Nhân Phẩm. (Chú giải của soạn giả)

Trong khoảng niên hiệu Gia Tĩnh,[1] Lục Quỹ Trai có người con trai là Lục Trọng Tích tài hoa khác thường. Trọng Tích học với một vị thầy họ Khâu, theo thầy đến kinh thành ngụ lại.

Nhà đối diện chỗ họ ở ngụ có một cô con gái rất xinh đẹp, Trọng Tích thường nhìn trộm. Ông thầy họ Khâu biết chuyện, đã không răn cấm, lại dạy rằng: "Thành hoàng chốn kinh đô rất linh thiêng, sao con không đến cầu thần [cho được như ý nguyện]?

Trọng Tích nghe lời thầy, đến miếu Thành hoàng cúng tế cầu đảo. Đêm hôm đó, Trọng Tích đang ngủ bỗng khóc lớn vùng dậy. Mọi người kinh hãi hỏi nguyên nhân, Trọng Tích nói: "Thành hoàng kinh đô đang truy bắt hai thầy trò tôi." Mọi người lại theo gạn hỏi, Trọng Tích khóc lóc kể lại: "Thành hoàng tra xét lại phúc lộc tước vị của hai thầy trò tôi, thấy tên tôi có ghi sẽ đậu trạng nguyên năm Giáp Tuất, còn thầy tôi thì không có phúc lộc gì. Thành hoàng đã trình tấu lên Thượng đế tước bỏ lộc của tôi, còn thầy tôi ắt sẽ tắc ruột mà chết, để cho mọi người đều thấy rõ sự trừng phạt mà tự răn mình." Nói rồi lại than khóc bi thương, không sao ngừng được.

Ngay khi ấy, đứa nhỏ giúp việc trong quán trọ đến gõ cửa, báo tin thầy Khâu đã chết vì chứng bệnh tắc ruột.

Về sau, Lục Trọng Tích quả nhiên nghèo cùng khốn khó cho đến hết đời.

[1] Niên hiệu Gia Tĩnh thuộc triều Minh, kéo dài từ năm 1522 đến năm 1566.

LỜI BÀN

Chọn thầy để mời dạy học cho con phải hết sức thận trọng. Tấm gương của thầy trò họ Khâu, họ Lục cũng chẳng xa xôi gì, có thể soi vào đó để thấy rõ mà tránh.

Hai nho sinh ở Bồ Điền[1]

Huyện Bồ Điền[2] có hai anh em con nhà cô cậu, cùng theo học một nơi, cùng chơi với nhau hết sức thân thiết. Một người tướng mạo xấu xí nhưng rất giàu có, một người khôi ngô tuấn tú nhưng lại hết sức nghèo khó.

Anh chàng xấu trai [chết vợ], muốn cưới vợ sau là con gái một nhà giàu. Nhà này đòi xem mặt con rể trước rồi mới chịu gả. Anh ta liền khẩn khoản nhờ chàng đẹp trai đi thay mình. Nhà kia xem mặt rồi liền hứa gả. Đến ngày cưới, lại đòi hỏi chàng rể phải đích thân đi rước dâu. Chàng xấu trai lại một lần nữa khẩn khoản nhờ bạn mình đi thay. Anh ta vừa đến nhà gái thì trời đổ mưa to, hai nhà lại cách nhau một rặng núi nên đường khó đi, [phải dừng việc rước dâu, mời] chàng rể ở lại qua đêm nơi nhà gái. Anh đẹp trai mấy lần từ chối, nhưng lại không dám nói ra sự thật vì sợ xấu hổ. Nhà giàu kia sợ lỡ mất ngày tốt giờ tốt, nên thúc giục làm lễ thành thân tại nhà gái. Anh đẹp trai hết sức thối thác, nhưng họ không chịu, cứ tiến hành.

Lễ cưới xong, đến tối đi ngủ, anh ta không dám

[1] Trích từ sách Dục hải thần chung. (Chú giải của soạn giả)

[2] Thuộc tỉnh Phúc Kiến.

cởi áo, để nguyên như vậy mà ngủ. Hôm sau trời lại mưa càng lớn hơn, đành phải ở lại thêm một ngày nữa, đêm ngủ anh ta cũng không dám đến gần cô dâu. Ngày thứ ba mới rước dâu về đến nhà. Anh xấu trai [trong lòng sinh ngờ vực,] tức giận đưa đơn kiện lên quan huyện.

Quan huyện bấy giờ là Lôi Ứng Long, đích thân tra xét sự việc. Anh chàng đẹp trai liền đem hết sự tình thành thật kể ra. Quan huyện thẩm xét thấy lời khai của anh hoàn toàn đúng thật, liền nói với chàng xấu trai: "Cô gái này đã cùng người khác ngủ chung qua đêm, theo lễ nghĩa không thể về làm vợ của anh được, nhưng anh cũng đừng lo không cưới được vợ khác."

Lại nói với chàng đẹp trai: "Anh có thể giữ lòng trong sạch nơi chỗ khuất tất không ai biết, vẫn không làm chuyện sai trái mờ ám, nay trời tác hợp cô gái này cho anh. Toàn bộ số tiền sính lễ, ta sẽ thay anh trả lại cho anh kia."

Quan huyện phán xét như vậy rồi, mang ra ba mươi lượng bạc trả cho anh xấu trai [để đền tiền sính lễ], đồng thời tác hợp cho anh đẹp trai với cô gái con nhà giàu kia thành chồng vợ.

LỜI BÀN

Kẻ muốn dối lừa bên vợ, cuối cùng chuyện thật hóa giả. Kẻ không lừa dối bạn bè, cuối cùng chuyện giả hóa thật!

KHUYÊN CÁC GIA ĐÌNH BẤT HÒA[1]

Vợ chồng có chuyện bất hòa, nếu không phải do người chồng, ắt cũng có lỗi nơi người vợ, nhưng đa phần thì chuyện đúng sai phải trái vẫn thường có ở cả đôi bên. Nếu không có sự tận tâm nỗ lực xây dựng của cả hai người, ắt sẽ dẫn đến cảnh đôi bên cùng ôm lòng oán hận lẫn nhau.

Tuy nhiên, ngày nay cai trị thiên hạ vẫn là nam giới, chẳng phải nữ giới,[2] nên trong gia đình mà có chuyện bất hòa, tất nhiên phải quy lỗi về phía người đàn ông. Tục ngữ có câu:

Chớ sinh làm kiếp đàn bà,
Buồn vui sướng khổ chẳng qua tùy chồng.

Người phụ nữ theo chồng xa cha cách mẹ, đem thân sống chết giao phó nơi chồng, từ hành vi cử chỉ cho đến nói năng cười cợt chỉ biết có chồng là người duy nhất chia sẻ. Lúc đói chẳng dám một mình ngồi ăn, lúc rét lạnh chẳng dám một mình khoác áo ấm, có chân mà chẳng dám tự tiện ra khỏi nhà, có miệng nhiều khi chẳng dám kêu oan. Người ấy quên thân mình mà chăm sóc cho ta, bỏ cha mẹ mình mà phụng dưỡng cha mẹ ta. Nếu gặp phải người chồng làm ăn trôi giạt xứ người, hoặc du học

[1] Phần này cũng phụ khuyên nữ giới, cả thảy có sáu chuyện, nêu ra hai gương tốt, bốn gương xấu. (Chú giải của soạn giả)

[2] Đây nói vào thời tiên sinh An Sĩ, tức là thời phong kiến, phụ nữ nói chung không được nắm quyền cai trị đất nước.

phương xa, phải đêm đêm phòng không chiếc bóng, ôm sầu cô độc, một hình một bóng tự cảm thương mình, thật là một tình cảnh không dễ chịu đựng!

Người chồng nếu đem tình ái trêu hoa ghẹo liễu, sẽ tạo nghiệp xấu ác vô cùng. Ở nơi hẹn hò khuất tất[1] một mình tìm hưởng thú vui, một khi trời cao trách phạt ắt cả nhà phải chịu tai họa, lúc ấy cho dù lòng dạ sắt đá cũng không khỏi phải nhỏ lệ sầu đau.

Hoặc đến lúc được hưởng vinh hoa phú quý, liền đua theo cảnh vợ hai vợ ba mà bạc bẽo với người đã cùng mình gắn bó thuở hàn vi. Những lúc khó khăn lo toan trăm việc thì chỉ một vợ một chồng, đến khi vui hưởng sang giàu thì phụ bạc người xưa, thật không thể chấp nhận được.

Xin rộng khuyên hết thảy người đời, thà cam chịu cảnh hàn vi đạm bạc, quyết không buông thả theo thói đa tình. Dù có gặp giai nhân tuyệt thế, trước tiên xin hãy nhớ đến tình nghĩa kết tóc se tơ. Đừng để đời sau phải [chịu quả báo] sinh làm kiếp đàn bà, phòng không chiếc bóng, ôm hận nuốt lệ.

Ổ Ức Xuyên[2]

Ổ Ức Xuyên là người ở Tứ Minh, tên húy là Mạnh Chấn. Năm ông hai mươi chín tuổi, vợ là Hà thị qua

1 Nguyên tác dùng "桑濮之地 - tang bộc chi địa", đó là cách nói khác của thành ngữ "桑間濮上 - tang gian bộc thượng" (trong ruộng dâu hoặc ven bờ sông), chỉ nơi trai gái hẹn hò ám muội.

2 Trích từ sách Tiết nghĩa truyện. (Chú giải của soạn giả)

đời, Xuyên thề không cưới vợ khác, suốt đời cũng không bàn đến chuyện ái tình nam nữ nữa. Có người đàn bà đã tái giá, mang nhiều tiền của đến muốn dan díu cùng ông. Ông đổi sắc mặt giận dữ nói: "Tự cô đã phải xấu hổ làm người vợ không giữ tiết hạnh, sao lại còn đến đây muốn làm ô nhục tôi?"

Ban đêm có người phụ nữ tìm đến muốn làm việc dâm ô với ông, ông nghiêm khắc quát đuổi ra, rồi cũng không nói lại việc ấy cho ai biết cả. Đêm đêm ông ngủ cùng hai đứa con, giữ mình nghiêm cẩn không khác gì phụ nữ tiết hạnh.

Quan phủ bấy giờ biết chuyện, ban thưởng lúa thóc và vải lụa cho ông, lại cấp một tấm biển lớn đặt ở cổng nhà ông, đề hai chữ "Nghĩa phu" (người chồng có nghĩa). Con trai ông là Ổ Nguyên Hội, về sau làm quan đến chức Thái thú Tân An.

LỜI BÀN

[Sách Lễ ký, thiên] Hôn nghĩa nói rằng: "Khi cử hành hôn lễ, chàng rể phải đích thân đến nhà gái đón rước cô dâu, lễ bái cha mẹ bên vợ, dâng lên một con nhạn lớn để làm tín vật, mang ý nghĩa xin thề chung sống cùng nhau, suốt đời giữ nghĩa vợ chồng không thay lòng đổi dạ." Cho nên, đâu phải chỉ riêng phụ nữ mới có đạo lý thủ tiết thờ chồng mà đàn ông cũng phải như thế.

Nhưng người đàn ông phải xem trọng việc nối dõi tông đường, nên một khi gặp cảnh gãy gánh giữa đường, việc nhà không người coi sóc ắt không giữ trọn được đạo nhà. Vì thế nên sau khi đã hết thời gian để tang, bất đắc dĩ mới mở ra con đường cho phép họ tái hôn. Đó không phải là do người đời xem trọng nam nhân mà dễ dãi riêng cho họ. Than ôi, người đàn ông nếu rơi vào cảnh không con nối dõi, hoặc việc nhà rối rắm không thể tự lo toan, thì quả thật là đường cùng không thể làm khác. Bằng không thì nên biết rằng, tình nghĩa vợ chồng vốn là khởi nguyên của đạo làm người, sao có thể để cho khí tiết chính nghĩa trong trời đất này chỉ riêng có phụ nữ chủ trương làm theo, còn các đấng mày râu đều lặng hơi trốn tránh? Tiên sinh họ Ổ thật có phẩm hạnh cao vời thay! Tôi xin cúi đầu bái phục.

Quan ngự sử họ Giả[1]

Triều Minh có một vị quan ngự sử họ Giả, lúc nhỏ gia đình đã cho đính hôn với một cô gái con nhà thanh cao, họ Ngụy.[2] Nhiều năm sau, cô gái bị mù, gia đình họ Ngụy định mang lễ vật đến trả lại, [ý muốn hủy cuộc hôn nhân vì không muốn làm khó cho họ Giả]. Ngự sử họ Giả biết chuyện liền gấp rút mang lễ đến xin cưới ngay.

Sau khi cưới về, phu nhân ngự sử ngày nào cũng thỉnh cầu ông cưới thêm thê thiếp, nhưng ông nhất định không chịu. Bấy giờ, Giả ngự sử có một người

1 Trích từ sách Ý hành lục. (Chú giải của soạn giả)

2 Nguyên tác dùng "魏处士 - Ngụy xử sĩ". Chữ xử sĩ hàm chứa hai nghĩa, hoặc là người có tài nhưng ở ẩn không muốn ra làm quan, hoặc là người chưa ra làm quan. Trong cả hai trường hợp đều có ý chỉ người tốt, thanh cao.

anh làm ở bộ Hộ, vừa cưới một người thiếp tại kinh thành. Giả phu nhân nghe thế lại càng hối thúc Giả ngự sử cưới thêm vợ khác [nhưng ông nhất định không nghe].

Ngự sử sinh được một con trai tên Giả Hành, hai mươi tuổi đã đỗ tiến sĩ, sau thăng đến chức chủ sự Hình bộ.

LỜI BÀN

Xưa nay những người cưới vợ mù thì đời Đường chỉ có Tôn Thái, đời Tống có mấy người là Chu Thế Nam, Lưu Đình Thúc, Chu Cung Thúc, Trương Hán Anh (xem rõ trong Đường sử và Tống sử), ngoài ra không nhiều. Cách hành xử của Giả ngự sử, dù là người xưa cũng khó theo kịp, còn Giả phu nhân cũng hiền thục xứng đáng với chồng, thật đáng khâm phục.

Sử Đường[1]

Sử Đường vào thuở hàn vi đã có vợ. Đến khi đỗ tiến sĩ, tự giận mình không cưới được con nhà giàu có, dần dần ngày càng xa cách khó chịu với vợ, cho đến không ngủ cùng phòng nữa. Người vợ uất ức sinh bệnh, nằm liệt giường nhiều năm, Sử Đường cũng không một lần ngó đến. Đến lúc sắp chết, Sử Đường đang ở bên kia vách tường, bà lớn tiếng nói vọng sang: "Tôi sắp chết rồi, ông nỡ lòng chẳng nhìn tôi một lần cuối hay sao?" Sử Đường vẫn thản nhiên không quan tâm đến.

[1] Trích từ sách Cảm ứng thiên đồ thuyết. (Chú giải của soạn giả)

Người vợ chết, Sử Đường trong lòng bất an, liền tin theo tà thuyết, dùng bát sành úp lên che mặt xác chết, lại dùng gông cùm đeo buộc vào.

Đêm đó, người vợ hiện về báo mộng cho cha của Sử Đường, nói rằng: "Con vô phước gửi thân nhầm kẻ chẳng có tính người, lúc sống đã bị ngược đãi, chết đi lại bị tà thuật trấn áp. Tuy nhiên, ông ta cũng vì đối đãi như thế với con mà thọ mạng với phước lộc đều bị tước sạch hết rồi."

Qua năm sau, quả nhiên Sử Đường đột ngột qua đời.

LỜI BÀN

Trong khoảng niên hiệu Thiên Thuận,[1] quan Đô chỉ huy sứ là Mã Lương được hoàng đế hết sức tin yêu. Vợ ông ta qua đời, hoàng đế vẫn thường có lời an ủi. Trải qua mấy hôm, bỗng nhiều ngày liền không thấy Mã Lương ra khỏi nhà, vua lấy làm lạ liền gạn hỏi, người hầu thưa rằng Lương vừa cưới vợ khác. Vua nổi giận nói: "Tên này đối với đạo vợ chồng mà còn bạc bẽo như vậy, làm sao có thể thờ vua?" Liền sai người dùng trượng phạt đánh, rồi từ đó xa lánh không tin dùng nữa.

Như câu chuyện của vợ chồng Sử Đường, biết đâu lại chẳng phải oan gia từ đời trước tìm nhau? Đại sư Liên Trì có nói: "Muốn phá trừ oan gia, mỗi người nên tự tìm đường mà đi." Nhân đây chợt hiểu ra ý nghĩa lời dạy của ngài.

[1] Niên hiệu Thiên Thuận là từ năm 1457 đến năm 1464.

Bùi Chương[1]

Bùi Chương quê ở Hà Đông, khi cha ông trấn nhậm Kinh Châu, có vị thần tăng hiệu Đàm Chiếu nói rằng Bùi Chương sau này chức vị cao hơn cả cha.

Năm hai mươi tuổi, Bùi Chương cưới vợ họ Lý. Đến khi nhận chức ở Thái Nguyên, liền bỏ vợ ở lại Lạc Dương một mình, riêng đưa người phụ nữ khác đi cùng. Lý thị tự thấy mình phận bạc, từ đó ăn chay trường, mặc áo vải thô, ngày ngày tụng đọc kinh Phật.

Trải qua mười năm, Bùi Chương bỗng tình cờ gặp lại thầy Đàm Chiếu. Thầy kinh ngạc nói: "Ta trước đây từng nói sau này ông sẽ được phú quý vinh hiển, nay lại thấy phước lộc chẳng còn gì cả. Nguyên nhân là do đâu?"

Bùi Chương không thể giấu được, kể lại sự việc [bỏ vợ]. Thầy nói: "Việc [ông bạc bẽo với] phu nhân đã cảm đến trời cao, e rằng ông sắp gặp đại nạn."

Khoảng mười ngày sau, Bùi Chương quả nhiên bị một tên thuộc hạ giết chết lúc đang ở trong bồn tắm.

LỜI BÀN

Như Lý thị có thể nói là đã biết làm theo câu: "Muốn phá trừ oan gia, mỗi người nên tự tìm đường mà đi."

Công tử họ Trần[2]

[1] Trích từ sách Khoa danh khuyến giới lục. (Chú giải của soạn giả)

[2] Một người bạn của ông họ Trần đã kể lại câu chuyện này với cha tôi. (Chú giải của soạn giả)

Công tử họ Trần là người ở Gia Định, cưới vợ là con gái Từ tiên sinh. Trần công tử đem lòng yêu chuộng một tỳ nữ tên Nguyệt Lan, khiến cho vợ chồng bất hòa.

Một hôm có bà thầy bói đến nhà, biết chuyện liền đòi giá thật cao rồi đưa cho cô vợ họ Từ một hình nhân nhỏ bằng gỗ, trên thân có ghim bảy cây kim, dặn cô bí mật bỏ vào trong gối ngủ của người chồng rồi khâu lại, đoan chắc rằng chỉ qua ba đêm Trần công tử sẽ không còn yêu chuộng tỳ nữ kia nữa.

Cô vợ họ Từ làm theo, đến nửa đêm người chồng bỗng nhiên kêu thét điên cuồng rồi mửa ra máu. Người vợ sợ quá, hết sức hối hận, liền lấy hình nhân gỗ ra băm nát vất đi. Không bao lâu, người vợ cũng bỗng dưng kêu thét điên cuồng, miệng nói lảm nhảm những lời vô nghĩa, được mười ngày thì chết. Gia đình từ đó tan nát.

LỜI BÀN

Người chồng như vậy tất nhiên là không tốt, nhưng người vợ cũng là tự chuốc lấy tai họa. Nghiệp báo của Trần công tử với người tỳ nữ kia cũng khó lòng trốn tránh.

Vợ người bà-la-môn[1]

Vào thời đức Phật còn tại thế, có một người bà-la-môn cưới vợ không sinh con. Ông có người thiếp sinh

[1] Xem chi tiết tường tận trong kinh Tạp thí dụ (雜譬喻經). (Chú giải của soạn giả)

được một đứa con trai nên hết sức thương yêu. Người vợ thấy vậy ganh ghét, liền giả vờ như yêu thương đứa bé, rồi lúc đến gần lén dùng một cây kim nhỏ kín đáo đâm sâu vào thóp mềm trên đỉnh đầu đứa bé. Cây kim được đâm sâu lút vào trong sọ, cả nhà không ai hay biết. Đứa bé đau khóc mãi rồi chết.

Người thiếp mất con đau đớn khôn nguôi, lâu dần về sau mới biết ra sự việc. Bà liền tìm đến một vị tăng thưa hỏi: "Trong lòng con có ý nguyện, muốn thành tựu thì nên tu công đức gì?" Vị tăng đáp: "Nếu thọ trì giới Bát quan trai thì chỗ mong cầu đều được như ý."

Người thiếp ấy liền thọ giới Bát quan trai, bảy ngày sau qua đời, lập tức sinh làm con gái vợ người bà-la-môn. Đứa bé dung mạo hết sức xinh đẹp, nhưng chỉ sống được một năm thì mất. Vợ người bà-la-môn đau đớn vô cùng, khóc lóc còn thê thảm hơn cả trước đây người thiếp kia khóc con. Rồi bà lại sinh được một đứa con gái khác, còn xinh đẹp hơn cả đứa con đã chết, nhưng rồi cũng chẳng bao lâu thì chết. Cứ như vậy lặp lại đến bảy lần.

Đến đứa con gái cuối cùng thì sống được đến mười bốn tuổi, vừa sắp gả chồng thì chết. Vợ người bà-la-môn đau đớn than khóc bi ai, bỏ ăn bỏ uống, quàn xác con lại mà không nỡ đậy nắp áo quan. Mỗi ngày bà đều nhìn ngắm thi thể đứa con, cảm thấy như vẫn tươi nhuận xinh đẹp, cho đến hơn hai mươi ngày như vậy.

Khi ấy, có vị A-la-hán hóa làm một sa-môn, đến cửa nhà người bà-la-môn xin vào gặp, dùng lời thẳng thắn chỉ dạy. Vợ người bà-la-môn khi ấy mới bừng ngộ ra, quay nhìn lại thi thể đứa con thì thấy quá mức hôi thối, không thể đến gần. Bà liền thỉnh cầu vị sa-môn truyền giới.

Hôm sau, bà vừa định đến chùa, bỗng thấy có một con rắn độc chặn ngang giữa đường đi. Vị sa-môn biết con rắn đó chính là người thiếp ngày xưa tái sinh, liền thay nó sám hối, hóa giải mối oán thù giữa hai bên. Con rắn nhờ đó liền qua đời, được tái sinh làm người.

LỜI BÀN

Làm chồng bạc bẽo, trước đây đã có nói rõ. Làm vợ ghen tức hung bạo, sự ác độc ấy liệu có thể chấp nhận được chăng? Kinh Chánh pháp niệm xứ nói rằng: "Tính tình phụ nữ thường nhiều sự ghen tức. Do sự ghen tức mà sau khi chết có nhiều người phải sinh làm ngạ quỷ." Vì thế nên ở đây lược nêu một chuyện trong kinh điển để cảnh tỉnh răn ngừa.

KHUYÊN NGƯỜI CẦU CON NỐI DÕI[1]

Về đường con cái, có người chỉ biết là do mình tạo ra mà không biết rằng sự quyết định còn do mệnh trời; lại có người chỉ biết rằng sự quyết định do mệnh trời mà không biết rằng cũng do chính mình tạo ra.

[1] Phần này có năm điều, đều nêu ra những gương tốt. (Chú giải của soạn giả)

Thế nào là sự quyết định do nơi mệnh trời? Ở đời có những người thê thiếp đầy nhà mà không con, lại có những người chỉ duy nhất một vợ nhưng con cái đông đúc, rất thường thấy như vậy. Lại [trong số những người không con], có người tìm cầu đủ mọi phương thuốc nhưng đều vô hiệu, lại có người chưa dùng hết một thang thuốc đã sớm có con; có người thử qua trăm phương ngàn cách cũng không tác dụng gì, nhưng có người chỉ tạm chung chăn gối lại sinh con. Những trường hợp như thế đều do trời quyết định, chẳng phải do ý người.

Thế nào là do chính mình tạo ra? Nói chung, nếu phải chịu cảnh không con nối dõi, đó thường không phải do nghiệp vừa tạo ra trong đời này, mà là nghiệp quả chiêu cảm từ đời trước. Trời cao sáng suốt, có lẽ nào chỉ riêng ghét bỏ một mình ta? Ấy chỉ là chuyện làm ác ắt phải gặp ác, làm lành tất nhiên được hưởng quả lành đó thôi. Ví như đeo chuông vào cổ cọp, ai buộc vào được ắt phải chính người ấy mới có khả năng gỡ ra được. Lại cũng như trong đầm lạnh chứa nước, nước ấy có thể đông lại thành băng, băng ấy có thể tan ra thành nước. Đó gọi là [thiện ác tốt xấu đều] do chính mình tạo ra, không phải do trời.

Người khéo biết cách cầu con, thường là trong chỗ không cầu mà được, trong chỗ thường làm phương tiện giúp người mà được, trong chỗ tu tập lòng từ bi, bình đẳng đối với tất cả chúng sinh mà được. Hiện nay đã thấy người xưa đạt được những kết quả như thế, sao không noi theo đó mà làm?

Cận Du[1]

Vùng Trấn Giang có người tên Cận Du, đã năm mươi tuổi mà chưa có con. Ông đi dạy học ở Kim Đàn, người vợ ở nhà liền bỏ tiền mua một cô gái ở gần nhà về làm thiếp cho ông. Khi ông về nhà, bà sắp đặt tiệc rượu trong phòng, đưa cô gái vào hầu rượu rồi mới nói cho ông biết. Ông vừa nghe thì đỏ mặt, bà nghĩ là vì có mặt mình ở đó, nên liền ra khỏi phòng rồi đóng cửa, cài then lại. Ông liền theo cửa sổ leo ra ngoài, nói với bà: "Tâm ý bà rất tốt, nhưng cô gái này thuở còn bé tôi từng bồng bế, vẫn mong sau này cô ấy có được tấm chồng nương thân. Nay tôi đã già lại nhiều bệnh, không thể bắt cô ấy phải chịu đựng tôi." Liền đưa cô gái trả về gia đình.

Năm sau, bà liền sinh được con trai, [sau này] là Văn Hy Công, mới mười bảy tuổi đã đỗ Giải nguyên,[2] cuối cùng làm đến chức quan Tể tướng.

LỜI BÀN

Vì không con nên xếp đặt chuyện cưới thiếp. Nhờ trả thiếp về nhà hóa ra lại sinh được con. Ví như không trả cô gái ấy về nhà, chưa hẳn đã sinh được con. Người đời nay, không có con liền nghĩ ngay đến việc cưới thiếp, không biết rằng lửa dục càng mạnh thì phước đức càng mỏng đi, chẳng khác nào khát nước lại uống nước muối, càng uống càng thêm khát. Chỉ tiếc thay cho người đời không hiểu ra được điều ấy.

[1] Trích từ sách Ý hành lục. (Chú giải của soạn giả)

[2] Giải nguyên: Vào các triều Minh, Thanh, triều đình ba năm tổ chức thi Hương một lần ở các tỉnh, người thi đỗ được nhận danh hiệu cử nhân, có thể tiếp tục tham gia thi Hội. Người dự thi Hương đỗ đầu trong một tỉnh được gọi là Giải nguyên.

Mã Phong ông[1]

Mã Phong ông[2] trước đây đến tuổi trung niên vẫn chưa có con, cưới được một người thiếp hết sức xinh đẹp. Mỗi khi chải tóc, nhìn thấy ông liền tránh mặt đi. Ông gạn hỏi, cô nói: "Cha tôi chết trong lúc đang làm quan, hài cốt vẫn chưa đưa về quê được, chính vì thế gia đình mới phải bán tôi làm thiếp cho ngài [để có tiền đưa hài cốt cha về quê]. Tôi vẫn chưa hết thời gian khóc tang cha, dùng lụa trắng búi tóc. Vì thế mỗi khi [chải tóc] thấy ngài thì tránh đi, [không muốn cho ngài biết]."

Ông nghe chuyện như thế hết sức cảm động, liền ngay trong ngày ấy đưa cô gái trở về với người mẹ, chẳng những không đòi lại số tiền trước đây mà còn giúp thêm lộ phí cho họ đi đường. Hai mẹ con cùng khóc mà từ biệt ông.

Đêm ấy, Mã Phong ông nằm mộng thấy một vị thần đến bảo ông rằng: "Trời ban cho ông một đứa con trai, phúc lành từ nay thường đến, như dòng nước chảy mãi không dứt."

Qua năm sau, quả nhiên ông sinh được một đứa con trai, [nhớ lại điềm mộng cũ,] liền đặt tên con là Mã Quyên, [vì chữ quyên (涓) có nghĩa là dòng nước]. Về sau, Mã Quyên thi đỗ Trạng nguyên.

---

1 Trích từ sách Địch cát lục. (Chú giải của soạn giả)

2 Phong ông (封翁): tước hiệu do triều đình ban tặng cho những người có con được phong chức tước cao. Ông này sau có người con đỗ Trạng nguyên nên được ban tặng tước hiệu Phong ông.

LỜI BÀN

Ở Nhạc Châu, người cha của Phùng Trạng nguyên trước đây cũng vì không con nên bỏ tiền cưới thiếp, gặp người thiếp là con nhà đang lúc hoạn nạn khốn cùng, liền trả cho về nhà. Không bao lâu vợ ông liền có thai. Người trong làng khi ấy có nhiều người đều nằm mộng nghe thấy tiếng trống nhạc đưa đón Trạng nguyên.

So với câu chuyện của Mã Phong ông cũng tương đồng.

Cao Phong ông[1]

Có người họ Cao ở Dương Châu, trước đây vốn không có con. Một lần đến kinh thành ngụ lại buôn bán, ông [ở trong phòng trọ] nghe thoảng mùi hương thơm cánh kiến trắng.[2] Một hôm bỗng thấy chỗ gần vách tường mọc nhú ra một mầm cây ấy, ông bước lại kế bên quan sát, chợt thoáng thấy bên kia vách tường có người con gái đang ngồi một mình. Nhân đó liền hỏi thăm chủ nhà, hóa ra đó là con gái ông chủ. Ông liền hỏi: "Sao chưa gả chồng cho cô ấy?" Chủ nhà đáp: "Kén rể còn khó quá!"

Mấy hôm sau, ông Cao dò tìm ở vùng quanh đó được một người thích hợp, giới thiệu với người chủ nhà trọ. Ông ta đồng ý nhưng chê nhà ấy quá nghèo, e không tiền cưới vợ. Ông Cao liền nói: "Tôi có thể

[1] Trích từ sách Cảm ứng thiên dược chú. (Chú giải của soạn giả)

[2] Cánh kiến trắng (an tức hương): một loại cây gỗ có mùi thơm, dùng chế hương liệu.

giúp tiền cho họ." Nói rồi ngay trong ngày ấy nhận làm mai mối cho nhà trai, lại đưa tặng mấy chục lượng bạc [để lo việc cưới xin].

Lúc ông Cao quay về nhà, liền nằm mộng thấy một vị thần đến nói: "Nhà ngươi lẽ ra không có con, nhưng nay ban cho ngươi một đứa, có thể đặt tên là Thuyên."

Qua một năm, quả nhiên sinh được người con, về sau đỗ tiến sĩ, làm quan đến chức Thượng thư.

LỜI BÀN

[Nhìn thấy nữ sắc] không khởi lòng tà, đã là rất khó. Vì người khác kén rể thích hợp, lại càng khó hơn.

Kén rể giúp người đã là rất khó, bỏ tiền giúp cho sự sống của người lại càng khó hơn.

Người có đức nhân từ, mỗi khi khởi tâm ắt phải giống như thế.

Trưởng giả họ Tiền[1]

Ở Tỳ Lăng có người họ Tiền, giàu có nhất trong quận, thường làm việc thiện nhưng chưa có con. Trong làng có một nhà họ Dụ, bị kẻ quyền thế bức bách đến bước đường cùng, khẩn khoản nhờ ông Tiền giúp đỡ. Ông Tiền chẳng cần viết giấy nợ, cứ y theo số tiền họ Dụ đang cần mà đưa cho đủ số. Nhà ông Dụ nhờ đó mà được bình an thoát nạn, ông liền dắt cả

[1] Trích từ sách Ý hành lục. (Chú giải của soạn giả)

vợ con đến nhà ông Tiền cảm tạ. Tiền phu nhân thấy con gái ông Dụ xinh đẹp, ý muốn ông Tiền cưới về làm thiếp, nhà họ Dụ nghe vậy mừng lắm. Ông Tiền nói: "Nhân lúc người ta có việc nguy khốn mà giúp để được việc mình, đó là bất nhân. Mình vốn muốn làm thiện, lại để chuyện ái dục xen vào, đó là bất trí." Nói rồi lập tức trả cô gái về với gia đình.

Đêm hôm ấy, Tiền phu nhân nằm mộng thấy một vị thần đến bảo: "Chồng bà đức độ sâu dày lắm, nay sẽ ban quý tử cho gia đình bà."

Qua một năm sau quả nhiên sinh được con trai, đặt tên là Thiên Tích, vừa mười tám tuổi đã đỗ kỳ thi Hương, năm sau đỗ tiếp kỳ thi Hội.[1]

LỜI BÀN

Trong kinh dạy rằng: "Những kẻ tà dâm với vợ người khác, phải chịu quả báo không con nối dõi." Theo đó mà xét điều ngược lại thì hiểu được lý lẽ trong chuyện này.

Chuyện phú ông[2]

Tỉnh Phúc Kiến có một phú ông nọ, không con, tuy nhiều vợ nhưng không người nào sinh con cả.

Bấy giờ, có vị quan trên đường đi nhậm chức ngang

[1] Theo chế độ thi cử thời Minh, Thanh, đỗ kỳ thi Hương được gọi là cử nhân, mới có tư cách được tham gia thi Hội. Đỗ kỳ thi Hội được xưng là cống sĩ, mới có tư cách tham gia Điện thí, là kỳ thi cao nhất. Những người thi đỗ Điện thí là tiến sĩ.

[2] Trích từ sách Địch cát lục. (Chú giải của soạn giả)

qua đó thì vợ chết, tiền đi đường cũng đã cạn hết. Đứa con gái khóc nói: "Thi thể mẹ con sắp hư hoại cả rồi, chi bằng cha bán con đi lấy tiền an táng mẹ, còn lại dùng làm lộ phí đi đường. Khi nào cha xong việc quan, có thể đến chuộc con về."

Người cha nói: "Cha chỉ có mỗi mình con, nỡ lòng nào làm như thế được?" Đứa con gái đáp: "Không làm thế thì chẳng còn cách nào khác cả." Người cha đành gạt lệ đưa con đến bán cho phú ông kia, được ba trăm ngàn đồng tiền.

Phú ông tuy bỏ tiền mua nhưng chẳng biết gì hoàn cảnh nhà ấy cả. Đến khi thấy cô gái này đoan trang hiền thục, cử chỉ hành vi đều khác hẳn những cô gái thông thường, tuy cũng trang điểm búi tóc nhưng không che giấu được vẻ buồn đau rười rượi. Phú ông gạn hỏi không nói, liền tìm hỏi người trung gian giới thiệu mới biết rõ sự tình.

Phú ông lập tức đưa cô gái trở về với người cha. Người cha lo lắng không có tiền trả lại, ông nói: "Không cần phải trả lại." Lại còn giúp thêm cho hai trăm ngàn đồng tiền làm lộ phí đi đường.

Không bao lâu sau, người vợ chính của ông [liên tiếp] sinh được hai con trai, đều đỗ tiến sĩ từ khi còn trẻ.

LỜI BÀN

Người thiếp mà Mã Phong ông bỏ tiền mua là bán thân lấy tiền an táng hài cốt của cha. Người thiếp mà phú ông này bỏ tiền mua là bán thân lấy tiền mai táng mẹ. Nếu không gặp được những người hiền thiện [như Mã Phong ông với phú ông] này, thì thật chẳng lấy gì để khuyến khích những người con gái có hiếu với cha mẹ. Nếu các vị ấy lại không sinh được quý tử, thì chẳng lấy gì để khuyến khích những bậc trượng nghĩa.

KHUYÊN NGƯỜI CẦU SỐNG LÂU[1]

Con người có tinh dịch cũng giống như cây có nhựa, như đèn có dầu. Nhựa nhiều thì cây tốt, đủ dầu thì đèn sáng, nếu nhựa khô, dầu hết ắt cây chết, đèn tắt. Sách *Giải thoát yếu môn* có nói: "Người tu hành trải qua nhiều chục năm không động tâm dục, ắt tinh tủy ngưng kết lại, dần dần tạo thành xá lợi." Sách của Đạo gia nói rằng: "Dục niệm không sinh khởi thì tinh khí phát ra ở tam tiêu, nuôi dưỡng mạnh mẽ tất cả kinh mạch trong cơ thể." Tô tử[2] nói rằng: "Gây hại đến sự sống con người không chỉ có một việc duy nhất, nhưng người háo sắc thì nhất định phải chết sớm."

Dù vậy, người đời đứng trước cửa ải dâm dục, cho đến tuổi già vẫn còn chưa hiểu ra được đạo lý. Đang lúc lửa dục bốc cao, liền khởi ý niệm dâm dục. Ý niệm dâm dục khởi lên thì tinh khí hao tổn. Tinh

[1] Phần này có ba chuyện, nêu ra một gương tốt, một gương xấu và một gương chung (có tốt có xấu). (Chú giải của soạn giả)

[2] Tô tử: tức Tô Đông Pha, tên thật là Tô Thức, sinh năm 1037, mất năm 1101. Ông là nhà văn, nhà thơ nổi tiếng triều Tống, được xếp vào Đường Tống Bát đại gia.

khí đã hao tổn, mà lửa dục lại càng thêm mạnh mẽ. Tác động qua lại với nhau như thế mà khiến cho con người phải nhanh chóng tìm đến cái chết. Có người còn dùng thêm các loại thuốc tráng dương kích dục, nung đốt nội tạng, tai họa càng thêm bi thảm. Lại còn những tác hại như làm suy tổn âm đức, rút ngắn thọ mạng, thật không thể nói hết. Những ai muốn sống lâu khỏe mạnh, lẽ nào lại có thể giẫm vào những vết xe đổ ấy?

Quan huyện họ Phạm[1]

Đời nhà Đường có người họ Phạm tinh thông thuật số, tự đoán số mình đến mùa thu năm sau thì thọ mạng cũng như phước lộc đều hết. Lúc bấy giờ, họ Phạm sắp đi Giang Tây nhậm chức, đến hỏi một người giỏi bói toán. Người này nói: "Tháng bảy năm tới ông có đại nạn, sao còn tính chuyện nhận chức quan ở xa?" Người họ Phạm nói: "Tôi cũng tự biết được điều đó, chỉ là muốn nhận được bổng lộc để dùng vào việc gả chồng cho đứa con gái."

Đến khi nhậm chức rồi, mua được một đứa nữ tỳ, hỏi ra là họ Trương, con của một người đã từng làm quan địa phương, vốn là bạn cũ của ông Phạm. Ông liền than rằng: "Con ta thôi cũng không lo gì chuyện không gả được chồng." Liền tìm chọn được một người xứng đáng làm rể hiền, dùng số tiền bạc nữ trang đã chuẩn bị cho con gái mình mà lo chu tất việc gả chồng cho đứa con gái của người bạn cũ vừa gặp lại.

[1] Trích từ sách Địch cát lục. (Chú giải của soạn giả)

Đến khi mãn hạn quan chức ở Giang Tây, quay về kinh thành, gặp lại người bói toán ngày trước, ông này hết sức kinh ngạc [vì nghĩ ông Phạm lẽ ra đã chết rồi], gạn hỏi nguyên do. Ông Phạm kể lại sự thật, người bói toán liền nói: "Phúc lộc và tuổi thọ của ông bây giờ, thật không thể biết được."

Ông Phạm về sau trải qua nhiều lần nhậm chức quan rồi mới chết.

LỜI BÀN

Con người đang lúc khỏe mạnh nếu thường biết nghĩ đến một ngày kia mình sẽ chết, thì có việc thiện nào lại không cố làm, có việc ác nào lại không răn tránh? Chỉ tiếc là người đời đa phần không biết nghĩ đến hạn cuối phải quay về. Cho nên, trong tám điều thường nhớ nghĩ của Bồ Tát có một điều là nhớ nghĩ đến cái chết,[1] ý nghĩa đó thật thâm sâu biết bao!

Người họ Vương[2]

Ở Côn Sơn có người tú tài họ Vương, năm hai mươi tuổi đã cùng hẹn ước với một cô gái gần nhà, quan hệ qua lại với nhau nhiều lần. Người cha nhiều lần đánh phạt rất nặng, nhưng rốt cùng tú tài họ

[1] Tám điều thường nhớ nghĩ của Bồ Tát (Bồ Tát bát niệm): bao gồm (1) nhớ nghĩ đến chư Phật, (2) nhớ nghĩ đến Chánh pháp, (3) nhớ nghĩ đến Tăng-già, (4) nhớ nghĩ đến giới luật, (5) nhớ nghĩ đến sự thí xả, (6) nhớ nghĩ đến chư thiên hay các việc thiện, (7) nhớ nghĩ đến hơi thở vào ra, (8) nhớ nghĩ đến cái chết.

[2] Chuyện này do tôi trực tiếp chứng kiến. (Chú giải của soạn giả)

Vương vẫn chứng nào tật nấy. Một hôm [do lúc hai người gần nhau cử động quá mạnh] bị tổn thương trong vùng ngực, từ đó mắc chứng thổ huyết, thuốc thang chạy chữa đủ cách vẫn không công hiệu. Sau cưới nhau vừa được ba năm thì chết. Người vợ buồn thương đau đớn trong mấy năm rồi cũng chết.

LỜI BÀN

Xưa có nhiều tỳ nữ trong nội cung do ức chế tâm sinh lý[1] nên thường mang bệnh. Gọi thầy thuốc đến, họ nói rằng: "Cần phải dùng khoảng vài chục trai tráng còn ít tuổi để làm thuốc chữa trị." Hoàng đế chuẩn y cho thực hiện. Qua một tháng sau, các tỳ nữ ấy đều khỏe mạnh, tươi tỉnh, cùng lạy tạ ơn vua. Hoàng đế lại nhìn thấy phía sau họ có nhiều kẻ đang quỳ, dáng vẻ phờ phạc gầy đét không ra hình người, liền hỏi: "Đó là gì thế?" Thầy thuốc thưa: "Đó đều là những bã thuốc đã dùng qua."

Than ôi, họ Vương tự mình đã làm bã thuốc, lại uống thuốc vào thì còn có tác dụng gì?

Họ Vương và họ Thẩm[2]

Khoảng đầu niên hiệu Khai Hy triều Tống,[3] có vị tiến sĩ người Giản Châu là Vương Hành Am, vốn

[1] Nguyên tác dùng chữ "懷春 - hoài xuân" để chỉ trạng thái tâm sinh lý của những cô gái đến tuổi muốn lấy chồng. Những cung nữ phục vụ trong cung vua phải bị ức chế điều này.

[2] Trích từ sách Cảm ứng thiên tập giải. (Chú giải của soạn giả)

[3] Niên hiệu Khai Hy từ năm 1205 đến năm 1207.

người ốm yếu nhưng biết tiết chế sắc dục. Ông có người em con nhà cô cậu họ Thẩm, thân thể cường tráng, nhưng thường buông thả phóng túng chuyện sắc dục. Ông Vương nhiều lần khuyên can nhưng ông Thẩm không nghe.

Một hôm, ông Thẩm từ bên ngoài quay về nhà, bỗng tận mắt chứng kiến vợ mình đang gian dâm với người khác. Ông vừa muốn đưa tay lấy khí giới vung lên để đánh, thì bỗng nhiên cánh tay không thể nào cử động được nữa, chỉ thét lên một tiếng lớn rồi chết. Năm ấy ông vừa mới ba mươi mốt tuổi.

Mùa đông năm Đinh Mão,[1] ông Vương ngẫu nhiên có bệnh, liền mời đạo sĩ đến thiết đàn làm lễ cầu an. Đạo sĩ đốt sớ xong, nằm phục xuống đất hồi lâu rồi bỗng nhiên vùng dậy nói: "Ta tra xem tuổi thọ của ông, thấy chỉ sống được đến năm mươi tuổi. Nhưng vì cân nhắc đến việc ông không khởi niệm tà dâm, nên được sống thêm ba kỷ nữa.[2] Quả nhiên, về sau ông Vương sống đến tám mươi sáu tuổi mới qua đời.

LỜI BÀN

Những chuyện trêu hoa ghẹo liễu nơi lầu xanh gác tía cố nhiên là phải vĩnh viễn dứt trừ, nhưng ngay cả trong đạo vợ chồng, những lúc quan hệ cũng phải giữ sự nghiêm túc, kính trọng nhau như khách quý.

[1] Tức là năm 1207.

[2] Mỗi kỷ là 12 năm. Ba kỷ tức là 36 năm.

Tiết Xương Tự sống vào đời Đường, mỗi khi đến gặp vợ đều nghiêm trang đúng lễ. Trước tiên ông phải sai người hầu gái đến báo trước nhiều lần, sau đó mới cầm đuốc sáng đi vào phòng vợ, cùng nhau chuyện trò, chỉ nói đến những việc cao thượng, thanh nhã, sau khi dùng trà xong thì từ biệt quay về phòng mình. Nếu hôm nào muốn ngủ lại chung phòng cùng vợ thì nghiêm chỉnh mở lời rằng: "Xương Tự này lấy việc nối dõi tông đường làm trọng, xin được cầu may một dịp gần gũi."

Chuyện này nghe qua có vẻ gần như hoang đường thái quá. Tuy nhiên, muốn uốn nắn chỗ cong lệch sai lầm thì trước tiên cũng phải hơi thái quá trong sự ngay thẳng chính đáng. Vì thế nên trích ghi vào đây để sự răn nhắc được thêm đầy đủ.

KHUYÊN NGƯỜI GẶP KẺ HOẠN NẠN[1]

Vào những lúc đảo điên lưu lạc, nếu có thể góp phần giúp bảo toàn tiết hạnh phụ nữ, ắt công đức lớn gấp bội phần. Ngược lại, nếu làm tổn hại đến tiết hạnh phụ nữ trong những lúc ấy, thì tội lỗi cũng nặng hơn gấp bội.

Chỗ được mất hơn kém, so với nhau thật chênh

[1] Phần này có ba chuyện, nêu ra hai gương tốt và một gương xấu.

lệch một trời một vực, phải hết sức thận trọng giữ gìn, nỗ lực mà làm theo việc thiện là tốt.

Uông Nhất Thanh[1]

Vào khoảng cuối niên hiệu Gia Tĩnh,[2] ở Chương Tường có một người tên Uông Nhất Thanh, bị bọn giặc bắt trong lúc loạn lạc. Ông nhìn thấy bọn giặc cướp bắt được một người phụ nữ đang dẫn đến, nhận ra là vợ một người bạn học của ông. Ông liền nhận cô này là em gái mình và hứa với bọn giặc cướp là sẽ mang tiền đến chuộc. Bọn giặc nghe vậy liền giam ông với cô này chung vào một phòng trong hơn một tháng trời, ông không hề khởi lên chút tà niệm nào. Về sau khi cô này được chuộc về, người bạn học của ông khóc mà lạy tạ.

Không lâu sau việc ấy, Uông Nhất Thanh thi đỗ tiến sĩ.

LỜI BÀN

Nghĩa khí của người [cầm đuốc] đợi sáng[3] đến nay lại thấy ở Uông Nhất Thanh. Từ xưa đến nay có mấy ai được như thế?

---

1 Trích từ sách Tục bút thừa. (Chú giải của soạn giả)

2 Niên hiệu Gia Tĩnh triều Minh, kéo dài từ năm 1522 đến năm 1566.

3 Nguyên tác dùng hai chữ "達旦 - đạt đán" để chỉ đến điển tích Quan Vân Trường "bỉnh chúc đạt đán" (秉燭達旦). Trong thời gian Quan Vân Trường (Quan Công) bị Tào Tháo giữ lại, họ Tào cho Quan Vân Trường ở chung phòng với hai người chị dâu (vợ của Lưu Bị), dụng ý là muốn Quan Vân Trường làm điều bất nghĩa với hai người thì sau này sẽ không thể nào quay về với Lưu Bị. Không ngờ suốt đêm Quan Vân Trường cầm đuốc đứng nơi cửa phòng đợi sáng. Câu chuyện "bỉnh chúc đạt đán" (cầm đuốc đợi sáng) này được lưu truyền vì mọi người đều ca ngợi nghĩa khí của Quan Vân Trường.

Trương Văn Khải[1]

Vào khoảng cuối triều Minh, ở Phúc Kiến có người tên Trương Văn Khải, cùng với một người họ Chu cùng chạy vào núi tránh giặc loạn, gặp một cô gái đã đến đó trước. Cô gái nhìn thấy hai người thì hết sức hoảng sợ, muốn bỏ chạy đi nơi khác. Văn Khải liền nói: "Nếu cô đi khỏi đây ắt gặp phải bọn giặc loạn. Chúng tôi đều là những người chân thật, quyết không làm hại cô đâu."

Giữa đêm, họ Chu có ý muốn xâm phạm cô gái, Văn Khải liền hết sức ngăn cản nên không làm gì được. Đến sáng, Văn Khải sợ có họ Chu ở đó [sinh chuyện không hay, liền] đưa cô gái cùng ra khỏi núi, mới biết bọn giặc đã rút đi. Văn Khải dò hỏi tìm được người nhà cô gái, giao cho họ đưa cô về nhà.

Về sau, Văn Khải cưới vợ là con gái nhà họ Hoàng, của hồi môn đưa theo rất nhiều, đến khi gặp mặt mới biết, hóa ra chính là cô gái đã gặp trong núi. Họ sinh được hai người con trai, về sau đều đỗ tiến sĩ.

LỜI BÀN

Nghiệp báo xấu ác của họ Chu kia ắt rồi sau cũng tự đến, chỉ tiếc là [không được ghi chép nên] chúng ta chưa được biết mà thôi.

Người chủ thuyền ở Trì Châu[2]

[1] Trích từ sách Bất khả bất khả lục. (Chú giải của soạn giả)

[2] Chuyện này do người dân ở Trì Châu kể lại. (Chú giải của soạn giả)

Vào năm Quý Mão thuộc niên hiệu Khang Hy,[1] vùng Trì Châu bị nạn lụt lớn. Có người chủ thuyền vớt được một thiếu nữ, định xâm hại cô. Thiếu nữ lập tức nhảy xuống nước, may bám được vào một thân cây mà thoát chết.

Một năm sau, thiếu nữ lấy chồng là một người trong thôn ấy. Sau đêm động phòng, sáng ra mới nhận biết cha chồng chính là người năm trước đã định xâm hại mình. Cô giận lắm, khóc lóc kể hết sự tình với người đi theo đưa dâu, rồi tự treo cổ mà chết.

LỜI BÀN

Về sau, gia đình cô gái mang sự việc khiếu kiện lên quan huyện nên mọi người trong vùng mới biết rõ.

KHUYÊN NGƯỜI LÀM THẦY THUỐC[2]

Đứng trước cửa ải dâm dục, người đời vượt qua rất khó, nhưng người thầy thuốc vượt qua rất dễ. Vì sao vậy? Người đời thường mỗi khi nghĩ tưởng đến bệnh tật thì tâm tham dục tự nhiên lắng xuống, mà đối với thầy thuốc thì mỗi ngày đều gặp gỡ toàn là

[1] Tức là năm 1663.

[2] Phần này có hai chuyện, nêu ra hai gương tốt. (Chú giải của soạn giả)

bệnh nhân, [tất nhiên phải luôn nghĩ tưởng đến bệnh tật], đó là điều dễ dàng thứ nhất.

Người đời chỉ vì không biết phép dưỡng sinh [nên mới buông thả phóng túng], gây hại cho thân thể, thầy thuốc thì tinh thông các phương pháp điều phục thân thể, đó là điều dễ dàng thứ hai.

Thân thể con người dù nam hay nữ, chẳng qua chỉ là một cái túi da, bên trong chứa đầy những thứ xú uế. Chỉ vì được che kín bên trong nên lừa dối hết thảy các bậc anh hùng trong thiên hạ [đắm say mê muội]. Đối với người thầy thuốc, không chỉ thấy biết thấu suốt lục phủ ngũ tạng bên trong cơ thể con người, mà còn hiểu rõ cả mọi căn nguyên gây bệnh, đó là điều dễ dàng thứ ba.

[Đã có những điều thuận lợi dễ dàng như thế, nên phải] tự mình cố gắng nỗ lực vượt qua [sự tham dục].

Nhiếp Tòng Chí[1]

Trong khoảng niên hiệu Gia Hựu,[2] Hoàng Tĩnh Quốc làm phán quan ở Nghi Châu, một hôm [tự thấy mình] bị bắt đưa đến âm phủ. Diêm vương hỏi: "Ông làm quan ở Nghi Châu, có một việc tốt đẹp này ông có biết hay không?" Nói rồi lấy sổ sách đưa cho xem, trong đó thấy ghi chép chuyện thầy thuốc Nhiếp Tòng Chí, vào ngày ấy tháng ấy năm ấy... đến nhà họ Dương ở Hoa Đình trị bệnh, có dâm nữ họ Lý muốn

[1] Trích từ sách Văn Xương bảo huấn. (Chú giải của soạn giả)

[2] Niên hiệu Gia Hựu triều Tống kéo dài từ năm 1056 đến năm 1063.

cùng ông làm chuyện đồi bại, ông cự tuyệt. Thượng đế nhân việc ấy ban cho ông được tăng tuổi thọ thêm ba kỷ, con cháu ba đời đỗ đạt.

Những điều Hoàng Tĩnh Quốc được nghe thấy đó, về sau đều ứng nghiệm.

LỜI BÀN

Ngăn dứt được sự tà dâm, quỷ thần lập tức ngợi khen đó là điều tốt đẹp. Như vậy, nếu làm điều ngược lại sẽ bị thế nào, có thể tự suy xét mà biết.

Thầy thuốc họ Trần[1]

Huyện Dư Can[2] có một người họ Trần, từng dùng y thuật cứu sống một thư sinh nghèo, anh ta hết sức cảm kích ơn cứu mạng. Một hôm, họ Trần đến chơi gặp lúc trời vừa tối, ở lại qua đêm. Thư sinh kia cũng có việc vắng nhà, người vợ ra tiếp đón ông, tỏ ý muốn cùng ông làm chuyện ân ái. Họ Trần ngăn lại. Người vợ thư sinh liền nói: "Quả thật đây là ý của mẹ chồng tôi [muốn báo ơn thầy]." Thầy thuốc họ Trần nói: "Không thể như thế được."

Người vợ thư sinh cúi đầu hồi lâu, vẫn không đi. Thầy thuốc họ Trần lại liên tục nói: "Không được, không được..." Lát sau, thấy mình gần như không tự kiềm chế được nữa, ông liền lấy giấy bút viết ra rằng: "Hai chữ 'không được' thật hết sức khó thay!" Nhờ

[1] Trích từ sách Cảm ứng thiên quảng sớ. (Chú giải của soạn giả)

[2] Thuộc tỉnh Giang Tây.

đó mà kiềm chế được, đợi đến vừa sáng thì cáo biệt đi ngay.

Về sau, con trai của thầy thuốc họ Trần dự thi, quan chủ khảo đọc qua bài văn muốn đánh rớt, bỗng nghe có tiếng hô liên tiếp: "Không được, không được..." Ông liền mang bài ra đọc thật kỹ lại, rồi quyết ý đánh rớt, lại nghe có tiếng hô rất lớn trong không trung rằng: "Hai chữ 'không được' thật hết sức khó thay!" Quan chủ khảo [lấy làm hoang mang,] bất đắc dĩ phải chấm cho bài ấy đỗ.

Sau khi yết bảng, những người thi đỗ đều đến yết kiến quan chủ khảo, ông mới dò hỏi hiểu ra được nguyên nhân.

LỜI BÀN

Đứa con trai suýt nữa bị đánh rớt, ấy là vì ngày trước thầy thuốc họ Trần cũng đã suýt nữa thì không tự kiềm chế được.

KHUYÊN NGƯỜI BUÔN BÁN, NÔNG PHU, THỢ THUYỀN[1]

Những người buôn bán, nông phu, thợ thuyền, nên thường suy nghĩ rằng: Chúng ta đây hoặc theo việc kinh doanh, hoặc dựa vào nghề này nghiệp khác,

[1] Phụ khuyên những người giúp việc cho chủ. Phần này có sáu chuyện, đều nêu ra những gương xấu cần phải tránh. (Chú giải của soạn giả)

gió sương từng trải, dãi nắng dầm mưa, chẳng qua chỉ vì muốn tích lũy được đôi chút tiền bạc mà thôi.

Người khác có vợ con, chúng ta cũng có vợ con; người khác có chị, em gái, chúng ta cũng có chị, em gái. Người khác nếu khởi tâm xấu ác [muốn xâm hại người thân của ta], ắt ta phải nghiến răng oán hận. Vậy nếu ta khởi lên một chút niệm tà ác [muốn xâm hại người thân của họ], ắt họ cũng phải tức giận chẳng khác gì ta.

Hiện nay chúng ta có thể tận mắt chứng kiến kẻ nọ người kia, vì sự gian dâm mà mang bệnh tật bỏ mạng, hoặc bị pháp luật trừng trị, gia đình tan nát, thậm chí con cái phải bán cho người khác. Gia đình nghiêng ngả, sản nghiệp tiêu tan, chung quy cũng chỉ vì một ý niệm sai trái mà phải rơi vào tình cảnh như thế.

Nay chúng ta nên sớm tự hiểu rõ vấn đề, phải dứt trừ ngay những tâm niệm tà dâm xấu ác như thế. Nhìn thấy người phụ nữ tuổi cao, nên hình dung đó như mẹ mình. Thấy phụ nữ lớn tuổi hơn mình, nên hình dung đó như chị mình, nếu ít tuổi hơn, nên nghĩ tưởng đó là em gái mình, hoặc còn nhỏ tuổi hơn nữa, nên hình dung đó như con gái mình. Hằng ngày chớ nên bàn luận trao đổi những chuyện phòng the, chớ nên đọc những sách khiêu dâm.

Thêm nữa, mỗi một việc làm đều phải cố gắng tích lũy âm đức, thường xuyên nghĩ đến việc thực hành phương tiện lợi ích giúp người. Được như vậy thì phước báu cũng như tuổi thọ đều ngày một tăng thêm, cháu con đời sau tự nhiên được vinh hiển phát đạt. Chuyện tốt đẹp nên làm ở đời, còn gì hơn thế nữa?

Chuyện người buôn gỗ[1]

Vào khoảng cuối niên hiệu Gia Tĩnh,[2] huyện Nghi Hưng có một quả phụ họ Trần thủ tiết thờ chồng, dung mạo xinh đẹp. Có một người buôn gỗ từ xa đến nhìn thấy sinh lòng ưa thích, tìm đủ cách dụ dỗ nhưng đều bị cô ấy từ khước. Ông ta liền lập mưu mang gỗ đến bỏ trong nhà quả phụ họ Trần rồi đến báo quan rằng gỗ ấy bị ăn cắp, lại hối lộ cho bọn nha dịch để chúng bức bách làm nhục cô ta, trong lòng dự tính là khi bị khốn quẫn như thế rồi, cô ta sẽ chịu khuất phục chiều theo ý mình.

Quả phụ họ Trần gặp nạn ấy, ngày đêm cầu khấn trước tượng thần Huyền Đàn.[3] Một đêm, cô mộng thấy thần Huyền Đàn hiện ra bảo: "Ta đã ra lệnh cho cọp đen rồi."

Không bao lâu, người buôn gỗ kia vào núi, bỗng có con cọp đen bất ngờ xông ra, bỏ qua nhiều người khác mà chỉ bắt lấy người buôn gỗ mang đi ăn thịt.

LỜI BÀN

Loại người gian ác như thế, dẫu có ném cho sài

[1] Trích từ sách Giới dâm vựng thuyết. (Chú giải của soạn giả)

[2] Niên hiệu Gia Tĩnh thuộc triều Minh, từ năm 1522 đến năm 1566.

[3] Huyền Đàn: tức Chánh Nhất Huyền Đàn Nguyên Soái Tài thần Triệu Công Minh, theo niềm tin của Đạo giáo. Tượng thờ của ông thường vẽ ông cưỡi trên con cọp đen, nên cũng thường tôn xưng Hắc Hổ Huyền Đàn.

lang hổ báo xé xác cũng chưa xứng tội, chỉ thương tiếc cho cha mẹ hắn ta già nua tóc bạc, vợ nhà còn trẻ tuổi ngàn dặm trông ngóng, nuốt lệ hướng về phương xa biệt tin bặt tức, cho đến nắm xương tàn bỏ lại cũng chẳng thấy đâu. Những người làm ăn xa xứ, đối với việc này phải biết đau lòng mà khắc cốt ghi tâm, [tự răn mình chớ phạm vào những việc xấu ác gian tà].

Vương Cần Chánh[1]

Vương Cần Chánh là người ở Trừ Dương, cùng một phụ nữ kia thông gian. Cả hai người đều muốn làm chuyện gian dâm với nhau, nhưng chỉ lo sợ người chồng của cô kia phát hiện mà thôi. Không bao lâu sau, người chồng ấy bị vợ hại chết, Vương Cần Chánh nghe tin hoảng sợ bỏ trốn đến huyện Giang Sơn, nghĩ là đã thoát được rồi. Lúc ấy đói bụng liền vào một quán ăn, người phục vụ mang ra hai phần cơm. Vương Cần Chánh ngạc nhiên gạn hỏi, người ấy nói: "Vừa thấy có một người cùng đi với ông, chẳng phải là hai người sao?"

Cần Chánh biết là oan hồn người chồng đi theo mình, sợ quá liền đi đến quan huyện tự thú mà chịu tội.

LỜI BÀN

Oan hồn đã đi theo ắt không thể tự mình làm chủ được nữa. Quyết định đi đến quan huyện tự thú, đó cũng là do oan hồn xúi giục mà phải làm.

---

[1] Trích từ sách Cảm ứng thiên đồ thuyết. (Chú giải của soạn giả)

Hai người ở thôn Ma[1]

Ở thôn Ma có hai người nọ, sống không xa nhau lắm. Một người (tạm gọi là Giáp) say mê đeo đuổi một người đàn bà góa, khiến cho vợ anh ta hết sức oán hận. Người kia (tạm gọi là Ất) [nhân lúc vợ Giáp có lòng oán hận chồng, liền] sai vợ mình dụ cô ta đến nhà rồi đôi bên thông dâm. Được một thời gian, vợ Ất cũng lấy làm oán hận chuyện chồng mình gian dâm với vợ Giáp.

Một đêm nọ, Giáp đến chơi nhà góa phụ kia, bỗng khát nước quá quay về nhà, vừa đến ngoài cửa thì chợt nghe tiếng Ất trò chuyện âu yếm với vợ mình. Giáp nổi giận, lập tức quay lại nhà góa phụ kia, lấy một cái búa [định về nhà chém Ất], trên đường đi ngang qua nhà Ất, liền nghĩ trước tiên hãy vào thông dâm với vợ Ất để trả thù. Vợ Ất đang lúc oán hận chồng không về nhà với mình, liền chiều theo ý Giáp.

Bấy giờ, Ất đang ở tại nhà Giáp, độ chừng đã đến lúc Giáp sắp về, có ý muốn giết đi nên liền cầm một cái búa quay về đứng ở cửa nhà mình mà đợi Giáp. Bỗng lúc ấy nghe trong nhà có tiếng đàn ông, liền gấp rút gọi cửa. Giáp từ bên trong nhà cầm búa nhảy ra, Ất từ bên ngoài cầm búa nhảy vào chém, hai người trong bóng tối cùng kêu thét lên. Hàng xóm nghe tiếng cùng nhau đốt đuốc kéo đến. Khi ấy, Ất mới nhận ra tên gian phu chính là Giáp, hết sức kinh ngạc, liền hỏi: "Sao mày lại cầm búa ở đây?" Giáp nói: "Tao cầm búa đến chặt đầu đứa gian

[1] Trích từ sách Bất khả bất khả lục. (Chú giải của soạn giả)

phu là mày, nhưng vì muốn làm nhục vợ mày trước nên còn tạm chưa lấy mạng mày." Ất nói: "Tao có dan díu với vợ mày bao giờ đâu?" Giáp liền chỉ cái búa, nói: "Đó chẳng phải cái búa ở trong bếp nhà tao, có khuyết một chút nơi cán búa đó sao?" Ất cứng miệng không chối cãi gì được. Những người chứng kiến sự việc đều nói: "Quả đúng là trời trả báo!" Xôn xao một lát rồi giải tán hết.

LỜI BÀN

Gian dâm với vợ người, vợ mình lại bị người gian dâm, so với chuyện Khánh Phong hoán đổi thê thiếp ngày xưa đâu có gì khác?[1]

Qua A Kỷ[2]

Vào năm Kỷ Dậu thuộc niên hiệu Khang Hy,[3] ở Côn Sơn có người tên Qua A Kỷ, gian dâm với vợ của một người họ Khâu, thường qua lại. Một hôm, ông ta nói: "Tôi định giết chồng cô, cô nghĩ sao?" Người vợ của họ Khâu nghe vậy nổi giận, ông ta liền thôi.

---

[1] Chuyện về Khánh Phong được ghi chép trong Tả truyện. Ông là nhân vật thời Xuân Thu, làm quan đại phu nước Tề. Sau khi hại chết cả nhà Thôi Thư đoạt lấy quyền chính, ông đam mê sắc dục, giao hết việc nước cho con trai là Khánh Xá. Ông có người thuộc hạ là Lư Bồ Miết, có người vợ rất đẹp. Khánh Phong ưng ý liền đưa hết vợ con đến ở chung nhà, cùng Lư Bồ Miết hưởng lạc, mỗi người đều tư thông qua lại với thê thiếp của người kia. Người đời đều cười chê cho là chuyện chưa từng có. Về sau Khánh Phong bị tội diệt tộc, cả họ đều chết chém.

[2] Chính tôi được thấy bản án của người này. (Chú giải của soạn giả)

[3] Tức là năm 1669.

Đêm hôm đó, A Kỷ vẫn mang dao đến, người vợ họ Khâu không hay biết. Nhân lúc đêm tối, hắn rình vung dao chém, không ngờ lúc ấy họ Khâu đã đi ra nhà xí, nên giết nhầm đứa con gái ông ta. Họ Khâu báo lên quan huyện, Qua A Kỷ bị xử tội lôi ra chém giữa chợ.

LỜI BÀN

Đã gian dâm với vợ người, còn quay lại giận ghét người, chỉ một ý niệm xấu ác như thế đã khó thoát khỏi lưới trời.

Người thợ Nam Kinh[1]

Vào mùa đông năm Tân Hợi thuộc niên hiệu Khang Hy,[2] có một người thợ mộc ở Nam Kinh đến ngụ cư tại Côn Sơn. Ông ta gian dâm với vợ của một người bán mì. Người chồng phát hiện, đưa cả gia đình tránh đi, đến ở một thôn khác. Chẳng bao lâu, người thợ mộc lại cũng tìm đến thôn ấy.

Một đêm nọ, người chồng đi ra ngoài quay về nhà, bỗng nghe tiếng vợ mình tư tình với người thợ mộc trong nhà, liền tự mình mở cửa lẻn vào, trong bóng tối tay cầm con dao chém xuống, đúng ngay giữa đỉnh đầu người thợ mộc, anh ta cuộn cả tấm chăn mà lăn rớt xuống dưới chân giường.

Người bán mì nghĩ rằng người thợ mộc đã chết,

---

[1] Chuyện này chính tôi được nghe vào độ tuổi thiếu niên. (Chú giải của soạn giả)

[2] Tức là năm 1671.

lớn tiếng kêu la hàng xóm mang đèn đuốc tới, vừa có ánh sáng đến liền chém chết luôn người vợ, nhưng đến khi nhìn lại thì tên gian phu đã biến mất.

Sáng hôm sau, có người báo [lên quan phủ] nhìn thấy ở một chỗ nọ, giữa bụi cỏ lau có một xác chết, trên người không có quần áo gì, chỉ thấy có một tấm chăn bị băng đóng cứng lại như keo. Cho người đến xem thì chính là người thợ mộc kia. Chỗ ấy cách nhà người bán mì một con sông lớn, hóa ra đêm trước ông ta ôm tấm chăn mà bơi qua sông, nước sông lạnh thấm vào vết thương trên đầu đóng băng, chịu không nổi mà chết.

LỜI BÀN

Bị dao chém vào đầu, thật quá đau đớn. Bơi qua sông băng [giữa đêm], thật quá rét buốt. Thi thể chết rồi lõa lồ phơi ra, thật quá xấu hổ. Vĩnh biệt vợ con, thật quá thê thảm!

Mà tất cả những điều [đau đớn, rét buốt, xấu hổ, thê thảm] đó đều chỉ do một niệm tà dâm đưa đến, khiến phải chịu như vậy. Cho nên kinh Lăng nghiêm dạy rằng: "Bồ Tát thấy sắc dục thì tránh xa như tránh hầm lửa."

Trương Phủ[1]

Ở huyện Thái Thương có người tên Trương Phủ, thường cưỡng dâm phụ nữ, ngay cả những phụ nữ

[1] Chuyện này có rất nhiều người [ở Thái Thương] đều thấy biết. (Chú giải của soạn giả)

con nhà hiền lương cũng bị hắn cưỡng hiếp. Về sau, hắn đến phục vụ trong nhà một quan chức cao cấp ở huyện, dựa thế lực nên càng ngang ngược hơn.

Vào mùa thu năm Nhâm Tuất thuộc niên hiệu Khang Hy, những người bị hại mang hết việc làm xấu ác xằng bậy của hắn tố cáo lên [vị đề đốc chỉ huy] quân đội, [đề đốc] cho tra xét kỹ thấy những điều tố cáo đều là sự thật, liền dùng hình phạt đánh khảo [cho đến lúc nhận tội], rồi bắt phải mang gông cùm đi diễu tại Xương Môn cho dân chúng đều nhìn thấy, đồng thời kết án chung thân, tù đày cho đến chết.

LỜI BÀN

Khi tôi ở Xương Môn đích thân nhìn thấy sự kiện này, trở về lại vừa lúc sách khắc bản còn chưa xong, nên nhân đó mới kịp đưa thêm sự việc này vào.

KHUYÊN NHỮNG KẺ MÊ ĐẮM LẦU XANH[1]

Sự độc hại lan tràn của những kẻ bán dâm thật đáng sợ lắm thay! Họ làm cho người khác tinh khí phải cạn kiệt, tài sản phải hao tổn, vợ chồng phải chia lìa. Những kẻ chơn chất thật thà, nhưng gần gũi họ thì thành ra dâm đãng; những người trí thức khôn ngoan, nhưng say đắm họ thì thành mê muội. [Chốn

[1] Phần này có hai chuyện, nêu ra hai gương xấu. (Chú giải của soạn giả)

lầu xanh của] họ bao giờ cũng đưa người cửa trước, rước người cửa sau, chất chứa bao điều nhơ nhớp. Đó thật là chốn ô uế nhất trong thiên hạ, nhưng bao người thế tục lại cam chịu [nhơ nhớp mà chui vào], thật kỳ lạ thay! Đến như những người nam đồng tính luyến ái thì sự mê luyến lại càng nặng hơn.

Đã may mắn sinh ra làm thân nam tử, không thể chấp nhận bị người làm cho ô nhục. Nếu đã ở cương vị không thể chấp nhận bị ô nhục, mà lại tìm đến con đường nhơ nhớp của những kẻ bán dâm, chẳng phải tự mình chuốc lấy phiền não đó sao? Thật chẳng biết thói tục xấu [mua bán dâm] này bắt đầu từ ai, nhưng đến nay vẫn còn tồn tại. Những người trong sạch thanh cao, phải biết răn ngừa tránh xa.

Hai chàng Triệu, Lưu[1]

Triệu Lâm quê ở Uyển Bình, có lần cùng Lưu Phương Viễn đi chơi uống rượu với một kỹ nữ trong lầu xanh, bỗng có người tình cũ của cô ta là Vương Tông Nghĩa tìm đến. [Đôi bên gây gổ,] Lưu Phương Viễn đánh anh ta ngã xuống chết ngay.

Sự việc được báo lên quan huyện. Lưu Phương Viễn [mua chuộc] cô kỹ nữ vu cáo cho Triệu Lâm việc giết họ Vương. Triệu Lâm phải chịu tội chết.

Sau đó, một hôm Lưu Phương Viễn đang bày tiệc đãi khách, có người khách bỗng xông tới túm chặt tóc trên đầu Lưu Phương Viễn, rồi phát ra giọng nói hệt như Triệu Lâm, nói rằng: “Người là do mày giết, mày

[1] Khắp chốn kinh thành đều kể cho nhau nghe chuyện này. (Chú giải của soạn giả)

lại vu oan cho tao. Tao đã tố cáo mày tại âm phủ rồi, cả hai đứa bọn mày rồi sẽ bị bắt."

Không lâu sau đó, Lưu Phương Viễn cùng với cô kỹ nữ kia đều đột nhiên ngã lăn ra chết.

LỜI BÀN

Dương Bang Nghệ[1] thuở xưa không bao giờ vào những nơi trà đình tửu điếm. Một lần bị người bạn lừa dẫn vào kỹ viện, ông về đem y phục [mặc hôm đó] đốt hết đi và tự trách mình một cách nghiêm khắc. Đem tấm gương này so với Triệu Lâm và Lưu Phương Viễn, tốt xấu thật khác biệt biết bao.

Trương Sùng Nghĩa[2]

Vào năm Tân Hợi thuộc niên hiệu Khang Hy,[3] tại châu Vĩnh Ninh thuộc tỉnh Sơn Tây có người thợ bạc tên Trương Sùng Nghĩa, luyến ái đồng tính với một thiếu niên giúp việc cứng đầu hư hỏng, tên là Vũ Căn Nhĩ Tử, khi ăn lúc ngủ đều không rời xa nhau.

Một hôm, họ Trương uống rượu say vào giường ngủ trước. Vũ Căn Nhĩ Tử nhìn thấy trong người Trương Sùng Nghĩa có giấu vật quý giá, đêm ấy liền giết ông để đoạt lấy rồi trốn đi. Lúc ấy vừa canh năm, Nhĩ Tử chạy trốn đến cửa thành phía đông, nhưng cửa thành vẫn còn chưa mở [nên không thoát ra

---

[1] Dương Bang Nghệ: trung thần thời Bắc Tống, thuộc phe ủng hộ việc chống giặc Kim thay vì nghị hòa.

[2] Câu chuyện này do một người bạn tôi tận mắt chứng kiến kể lại. (Chú giải của soạn giả)

[3] Tức là năm 1671.

được]. Đến sáng thì bị quan quân bắt được, kết án tử hình ngay lập tức.

LỜI BÀN

Nuôi trẻ giúp việc là thiếu niên tuấn tú đẹp đẽ trong nhà, thường sinh luyến ái với phụ nữ thành chuyện đồi bại. Tai họa của họ Trương chính là do mê luyến dáng vẻ bên ngoài.

KHUYÊN NGƯỜI PHẢI BIẾT SÁM HỐI LỖI LẦM[1]

Những chuyện tà dâm, người đời mắc phải rất nhiều. Tuy ngay trước mắt không thấy quả báo xấu ác, nhưng trong chốn u minh mờ mịt, vẫn có người âm thầm bị mất hết phước lành, có người ngấm ngầm bị tước đi tuổi thọ, có người bị loại khỏi đường công danh khoa cử, lại có người bị chết vì rắn độc, hổ báo, hoặc chết vì đao binh, vì bị kết tội ở cửa quan, hoặc vì những khổ nạn lũ lụt, nắng hạn. Ví như bản thân mình hiện nay có tạm thời thoát được, thì báo ứng ngày sau cũng sẽ đến với cháu con; nếu đời này không đền trả tội lỗi, thì đời sau phải trả đủ mà thôi. Cũng giống như chim nằm trong lưới, dù vùng vẫy hướng nào cũng không thoát được, như cá nằm trong chậu thủng, nước cạn dần nhất định phải chết.

Người đời nay động tay nhấc chân đều rơi vào hố

[1] Phần này có ba chuyện, đều nêu ra những gương tốt. (Chú giải của soạn giả)

sâu hầm kín, [dẫy đầy nguy hiểm], thế mà vẫn điềm nhiên không biết sợ sệt, một khi nghiệp báo đã đến, tay chân cuống cuồng, khác nào như con cua rơi vào chảo nước sôi, lúc ấy mới than khóc thì sao còn kịp nữa?

Xin rộng khuyên hết thảy mọi người, nên sớm tự rõ biết [nhân quả thiện ác], hết lòng sợ sệt [quả báo xấu ác], hết lòng hổ thẹn [những việc bất thiện], khởi tâm dũng mãnh đối trước chư Phật và Bồ Tát, mỗi mỗi [sự việc lỗi lầm] đều thành tâm sám hối. Được như vậy thì tội từ nơi tâm [xấu ác] sinh khởi, ắt cũng sẽ theo tâm [chí thành sám hối] mà diệt mất. Làm thiện tích đức đủ lâu thì [tội chướng] có thể tự nhiên [tiêu diệt,] thân tâm trong sạch như xưa.

Nếu muốn siêu việt ra khỏi ba cõi,[1] cần phải phát khởi thệ nguyện Bồ Tát, nguyện trong đời tương lai sẽ cứu độ cho hết thảy chúng sinh, đối với tất cả những chúng sinh nào mắc phải tội báo của nghiệp dâm dục, đều dùng phương tiện cứu thoát, khiến cho họ được hóa sinh từ hoa sen [nơi cõi Tịnh độ], không phải chịu cảnh tù ngục ở trong thai mẹ.

Phát tâm như thế thì không chỉ tiêu trừ tất cả nghiệp chướng xấu ác, mà còn được vô lượng phước báu. Cho nên trong kinh Niết-bàn có dạy rằng: "Ví như bông vải, dù có đến ngàn cân, giá trị cũng không thể sánh bằng chỉ một cân vàng ròng. Lại ví như giữa

---

[1] Ba cõi (tam giới): tức cõi Dục (Dục giới), cõi Sắc (Sắc giới) và cõi Vô sắc (Vô sắc giới). Tất cả chúng sinh tùy theo nghiệp lực thọ sanh trong luân hồi, đều không ra ngoài ba cõi này.

dòng nước sông Hằng mà đổ xuống một bát muối, thì nước sông hoàn toàn không thể có vị mặn." [Đối với tâm Bồ-đề cứu độ hết thảy chúng sinh, thì bao nhiêu nghiệp chướng cũng đều không thể làm cho vấy bẩn.]

Buông dao đồ tể, liền được lại chân thân bất hoại; quay đầu là bờ, lập tức vững vàng trên bờ giác. Phải nhanh chóng gấp rút tiến bước, vì thời gian trôi qua chẳng đợi người. Dù kẻ trí người ngu, đều nên tự mình nỗ lực gắng sức.

Hồng Đảo[1]

Vào triều Minh có người tên Hồng Đảo, là con thứ của Văn Trung công. Một hôm, trong lúc ông đi ra nhà xí thì bị vong hồn một người đầy tớ đã chết lôi kéo xuống âm phủ, thấy có một người dáng tôn quý mặc áo lụa ngồi giữa, hai bên có hai người mặc áo xanh đứng hầu.

Hồng Đảo đem việc sắp tới thưa hỏi, người áo xanh liền lấy trong tay áo ra một tập sách đưa cho xem, nhìn vào thấy chữ nhỏ li ti khó đọc. Hồng Đảo nhìn thấy được tên mình nhưng không thể đọc hết những dòng chữ bên dưới, cuối cùng đọc thấy một dòng chú thích ghi rằng: "Lẽ ra đáng nhận chức Tham tri chính sự, nhưng vào ngày ấy tháng ấy gian dâm với một tỳ nữ trong nhà, nên giáng chức sang Thượng thư tỉnh, làm Chuyển vận phó sứ."

[1] Trích từ sách Địch cát lục. (Chú giải của soạn giả)

Hồng Đảo sợ sệt khóc lóc, người mặc áo xanh liền nói: "Chỉ cần nỗ lực làm việc thiện thì vẫn có thể chuộc lỗi được."

Rồi Hồng Đảo sống lại, mới biết mình chết đã ba ngày. Từ đó hết sức tinh tấn làm việc thiện. Về sau quả nhiên ông bị chuyển sang Thượng thư tỉnh, làm chức quan Chuyển vận sứ vùng Lưỡng Chiết. [Nhớ lại chuyện cũ,] trong lòng ông hết sức hoảng sợ, nhưng rồi cuối cùng cũng được vô sự. Ông sống thọ, quan chức lên đến Đoan minh điện học sĩ.

LỜI BÀN

Dễ phạm vào tà dâm nhất là quan hệ với tỳ nữ, đâu biết rằng điều đó làm hao tổn đi phúc lộc của mình? Cho nên, phải hết sức thận trọng việc này.

Hạng Mộng Nguyên[1]

Hạng Mộng Nguyên quê ở Bắc Trực, trước đây có tên là Hạng Đức Phân. Một hôm, ông nằm mộng tự thấy mình lẽ ra được đỗ cử nhân trong khoa thi Hương năm Tân Mão, nhưng vì dan díu với hai cô tỳ nữ nên bị xóa tên.

Tỉnh dậy, ông thề từ đó giữ giới không tà dâm, lại mỗi năm đều khắc kinh Kim cang ấn tống. Về sau, ông nằm mộng đi đến một chỗ nọ, nhìn thấy một tờ giấy vàng trên đó ghi tên người đỗ thứ tám họ Hạng, ở giữa có một chữ không đọc rõ, bên dưới lại thấy

[1] Trích từ sách Tri phi tập. (Chú giải của soạn giả)

một chữ "nguyên". Nhân giấc mộng ấy, ông tự đổi tên thành Hạng Mộng Nguyên.

Năm Nhâm Tý dự khoa thi Hương, ông đỗ thứ hai mươi chín. Đến năm Kỷ Mùi ông dự khoa thi Hội, đỗ thứ hai, trong lòng hết sức hoài nghi [vì không hợp với giấc mộng xưa]. Đến khi dự kỳ Điện thí, ông đỗ hàng Nhị giáp, thứ năm, mới biết khi tính cả ba người đỗ hàng Nhất giáp[1] thì đúng là ông đỗ thứ tám, hoàn toàn đúng như trong mộng đã thấy. Sau ông làm quan đến chức Phó Hiến.[2]

LỜI BÀN

Lập lời thề giữ giới không tà dâm, đó là điều rất tốt. Khắc in Kinh điển lưu hành, lại càng tốt đẹp hơn nữa. Đâu chỉ là trừ dứt tội lỗi mà thôi, [ắt còn được phước lành vô lượng].

Người họ Điền[3]

Vào khoảng cuối đời Minh, có một người họ Điền, phong lưu tuấn tú, phụ nữ theo ve vãn muốn gần gũi ông rất nhiều. Họ Điền trong lòng tự biết là sai trái, chỉ có điều không tự giữ mình được.

Một hôm, ông đến đọc sách ở chùa Nam Sơn, có một vị thần ngay giữa ban ngày hiện ra nói với ông:

---

[1] Hàng Nhất giáp lấy ba người đỗ đầu là Trạng nguyên, Bảng nhãn và Thám hoa. Từ người thứ tư xếp vào hàng Nhị giáp.

[2] Phó Hiến: tức là Phó Đô ngự sử của Đô Sát Viện.

[3] Trích từ sách Bất khả bất khả lục. (Chú giải của soạn giả)

"Nhà ngươi có phúc lớn, chỉ vì chuyện ong bướm đa tình mà hao tổn hết sạch rồi. Từ nay nếu biết ăn năn sửa lỗi, may ra có thể sẽ được đỗ tiến sĩ, làm quan đến chức ngự sử."

Họ Điền từ đó nỗ lực tu tỉnh sám hối, về sau quả được như lời thần nói.

LỜI BÀN

Sách Giải thoát yếu môn dạy rằng: "Nếu muốn sám hối nghiệp dâm dục đã tạo, nên quán chiếu nữ căn [nguy hại] như miệng rắn độc, tội cũ tự nhiên tiêu diệt." Người đã phạm vào tội dâm dục, không thể không biết điều này.

KHUYÊN NGƯỜI LỠ PHẠM CÁC TỘI NẶNG[1]

Kinh Hoa Nghiêm dạy rằng: "Tội tà dâm có thể khiến cho chúng sinh phải đọa vào trong ba đường ác. [Sau khi ra khỏi ba đường ác, nếu] được sinh làm người, cũng phải chịu hai loại quả báo. Một là vợ không giữ được trinh tiết, hai là quyến thuộc không được như ý muốn." Kinh Tội phước báo ứng[2] dạy rằng: "Tà dâm với vợ người khác, chết đọa vào địa ngục, gian phu phải

[1] Phần này có ba chuyện, đều nêu ra những gương xấu phải tránh. (Chú giải của soạn giả)

[2] Tức là Kinh Phật thuyết Tội phước báo ứng (佛說罪福報應經), 1 quyển, do ngài Cầu-na-bạt-đà-la dịch sang Hán ngữ, được xếp vào Đại Chánh tạng thuộc Tập 17, kinh số 747.

ôm cột đồng [cháy đỏ], gian phụ nằm trên giường sắt [bị lửa nung bên dưới]. Sau khi ra khỏi địa ngục, phải sinh vào những xứ sở hạ tiện, đọa làm các loài gà vịt."

Tuy nhiên, trên đây chỉ là nói chung về tội tà dâm. Nếu là đối với những bậc tôn trưởng chí thân của mình, hoặc đối với tăng ni tu hành thanh tịnh mà dở trò dâm loạn làm ô uế các vị, thì đó gọi là các tội nặng căn bản, sau khi chết phải đọa vào địa ngục Vô gián, liên tục bị cắt xẻ, thiêu đốt, xay nghiền, không một lúc nào được tạm dừng. Cho đến khi thế giới này đã hoại diệt, lại phải sinh vào thế giới khác [tiếp tục chịu tội]. Khi thế giới khác bị hoại diệt, lại phải sinh vào các thế giới thuộc phương khác nữa [để tiếp tục chịu tội]. Trong kinh có nói đầy đủ những việc như thế, nếu đã nghe qua không khỏi khiếp sợ.

Nếu có những người do không hiểu biết mà từng phạm vào các tội nặng ấy, hoặc tuy chưa phạm vào nhưng đã có khởi tâm niệm xấu như thế, cũng gọi là phạm tội. Nên biết rằng những người như thế, chỉ đợi khi ba tấc hơi dừng, vừa mạng chung ắt đọa ngay vào địa ngục Vô gián, cho đến muôn ngàn vạn kiếp, mong muốn thoát ra cũng không có kỳ hạn.

Những người ấy nên tận dụng ngay thời gian còn được sống khỏe mạnh trên dương gian, đối trước Tam bảo mà phát tâm tha thiết chí thành sám hối, phát lời thệ nguyện cứu độ hết thảy chúng sinh, khiến cho tất cả đều được vượt thoát ba cõi, sau đó tự mình mới thành Chánh giác.

Nếu phát khởi được nguyện lực thiết tha, lớn lao như thế, tuy có nghiệp nhất định phải chịu, ắt cũng được tiêu trừ. Thuở xưa, vua A-xà-thế phạm vào tội đại nghịch, nhờ khẩn thiết sám hối nên khi vào địa ngục, bất quá chỉ phải chịu khổ như lao ngục của thế gian trong vòng năm trăm ngày mà thôi.[1] Qua đó đủ thấy rằng công đức của sự sám hối quả thật không thể nghĩ bàn. Bằng như lần lữa lười nhác không chịu quyết tâm nỗ lực, ắt khó tránh khỏi phải chịu khổ đau trong muôn kiếp.

Họ Chu chấm thi[2]

Quan huyện lệnh Tú Tùng là Chu Duy Cao, vào năm Kỷ Dậu thuộc niên hiệu Khang Hy[3] được điều về Giang Nam làm quan chấm thi. Sau khi ông chấm đỗ cho bài thi của một thí sinh nọ, đêm ấy liền nằm mộng thấy có con quỷ hiện đến nói: "Người ấy không thể chấm đỗ." Nói rồi đưa tay viết ra một chữ "dâm". Chu Duy Cao không hiểu, gạn hỏi, quỷ đáp: "Người ấy gian dâm với con gái của mẹ kế, vì chuyện đó đã bị trời trách phạt."

[1] Chuyện này xem đầy đủ trong kinh Bồ Tát bản hạnh. (Chú giải của soạn giả) Tức là kinh Phật thuyết Bồ Tát bản hạnh (佛說菩薩本行經), 3 quyển, được xếp vào Đại Chánh tạng, thuộc Tập 3, kinh số 155. Đoạn trích này nằm ở quyển 2, trang 116, tờ c, bắt đầu từ dòng thứ 19.

[2] Chuyện này do một người đồng chấm thi với ông Chu là Ngô Lý Thanh kể lại. (Chú giải của soạn giả)

[3] Tức là năm 1669.

Hôm sau, Chu Duy Cao quên mất chuyện trong giấc mộng, vẫn mang bài thi ấy trình lên. Quan chủ khảo hết sức khen ngợi bài ấy, rồi phóng bút gạch xóa bớt hai chữ "hiểm trở". Chu Duy Cao thấy vậy liền thưa: "Trong bài thi của các thí sinh ở vòng này, rất nhiều người dùng hai chữ ấy, có lẽ không nên xóa." Quan chủ khảo nghe lời thì đổi ý, lệnh cho Chu Duy Cao tẩy xóa chỗ gạch bỏ ấy đi. Đến lúc tẩy, bỗng thấy vết mực thấm sâu qua đến mấy lớp giấy, Chu Duy Cao nhân đó chợt nhớ lại giấc mộng đêm qua, liền quyết định đánh rớt bài thi ấy.

LỜI BÀN

Người ở châu Bắc Câu-lô, khi nam nữ muốn gần gũi nhau thì cùng đi đến dưới một gốc cây. Lúc ấy, tán cây bốn phía liền hạ thấp xuống che kín cho họ, rồi bên trong tự nhiên có đủ giường gối. Nếu người phụ nữ ấy lại chính là mẹ, dì hoặc chị em gái của người nam, thì tán cây nhất định không che xuống. Nếu cố cưỡng bức làm chuyện loạn dâm, thì cây ấy sẽ chết khô.[1]

Xem đó có thể thấy rằng việc gian dâm với người cùng huyết hệ là tối kỵ đối với đạo trời. Chỉ bị đánh rớt bài thi[2] thì đâu đã đủ để trừng phạt tội lỗi ấy!

---

[1] Xem trong kinh Khởi thế nhân bản. (Chú giải của soạn giả)

[2] Nguyên tác dùng "thấn xuất Tôn sơn - 擯出孙山" (đuổi ra khỏi núi Tôn) để chỉ việc đánh rớt thí sinh. Điển cố này xuất phát từ một cách nói trong tập Quá đình lục (过庭录) của Phạm Công Xưng (1126-1158) vào triều Nam Tống. Người đời sau cũng thường nói "danh lạc Tôn sơn" hay "Tôn sơn chi ngoại", đều là để chỉ người thi rớt.

Hứa Triệu Hinh[1]

Hứa Triệu Hinh là người ở Tân Giang, thi đỗ cử nhân vào năm Mậu Ngọ, lên đường đến châu Phúc Ninh để bái kiến quan chủ khảo của kỳ thi. Khi tình cờ đi ngang qua một cái am nhỏ, anh ta nhìn thấy một ni cô còn ít tuổi thì ưa thích, buông lời trêu ghẹo nhưng bị ni cô cự tuyệt, liền dùng sức mạnh cưỡng hiếp.

Qua ngày hôm sau, Triệu Hinh bỗng nhiên phát cuồng, tự cắn đứt lưỡi mình mà chết.

LỜI BÀN

Đó chẳng qua chỉ là hoa báo[2] hiện tiền, còn quả báo thực sự đang chờ nơi địa ngục.

Người đi thuyền dâng hương[3]

Vào năm đầu niên hiệu Thuận Trị,[4] có một đôi vợ chồng cùng đi thuyền đến dâng hương ở núi Cửu Hoa, ban đêm ngủ lại trên thuyền. Có kẻ xấu thấy người vợ xinh đẹp, nên khoảng nửa đêm giả dạng làm người chồng vào ăn nằm với người vợ. Sáng sớm ra người vợ mới biết, quá xấu hổ nên treo cổ mà chết. Người chồng hết sức đau khổ, mua quan tài quàn tạm

[1] Trích từ sách Cảm ứng thiên thuyết định. (Chú giải của soạn giả)

[2] Hoa báo: những quả báo xấu ác phải chịu tức thời, ví như cây ra hoa rồi sau mới kết quả. Những việc làm xấu ác phải chiêu cảm quả báo hiện tiền gọi là hoa báo, cũng như cây ra hoa, sau đó nhân duyên hội đủ phải chịu quả báo thực sự, cũng như cây đủ thời gian kết quả.

[3] Chuyện này do một người ở Tô Châu cùng đi dâng hương kể lại. (Chú giải của soạn giả)

[4] Tức là năm 1644.

xác vợ bên đường, đợi lên núi hoàn tất khóa lễ dâng hương rồi lập tức đưa linh cữu về quê.

Về đến nhà, bỗng thấy người vợ đã ở đó rồi. Người chồng kinh hãi ngỡ là mình đang thấy ma quỷ, nhưng người vợ nói: "Chính anh đã đưa tôi về trước kia mà." Người chồng càng thêm hoảng sợ, liền mở nắp quan tài ra xem, hóa ra trong ấy chính là người đi cùng thuyền [đã làm chuyện xấu đêm hôm nọ], ở cổ có dấu hằn như người treo cổ.

Câu chuyện ly kỳ này truyền khắp xa gần, do đó mà những người đến núi Cửu Hoa dâng hương ngày càng thêm cung kính, đông đảo.

LỜI BÀN

Người đi dâng hương, nhất định phải là hàng thiện nam tín nữ, chính vì thế mà báo ứng đến với kẻ kia mới nhanh chóng thần kỳ như vậy.

KHUYÊN NGƯỜI PHÁT TÂM XUẤT THẾ[1]

Vào thời đức Phật còn tại thế, một hôm tại tinh xá Kỳ Viên có bốn vị tỳ-kheo cùng nhau bàn luận xem trong thế gian này điều gì là khổ nhất. Một vị cho là sự dâm dục khổ nhất, một vị cho đó là sự đói khát, vị khác lại cho là sự sân hận, còn vị cuối cùng cho là sự

[1] Phần này trích dẫn kinh điển mười chuyện, nêu ra tám gương tốt và hai gương xấu. (Chú giải của soạn giả)

kinh hãi sợ sệt. Bốn vị tranh luận không ngừng. Nhân đó, đức Phật dạy rằng: "Những điều các ông nêu ra để tranh luận đó, đều chưa phải là ý nghĩa cứu khổ. Sự khổ trong thế gian này, không gì hơn việc sở hữu cái thân. Những việc như đói khát, dâm dục, sân hận, oán cừu, thảy đều nhân nơi thân này mà khởi sinh. Cho nên, thân là gốc của mọi sự khổ não, là cội nguồn của tất cả những tai họa hoạn nạn."[1]

Xét riêng về chuyện dâm dục, có thân nữ ắt tự nhiên luyến ái với nam, có thân nam ắt tự nhiên luyến ái với nữ. Thanh danh bại hoại, tiết tháo tiêu tan, phước lộc hao tổn, tuổi thọ giảm thiểu, hết thảy đều do việc ấy. Ví như giữ được sự trong sạch đức hạnh, ắt nhờ đó được hưởng phú quý. Nhưng lúc được hưởng phú quý rồi, lại rất dễ tạo nghiệp ác. Chỉ cần một ngày làm ác đã phải chịu quả báo trong ngàn vạn kiếp, nên chỗ được không sao bù chỗ mất. Lại ví như lúc hưởng phúc vẫn siêng tu các nghiệp lành, ắt sẽ được sinh lên cõi trời. Nhưng một khi phước báo cõi trời đã hết, lại cũng phải quay trở lại luân hồi. Cho nên, trong kinh có nói: "Chuyển luân Thánh vương cai trị khắp bốn châu thiên hạ, có thể tùy ý bay trên hư không, nhưng hết phước rồi lại sinh làm một con trùng nhỏ sống bám nơi cổ trâu."

Cho nên biết rằng, dù là nghiệp duyên phước báo, hết thảy rồi cũng quy về thành nguyên nhân của

[1] Trích từ kinh Pháp cú. (Chú giải của soạn giả) Đúng ra nội dung này được trích từ kinh Pháp cú thí dụ (法句譬喻經), tổng cộng 4 quyển, được xếp vào Đại Chánh tạng, thuộc Tập 4, kinh số 211. Phần được trích dẫn nằm ở quyển 3, trang 595, tờ a, bắt đầu từ dòng thứ 13.

sự đọa lạc, dù là địa ngục hay cõi trời, hết thảy cũng không ra khỏi luân hồi. Nếu không mạnh mẽ phát tâm xuất thế, một lòng hướng theo con đường giác ngộ, chỉ uổng công làm chuyện vụn vặt tầm thường, hôm nay làm thiện, ngày mai tạo ác, loay hoay xoay chuyển mãi trong ba đường ác, không thoát khỏi tám nan xứ,[1] thật không phải chỗ hướng đến của bậc nam tử trượng phu.

Tuy nhiên, khúc nhạc thanh cao hiếm người hòa nhịp, những lời này chỉ có thể nói với bậc thượng căn trí tuệ mà thôi.

Đức Phật đản sinh[2]

Đức Phật Bổn sư Thích-ca Mâu-ni vốn đã thành đạo từ vô lượng kiếp trước đây. Vì muốn cứu độ chúng sinh nên ngài đã phân thân thành vô số ứng hóa thân, ở khắp các thế giới khác nhau đều thị hiện đản sinh. Chỉ lấy riêng sự kiện hóa thân của đức Thích-ca [đản sinh] ở thế giới này mà nói, thì chính là thái tử [Tất-đạt-đa] con vua Tịnh Phạn ở nước Thiên Trúc.[3] Trước khi đản sinh, ngài ở tại cung trời Đâu-suất, hiệu là Bồ Tát Thiện Tuệ.

---

[1] Tám nan xứ: Tám hoàn cảnh rất khó khăn cho việc tu tập theo Phật pháp.

[2] Trích từ sách Thích-ca Như Lai phổ (釋迦如來譜). Phần này có vẻ như chẳng liên quan đến việc răn ngừa dâm dục, nhưng vì muốn mở bày cho phần tiếp theo nên không thể không thuật rõ nguyên do ứng hóa ra đời của đức Bổn Sư, hơn nữa cũng là để không mai một đi một đoạn văn kể về đại sự nhân duyên này. (Chú giải của soạn giả)

[3] Thiên Trúc: một tên gọi người Trung Hoa dùng để gọi nước Ấn Độ.

Thuở ấy, nước Thiên Trúc có vị thánh vương là vua Tịnh Phạn, thánh hậu là phu nhân Ma-da, đều là những vị cổ Phật trong quá khứ, hiện thân làm bậc quốc vương, quốc mẫu. Bồ Tát cưỡi con voi trắng sáu ngà, từ trên hư không giáng hạ, nhập vào hông bên phải của đức thánh mẫu, sau đó bà lập tức cảm thấy thân thể an vui khinh khoái như được uống nước cam lộ, trí tuệ biện tài cũng đồng thời tự nhiên có đủ. Những món ăn kỳ diệu của chư thiên cõi trời cũng tự nhiên hiện đến đầy đủ cho bà.

Đến kỳ sinh nở, thánh mẫu cùng cung nữ dạo chơi trong vườn, tình cờ đưa tay phải lên vịn cành hoa ba-la-xoa.[1] Ngay lúc ấy, thái tử từ hông bên phải của thánh mẫu đản sinh, phóng tỏa hào quang chói sáng khắp trong trời đất, có ngàn vạn thánh chúng đồng thời hiện ra vui mừng tán thán. Từ trong lòng đất bỗng tự nhiên nổi lên hai hồ nước thơm, một hồ nước lạnh, một hồ nước nóng, để tắm thân thái tử. Trên không trung lại hiện ra chín con rồng phun nước xuống, bốn vị thiên vương cùng hiện ra bế thân thái tử, vua trời Đao-lợi dùng y phục cõi trời bọc đón lấy.

Khi ấy, thái tử liền hướng về các phương, mỗi phương đều tự mình bước đi bảy bước, nói lên rằng: "Trên trời dưới trời, chỉ có Ta là tôn quý nhất."

Khi ấy, đức vua Tịnh Phạn đang ngồi trên bảo điện cùng quần thần bàn việc nước, bỗng nghe có vị đại thần nổi trống hoan hỷ, tâu lên việc đản sinh thái

[1] Tức là hoa vô ưu.

tử. Mọi người muốn đưa xe báu [của thánh mẫu và thái tử] quay lại nhập cung, thiên thần Tỳ-thủ-yết-ma lập tức hóa hiện ra xe bằng bảy món báu, bốn vị thiên vương làm người đánh xe. Chư thiên cõi trời đều hiện xuống giữa hư không, đốt lên những hương thơm nhiệm mầu kỳ diệu để cúng dường thái tử.

Thái tử sinh ra có đủ ba mươi hai tướng tốt, tám mươi vẻ đẹp. Mười chín tuổi ngài xuất gia, ba mươi tuổi thành đạo. Đó là chỉ nói qua những điều sơ lược nhất, chi tiết tường tận xin xem tại các kinh trong Đại tạng, ở đây không thể nói hết.

KHÔNG NHIỄM DUYÊN TRẦN[1]

Bấy giờ, vua Tịnh Phạn mang đầy đủ lễ vật hỏi cưới công chúa Da-du-đà-la về làm thái tử phi, cùng với hai thứ phi khác nữa tên là Cù-di và Lộc-dã. Như vậy, thái tử có ba người phi.[2]

---

1 Trích từ kinh Phật bản hạnh (佛本行經) và kinh Quá khứ nhân quả (過去因果經). (Chú giải của soạn giả)

2 Chúng tôi tìm thấy nguyên vẹn đoạn văn trích này trong sách Thích-ca Như Lai ứng hóa lục (釋迦如來應化錄) do Bảo Thành biên soạn vào đời Minh, được xếp vào Vạn tục tạng, Tập 75, kinh số 1511. Đoạn trích này thuộc trang 63, tờ b, bắt đầu từ dòng thứ 23, mang tiêu đề của đoạn là Tất-đạt nạp phi (悉達納妃). Đoạn này mở đầu bằng câu "Nhân quả kinh vân" (因果經云). Điều này chứng tỏ An Sĩ toàn thư đã trích từ sách này và dựa vào câu mở đầu để dẫn chú, chứ không phải trích từ kinh Nhân quả như ghi trên. Tuy nhiên, về người thái tử phi thứ hai tên Cù-di, trong sách Thích-ca phổ (chính là sách mà An Sĩ toàn thư trong đoạn trước gọi là Thích-ca Như Lai phổ), có đoạn này: "太子年十七。王為納妃簡選數千。最後一女名曰裘夷端正第一禮義備舉。是則宿命賣花女也。" - Thái tử niên thập thất, vương vi nạp phi, giản soát sổ niên. Tối hậu nhất nữ

Vua lại cho xây dựng ba cung điện, số cung nữ hầu hạ là ba ngàn người. Cung nữ thuộc cung thứ nhất lo việc hầu hạ thái tử từ lúc đầu hôm, cung thứ hai hầu hạ trong khoảng giữa đêm, cung thứ ba hầu hạ trong khoảng sau giữa đêm về sáng. Trong cung lúc nào cũng tấu lên ngàn vạn khúc nhạc du dương, ngày đêm không dứt.

Thái tử vẫn thường cùng với các phi tần đi đứng nằm ngồi, nhưng tuyệt nhiên không hề khởi lên những ý niệm thế tục. Trong đêm thanh vắng ngài chỉ chuyên tu tập thiền quán, chưa từng cùng với các phi tần làm chuyện như vợ chồng.

Bồ Tát hàng ma[1]

danh viết Cù-di, đoan chánh đệ nhất, lễ nghĩa bị cử. Thị tắc túc mạng mãi hoa nữ dã. " (Thái tử được mười bảy tuổi, vua muốn tuyển thái tử phi, tìm kiếm trong nhiều năm. Cuối cùng tìm được một cô gái tên Cù-di, xinh đẹp đoan trang không ai bằng, lại đủ cả lễ nghĩa đức hạnh. Đây chính là cô gái bán hoa [đã có duyên với thái tử] trong tiền kiếp.) (Đại Chánh tạng, Tập 50, kinh số 2040, trang 6, tờ c, bắt đầu từ dòng thứ 3) Theo mô tả như vậy kết hợp câu chuyện tiền thế bán hoa sen thì có thể chắc chắn sách này đang đề cập đến công nương Da-du-đà-la, nhưng không hiểu sao lại dùng tên Cù-di (cũng sách này, trong một đoạn khác ghi Cừu-di 裘夷 / 瞿夷). Qua đây chúng tôi có mấy nghi vấn về việc thái tử có 3 người vợ. Thứ nhất, việc này không thấy đề cập ở kinh sách nào khác, chỉ thấy riêng sách Thích-ca Như Lai ứng hóa lục nêu ra, nhưng dẫn chú lại không chính xác. Thứ hai, đối chiếu với Thích-ca phổ thì thấy sách này có dấu hiệu nhầm lẫn nếu như Da-du-đà-la với Cù-di thật ra chỉ là một người. Thứ ba, tên cô Lộc-dã không thấy nhắc đến ở bất kỳ kinh sách nào khác, nên căn cứ vào hai nghi vấn trước thì việc sách Thích-ca Như Lai ứng hóa lục nêu ra tên này chưa đủ tin cậy.

[1] Trích từ kinh Quán Phật tam-muội hải (觀佛三昧海經). (Chú giải của soạn giả)

Khi thái tử đến ngồi dưới gốc cây bồ-đề nhập vào thiền định, Ma vương Ba-tuần thấy thái tử tu hành dũng mãnh, muốn phá hoại đạo hạnh của ngài, liền tập trung hết thảy thiên ma, rồng độc, ác quỷ, cùng kéo đến nơi thái tử đang tu tập, hiện vòng đao, tên lửa từ bốn phía cùng ồ ạt tiến vào. Thái tử nhập tam-muội khởi tâm đại từ, [khiến chúng ma] không thể làm hại gì được.

Ma vương Ba-tuần hết sức tức giận, liền sai ba đứa con gái mình, đội mũ cõi trời, thân đeo chuỗi anh lạc, dung nhan hết sức xinh đẹp rực rỡ, đi trên xe bằng bảy báu có che màn báu, cùng vô số ngọc nữ theo hầu, tấu lên âm nhạc cõi trời êm dịu du dương, lại tỏa ra mùi hương thơm quyến rũ từ mỗi lỗ chân lông trên người. Các ma nữ ấy đi đến chỗ thái tử liền dừng xe bước xuống, dáng đi khoan thai, cùng đến chắp tay lễ kính thái tử, sau đó cầm bình báu trong tay có đựng đầy nước cam lộ cõi trời dâng lên cho thái tử, nói rằng: "Thái tử từ lúc sinh ra đã có muôn ngàn thiên thần hộ vệ, sao lại vất bỏ địa vị tôn quý như vậy mà đến ngồi dưới gốc cây này? Chúng tôi là con gái Thiên vương, trong sáu tầng trời [của Dục giới] không ai hơn được, nay nguyện đem thân phụng sự thái tử, cúi mong ngài nhận lời cho."

Bấy giờ thái tử không chút dao động thân tâm, chỉ từ nơi khoảng giữa hai chân mày màu trắng [phóng ra ánh sáng] hướng về phía ba cô ma nữ, khiến họ tự nhiên nhìn thấy được [sự thật] trong thân thể mình toàn là máu, mủ, đờm dãi, gân mạch, cho đến chín lỗ thông ra bên ngoài, rồi ruột già, ruột non, gan, mật, phèo phổi... mỗi phần đều có vô số những con trùng nhỏ li ti sinh sống, bơi lội qua lại trong đó. Ba ma nữ [nhìn thấy vậy rồi] lập tức [ghê tởm] nôn mửa. Họ lại tự thấy một người hóa thành đầu rắn, một người hóa ra đầu chồn, còn một người thì hóa ra đầu chó. Trên lưng mỗi người đều cõng một bà già tóc bạc, da mặt nhăn nheo, thân thể như xác người đã chết cứng. Trước bụng mỗi người đều thấy đang bế một đứa bé, mắt tai mũi miệng đều chảy ra chất mủ hôi hám. Ba ma nữ kinh hãi khôn xiết, líu ríu bỏ chạy về.

CHỈ RA CHỖ XẤU CỦA MỸ NỮ[1]

Vào thời đức Phật còn tại thế, có một người bà-la-môn sinh được cô con gái đoan trang xinh đẹp vô cùng. Ông ta treo một bảng cáo thị trước nhà nói rằng, nếu ai có thể chỉ ra được chỗ xấu của con gái ông thì sẽ được thưởng bằng vàng. Trong vòng 90 ngày, không thấy có ai đến chỉ trích cả.

Bấy giờ, người bà-la-môn kia dẫn cô con gái đến chỗ đức Phật. Đức Phật liền chê rằng: "Cô gái này quá xấu, chẳng có gì đẹp." Ngài A-nan bạch Phật: "Cô gái đẹp thế này, vì sao Phật nói là quá xấu?"

[1] Trích từ kinh Tạp thí dụ (雜譬喻經). (Chú giải của soạn giả) Thật ra câu chuyện này được trích lại từ sách Pháp uyển châu lâm (法苑珠林), xếp vào Đại Chánh tạng, thuộc tập 53, kinh số 2122, tổng cộng có 100 quyển, do ngài Đạo Thế soạn vào đời Đường. Đoạn trích này nằm trong quyển 75, bắt đầu từ dòng thứ 22, trang 848, tờ b, với câu mở đầu là "又雜譬喻經云" (Hựu Tạp thí dụ kinh vân - Kinh Tạp thí dụ lại có nói rằng). An Sĩ toàn thư đã căn cứ vào câu này để dẫn chú.

Đức Phật liền dạy: “Mắt không bị huyễn hoặc bởi hình sắc giả tạm, ấy gọi là mắt đẹp; tai không nghe những tiếng tà mị xấu ác, ấy gọi là tai đẹp; lưỡi không tham muốn vị ngon, ấy gọi là lưỡi đẹp; thân không ưa thích những thứ lụa là mềm mại, ấy gọi là thân đẹp; tay không trộm cắp tài sản người khác, ấy gọi là tay đẹp. Cô gái này hiện nay mắt thì đam mê hình sắc, tai thích nghe tiếng thị phi, mũi tham muốn hương thơm, thân ưa thích lụa là, tay muốn lấy tài sản người khác, chỉ sơ lược kể ra như vậy đã thấy không có gì là đẹp cả.”

PHẬT PHÁ TRỪ LÒNG DỤC CỦA NAM GIỚI[1]

Thuở xưa, ở nước Câu-thiểm-di[2] có người tên là Ma-nhân-đề, sinh được một cô con gái đoan trang xinh đẹp, liền đưa đến chỗ đức Phật, tự nguyện cho con mình theo Phật nâng khăn sửa túi. Đức Phật liền hỏi: “Ông cho rằng con gái ông thật xinh đẹp lắm sao?” Ma-nhân-đề đáp: “Đúng vậy, con tôi thật rất đẹp, nhìn kỹ từ đầu xuống chân không có chỗ nào là không đẹp cả.”

Đức Phật dạy: “Thật sai lầm thay cái nhìn bằng mắt thịt. Nay ta nhìn con gái ông từ đầu xuống

---

[1] Trích từ kinh Xuất diệu (出曜經). (Chú giải của soạn giả) Thật ra câu chuyện này được trích lại từ sách Pháp uyển châu lâm (sách đã dẫn trên), quyển 21, bắt đầu từ dòng thứ 19, trang 444, tờ a. Phần trích này có đoạn mở đầu trước đó ghi là: 如出曜經云 (Như Xuất diệu kinh vân - Như trong kinh Xuất diệu có nói rằng). An Sĩ toàn thư đã căn cứ vào câu này để dẫn chú.

[2] Câu-thiểm-di: phiên âm từ Phạn ngữ *Kauśāmbī*, là một quốc gia thời cổ đại thuộc miền trung Ấn Độ, vị trí ngày nay nằm cách khoảng hơn 40 dặm về phía tây bắc của thành phố Allahabad.

chân, chẳng thấy có chỗ nào đẹp cả. Ông nhìn thấy trên đầu là tóc, nhưng tóc ấy cùng loại với lông, cũng không khác gì lông nơi đuôi ngựa. Bên dưới tóc là hộp sọ, nhưng sọ ấy tức là xương, nếu so với xương trong đầu lợn đã giết mổ ra, thật cũng không khác. Trong sọ là não, hình dạng nhão nhoẹt chẳng khác chất bùn, nhưng lại có mùi hôi tanh khó ngửi, nếu như đổ tràn trên đất thì ai ai cũng ghê sợ không dám giẫm đạp lên. Cặp mắt đó lại giống như hố nước, thường chảy ra nước mắt. Trong mũi đầy nước mũi, trong miệng là đờm dãi... Bên trong thân là gan thận phèo phổi hết thảy đều tanh hôi. Trong ruột già, bàng quang thì chứa đầy phẩn dơ, nước tiểu. Chân tay chẳng qua là những đốt xương, gân tủy bọc trong lớp da, phải dựa vào hơi thở vào ra mà cử động, khác nào người máy bằng gỗ, cử động được là nhờ máy móc bên trong, nếu máy móc ngừng hoạt động ắt toàn thân đều tan rã, từng chi tiết bị tháo rời, chân tay vứt ra bừa bãi... Con người mà ta nhìn thấy bất quá cũng chỉ là như vậy, có chỗ nào là đẹp?"

Phật phá trừ lòng dục của nữ giới[1]

Đức Phật hỏi cô Ma-đăng-già:[2] "Ngươi thương yêu A-nan, đó là thương những gì [của A-nan]?"

---

1 Trích từ kinh Ma-đặng nữ (摩鄧女經). (Chú giải của soạn giả) Tức là Phật thuyết Ma-đặng nữ kinh (佛說摩鄧女經).

2 Nguyên tác dùng tên Ma-đặng nữ, có nghĩa là "con gái của bà Ma-đặng", vì Ma-đặng là tên người mẹ của cô này. Nhưng cô gái này thường được biết hơn với tên gọi trong kinh Thủ Lăng Nghiêm là Ma-đăng-già (摩登伽). Ma-đăng-già là cô gái đã dùng chú thuật để mê hoặc ngài A-nan. Xem chuyện này trong kinh Thủ Lăng Nghiêm.

Ma-đăng-già thưa: “Con thương mắt, mũi, miệng, tai của A-nan, con thương dáng đi đứng của A-nan.”

Phật dạy: “Trong con mắt chứa đầy nước mắt, trong mũi là nước mũi, trong miệng là nước bọt, trong tai đầy ghét bẩn, trong thân thể chứa phân và nước tiểu, hết thảy đều hôi thối không trong sạch. Vợ chồng hòa hợp liền tiết ra những chất ô uế, trong chất tiết ô uế đó mà hình thành con cái. Sinh ra con cái ắt có lúc chết đi, có chết đi ắt có khổ đau than khóc. Cái thân như thế, [đem lòng thương yêu] nào có ích lợi gì?”

Mục-kiền-liên khước từ phụ nữ[1]

Trưởng lão Mục-kiền-liên sau khi xuất gia, tu hành chứng quả A-la-hán. Người vợ cũ trước đây của ngài muốn nối lại tình xưa nên ăn mặc trang điểm thật xinh đẹp tìm đến, cố hết sức quyến rũ ngài. Trưởng lão Mục-kiền-liên liền đọc kệ dạy rằng:

Thân nhờ gân, xương đứng,
Da, thịt cùng che nhau,
Bên trong đầy nhơ nhớp,
Có gì tốt đẹp đâu?

Tâm ta đồng hư không,
Hoàn toàn không vướng mắc.
Dù gặp tiên giáng thế,
Cũng không hề đắm nhiễm.

---

[1] Trích từ kinh Thiền bí yếu (禪祕要經). (Chú giải của soạn giả)

Sa-di giữ giới[1]

Thuở xưa,[2] ở nước An-đà có một người ưu-bà-tắc,[3] cúng dường một vị tỳ-kheo và một sa-di, ngày ngày lo việc cung cấp thức ăn. Một hôm, cả nhà đều đi vắng, chỉ còn một cô gái mười sáu tuổi ở nhà, dung mạo xinh đẹp vô cùng. Tình cờ, hôm ấy cô gái quên mất chuyện mang thức ăn đến chùa cúng dường. Đến giờ ăn, vị tỳ-kheo liền sai chú sa-di tự đi đến nhà người ưu-bà-tắc ấy để nhận thức ăn.

Cô gái nghe tiếng gõ cửa, biết là chú sa-di đến, mừng rỡ ra đón vào nhà, cử chỉ hết sức đa tình quyến rũ, lại nói với sa-di: "Tài sản nhà tôi nhiều lắm, không thể tính xuể, nếu anh chịu thương tôi, tôi sẽ làm vợ anh ngay."

Chú sa-di tự suy nghĩ: "Không biết ta đã tạo tội gì mà nay gặp phải chuyện xấu ác này. Ta thà bỏ mạng cũng không thể hủy phá giới luật. Nhưng nếu giờ ta bỏ chạy khỏi nơi này, cô ta chắc chắn sẽ lôi kéo, chạy theo, người đi đường nhìn thấy thì hóa ra chuốc lấy sự ô nhục."

Nghĩ như vậy rồi liền dùng phương tiện khéo léo, bảo cô gái: "Vậy cô hãy đóng cổng lại, để ta vào phòng nghỉ ngơi một lát rồi sẽ chiều theo ý cô."

Cô gái nghe lời liền đi ra đóng cổng. Sa-di bước

---

1 Trích từ kinh Hiền ngu nhân duyên (賢愚因緣經). (Chú giải của soạn giả)

2 Nguyên tác ghi "佛世 - Phật thế", nhưng đoạn cuối câu chuyện cho thấy đức Phật đã nhập Niết-bàn, vì thế chúng tôi chỉ dịch là "thuở xưa" mà không dịch là "Phật còn tại thế".

3 Tức là cư sĩ nam, người đệ tử Phật tu tại gia.

vào phòng, nhìn thấy một con dao cắt tóc thì mừng rỡ, liền cởi bỏ y ngoài, quỳ xuống chắp tay cung kính quay về hướng thành Câu-thi-na là nơi đức Phật nhập Niết-bàn, rơi nước mắt phát lời nguyện rằng: "Con nay không thể hủy phá giới luật của chư Phật, Bồ Tát [chế định], cũng như giới luật hòa thượng [đã truyền trao], nên quyết định tự xả bỏ thân này. Nguyện cho con được đời đời kiếp kiếp sinh ra đều xuất gia tu tập Chánh đạo, trọn thành Phật đạo."

Sa-di phát lời nguyện như thế rồi liền dùng dao tự đâm vào cổ mà chết, máu chảy lênh láng. Cô gái quay vào nhìn thấy, tâm tham dục lập tức nguội lạnh, hết sức hối hận, liền dùng dao tự cắt tóc mình.

Khi người cha quay về gọi cửa, không thấy ai ra mở, liền sai người leo qua cổng vào mở cửa. Vào nhà rồi, nhìn thấy con gái như vậy liền kinh hãi truy vấn nguyên do. Cô gái im lặng không đáp, suy nghĩ: "Nếu mình nói thật thì xấu hổ, nhục nhã quá. Nhưng nếu vu oan cho sa-di làm nhục mình thì chắc chắn sẽ phải đọa vào địa ngục, chịu khổ vô cùng." Suy nghĩ hồi lâu như thế, liền quyết định nói ra sự thật.

Người cha nghe rồi liền vào phòng, chắp tay cung kính lễ bái di thể. Đức vua nghe biết chuyện này cũng đến lễ bái, hết lời xưng tán ngợi khen. Những người nghe biết chuyện này, hết thảy đều phát tâm Bồ-đề, [cầu thành quả Phật].

Quả báo của tội sa-di ôm nhau ngủ[1]

Tỳ-kheo Tăng Hộ sau khi ra khỏi cung điện của Long vương, đi đến một chỗ kia, thấy đủ hết thảy mọi chuyện rất đáng kinh sợ, như có những tòa nhà mà tường vách trụ cột đều do máu thịt chất thành, [tội nhân trong đó] bị lửa dữ thiêu đốt khổ sở, cộng tất cả có 56 việc đáng sợ như vậy.[2] Trong đó nhìn thấy có hai sa-di ôm nhau nằm ngủ, lửa dữ thiêu đốt khổ sở, không một lúc nào được tạm dừng.

Tỳ-kheo Tăng Hộ ra khỏi nơi ấy liền đến thưa hỏi Phật, được Phật ân cần giải đáp nguyên nhân từng việc.[3] Đức Phật lại dạy rằng: "Ông nhìn thấy hai sa-di đó, chính là người đã đọa vào địa ngục. [Hai người ấy] vào thời đức Phật Ca-diếp xuất gia tu hành, lại cùng nhau đắp chung một tấm chăn và ôm nhau ngủ. Vì tội ấy mà nay bị đọa vào địa ngục, nằm trong một tấm chăn bị lửa thiêu đốt không ngừng, cùng ôm nhau chịu khổ, đến nay vẫn chưa dứt tội."

---

[1] Trích từ kinh Tăng Hộ (僧護經). (Chú giải của soạn giả) Tên kinh đầy đủ là kinh Phật thuyết nhân duyên Tăng Hộ (佛說因緣僧護經), được xếp vào Đại Chánh tạng, thuộc Tập 17, kinh số 749, 1 quyển, đã mất tên người dịch. Câu chuyện này nằm ở trang 589, tờ a, bắt đầu từ dòng thứ 9.

[2] Xem chi tiết tường tận trong kinh. (Chú giải của soạn giả)

[3] Xem chi tiết trong kinh. (Chú giải của soạn giả)

Nghiệp thức hóa làm trùng[1]

Vào thời đức Phật còn tại thế, có một vị cư sĩ tu hành thanh tịnh, tin sâu, cúng dường Tam bảo. Vào lúc ông lâm chung, người vợ ở bên cạnh than khóc thảm thiết, ông nghe như vậy sinh lòng luyến ái, ngay lúc ấy qua đời, thần thức liền không đi đâu được, lập tức hóa sinh làm một con trùng nhỏ ở trong mũi người vợ.

Bấy giờ có một vị tăng[2] đi ngang qua, thấy người vợ khóc than quá thảm thiết liền ghé vào dùng lời khuyên nhủ, an ủi. Khi ấy người vợ khóc nhiều, nước mắt nước mũi cùng tuôn ra, con trùng cũng theo đó mà rơi xuống đất. Người vợ nhìn thấy con trùng [từ trong mũi mình ra] thì hổ thẹn, muốn dùng chân đạp lên. Vị tăng thấy vậy gấp rút ngăn cản, nói: "Đừng, đừng giết nó. Đó chính là chồng cô vừa mới hóa sinh đó."

Người vợ ngạc nhiên nói: "Chồng tôi là người tụng kinh, giữ giới, tu tập tinh tấn khó có người theo kịp, vì nhân duyên gì lại có chuyện [hóa sinh làm trùng]?"

Vị tăng liền đáp: "Do tình ân ái của cô, lúc ông ấy lâm chung lại than khóc thảm thiết, khiến trong lòng ông ấy khởi sinh sự luyến ái quá mạnh, phải đọa làm thân trùng."

---

1 Trích từ kinh Pháp cú dụ (法句喻經). (Chú giải của soạn giả) Đúng ra là kinh Pháp cú thí dụ (法句譬喻經).

2 Nguyên bản dùng "道人 - đạo nhân" (người tu đạo), nhưng xét theo nội dung trò chuyện và việc vị này vì con trùng thuyết pháp thì biết đạo nhân này chính là một vị tăng sĩ Phật giáo.

Nhân đó vị tăng liền thuyết pháp cho con trùng nghe. Nghe xong, con trùng khởi tâm sám hối, vừa bỏ thân trùng liền sinh về cõi trời.

LỜI BÀN

Lúc lâm chung là thời điểm hết sức khẩn thiết và quan trọng, chỉ cần một ý niệm sai lầm thì bao nhiêu công phu tu tập trước đó đều mất hết. Phải hết sức thận trọng với điều này.

安士全書

QUYỂN HAI

PHƯƠNG PHÁP TU TẬP

PHƯƠNG PHÁP TU SỬA CHO NGƯỜI LÀM QUAN[1]

Trong muôn điều ác [của con người], chỉ duy nhất có tà dâm là nghiêm trọng nhất. Huống chi [người làm quan] ở địa vị cao, bản thân mình là khuôn mẫu phép tắc để giáo hóa muôn dân noi theo, càng không thể xem nhẹ. [Người làm quan] là bề tôi tay chân giúp dật cho vua, phải thường nỗ lực chuyên cần đem những lời tốt đẹp mà khuyên răn can gián, là cha mẹ của muôn dân, phải thường ân cần dạy bảo

[1] Chương này chia làm mười phần, tất cả có bảy mươi lăm điều, đa phần thuộc phạm vi trị nước, giúp xã hội được an ổn.

giáo hóa, giúp cho phong tục xã hội ngày càng tốt đẹp.

[Nay vì lợi ích quần sinh, xin] liều lĩnh đem hết những lời quê kệch hiến dâng lên cho các vị [quan chức], mong có thể [nỗ lực thực hành theo đó rồi] mở rộng, bổ sung thêm, làm lợi ích cho muôn người.

Phần thứ nhất: Ra sức giúp vua trị nước tốt đẹp.

1. Trong việc giúp vua, trước hết là phải giữ lòng trong sạch, giảm thiểu sự ham muốn;
2. Tiếp đến phải thường trình bày với vua những lý lẽ về nhân quả thiện ác, hiền thiện được phước báo và tà ác phải chịu họa hại;
3. Thứ ba, không dâng lên vua những sách khiêu dâm;
4. Thứ tư, không hiến cho vua những cô gái đẹp;
5. Thứ năm, thường khuyên vua tuyển ít phi tần, cung nữ;
6. Thứ sáu, thỉnh cầu vua ban lệnh cấm khắp trong thiên hạ không được biên soạn in ấn các sách khiêu dâm;
7. Thứ bảy, hạn chế những phường trò, ca kỹ hý lộng;
8. Thứ tám, thực hiện việc in ấn lưu hành kinh điển, sách vở của Tam giáo.[1]

Tám điều nêu trên, những điều trước tiên có thể giúp thành tựu đức độ của bậc quân vương, tiếp theo là nỗ lực trọn vẹn đạo nghĩa của người bầy tôi, tạo

[1] Tam giáo: chỉ Nho giáo, Lão giáo và Phật giáo.

phúc lành trong cung nội, và những điều cuối cùng là ban ân điển rộng khắp cho nhân dân cả nước.

Phần thứ hai: Khuyến khích phát triển phong tục tốt đẹp.

1. Phải tăng thêm việc ghi chép truyền bá những tấm gương tiết hạnh, nghĩa khí [trong nhân dân];
2. Đối với những phụ nữ tiết hạnh hoặc nam giới có nghĩa khí, phải ban tặng biển ngạch[1] để khích lệ, tưởng thưởng, nhưng không cho phép bày tiệc rượu chúc mừng;
3. Thực hiện in ấn lưu truyền các sách khuyến thiện;
4. Nghiêm khắc thực hiện lệ cấm không được cưới vợ hoặc sinh con trong thời gian đang để tang vợ hoặc tang chồng;
5. Nghiêm cấm việc nuôi kỹ nữ, phường trò trong nhà [để phục vụ ăn chơi];
6. Nghiêm cấm việc biên soạn, in ấn lưu truyền các sách khiêu dâm;
7. Nghiêm cấm mua bán, lưu hành các loại tiểu thuyết phong tình, [khêu gợi tình cảm nam nữ có hại cho phong hóa];
8. Nghiêm cấm việc tạo vẽ các bức tranh miêu tả chuyện tình cảm nam nữ;
9. Nghiêm cấm việc tạo tượng mỹ nữ;

[1] Biển ngạch: tấm bảng lớn trước cổng nhà hoặc tấm hoành phi treo trong nhà, trên đó ghi những chữ lớn do vua hoặc quan địa phương ban tặng để ghi nhận đức hạnh hoặc công lao đóng góp của một người dân.

10. Nghiêm cấm việc mua bán lưu hành các loại thuốc kích dục hoặc dụng cụ kích dâm;
11. Nghiêm cấm tất cả các trò cờ bạc;
12. Nghiêm cấm việc dùng thế lực cướp đoạt hoặc mua bán người, bất kể nam hay nữ;
13. Nghiêm cấm việc rước tượng thần đi diễu trên đường phố, những chỗ đông người;
14. Nam nữ nếu không có lý do chính đáng không được cho vào các tu viện, ni viện;
15. Phụ nữ không được ăn mặc khêu gợi đi ra bên ngoài.
16. Hầu thiếp không được dùng y phục bằng tơ lụa mỏng manh, khêu gợi.
17. Tỳ nữ không được dùng dầu nhuộm tóc, tô điểm phấn sáp.
18. Đánh thuế nặng vào việc sản suất, mua bán rượu.

[Quan chức địa phương nên thực hiện] mười tám điều nêu trên. Những điều trước tiên là tôn trọng thực hiện theo lễ giáo, tiếp theo là ngăn cấm những khuynh hướng khêu gợi dâm tà trong xã hội, và những điều cuối cùng là giúp người dân tiết kiệm việc chi tiêu.

Phần thứ ba: Giữ kỷ luật, kiểm soát binh sĩ.

1. Nghiêm cấm việc cưỡng bức hãm hiếp người dân.
2. Không cho phép tùy tiện đi vào những nơi tu hành của ni chúng.

Hai điều nêu trên, điều thứ nhất áp dụng chung

trong toàn quân đội, điều thứ hai áp dụng riêng cho các trường hợp liên quan.

Phần thứ tư: Không dễ dãi xem nhẹ việc chấp nhận đơn thư cáo trạng.[1]

[Phải hết sức thận trọng lưu tâm đến các trường hợp khiếu kiện:]

1. Đưa đến việc vợ chồng ly dị nhau.
2. Có liên quan đến ni cô hoặc góa phụ.
3. Những chuyện dan díu nam nữ không có chứng cứ xác thực.
4. Nguyên đơn hoặc bị đơn là người còn ở độ tuổi vị thành niên.

Bốn điều nêu trên, trước là giữ gìn đức trung hậu, sau là bảo vệ tình người.

Phần thứ năm: Không bắt bớ phụ nữ.

[Không được bắt giam phụ nữ nếu rơi vào các trường hợp sau đây:]

1. Không liên quan đến các tội phản nghịch nghiêm trọng.

[1] Theo pháp luật thời xưa, khi người dân nộp cáo trạng (đơn khiếu kiện) thì vị quan địa phương có quyền xem xét nội dung để chấp nhận hoặc bác bỏ. Nếu nhận thì phải tra xét rồi mời đôi bên nguyên cáo và bị cáo cùng đến giải quyết, nếu không thì xem như không có việc đó. Quan địa phương nếu dễ dãi chấp nhận mọi cáo trạng sẽ dẫn đến nhiều trường hợp người khiếu kiện không đủ chứng cứ vẫn gây phiền nhiễu cho người khác, nhất là bốn trường hợp được nêu ở đây.

2. Phụ nữ phạm tội ngay trước thời gian có lệnh đại xá trong khắp nước.
3. Phụ nữ có chồng hoặc con trai có thể chịu tội thay.
4. Phụ nữ sắp sửa lấy chồng.
5. Phụ nữ vừa mới kết hôn.
6. Phụ nữ đang mang thai sắp đến kỳ sinh nở.
7. Gặp lúc bản thân mình sắp đi xa, không thể thẩm xét kỹ trước khi ra lệnh bắt.
8. Gặp lúc bản thân mình đang có sự tức giận hoặc sau khi uống rượu [thì không ra lệnh bắt].

Tám điều nêu trên, trước là luận xét hợp lý theo sự việc, sau là có châm chước theo tình người, cuối cùng là có sự tự xét bản thân mình.

Phần thứ sáu: Phải xét kỹ trước khi bắt phụ nữ.

[Các trường hợp sau đây trước khi quyết định ra lệnh bắt phụ nữ phải cân nhắc, xem xét thật kỹ:]

1. Vào các ngày lễ tiết quan trọng trong năm.
2. Đang lúc thời tiết quá nóng bức hoặc quá rét buốt.
3. Sự việc không quá gấp, vẫn còn có thể trì hoãn [để xem xét lại].
4. Khoảng cách quá xa, nếu bắt giải đi phải ngủ qua đêm giữa đường.
5. Sự việc có thể tìm được phương cách hòa giải.
6. Nguyên đơn là nhà giàu có quyền thế.
7. Đương sự hành động do thiếu suy nghĩ chín chắn, [không cố tình gây tội].

8. Vào lúc muốn bắt thì đương sự đang là người xuất gia làm ni cô.
9. Đương sự là người tiết hạnh, đã thủ tiết thờ chồng qua nhiều năm.
10. Đương sự là con nhà hiền lương.
11. Đương sự hiện đang mang thai.
12. Đương sự vừa trải qua các tai nạn như bị cướp bóc, bị cháy nhà v.v...

Mười hai điều nêu trên, trước hết là cân nhắc yếu tố thời tiết, tiếp đến xem xét địa hình đường xá, sau đó khảo sát kỹ các yếu tố liên quan đến sự việc phạm tội, và cuối cùng cân nhắc, xem xét hoàn cảnh thực tế của đương sự.

Phần thứ bảy: Thận trọng những điều có thể gây dị nghị.

[Người làm quan phải tránh không làm những việc sau đây:]

1. Không dùng gái đẹp, trai tơ hiến tặng để kết giao những nơi quyền quý [nhằm tạo thế lực].
2. Không dung túng, không cho phép thuộc hạ, người hầu cận hoặc con em, thân quyến của mình đến chơi những nơi lầu xanh, kỹ viện.
3. Không cưới thêm thê thiếp ở nơi mình đang trấn nhậm.
4. Không thường xuyên thưởng hoa, ngắm trăng.

5. Không sử dụng các loại thuốc hay phương tiện kích dục.
6. Không tuyển ca kỹ, vũ nữ để phục vụ riêng trong phủ.
7. Không dự các yến tiệc có ca múa, vũ nhạc, kỹ nữ giúp vui hầu rượu.

Bảy điều nêu trên, trước là giữ gìn không để mất danh tiết, sau là thận trọng không để mất uy vọng của mình đối với người dân.

Phần thứ tám: Phải giữ lòng nhân khi dùng hình phạt.

[Khi buộc phải dùng đến hình phạt, nên chú ý những điều sau:]

1. Thư sinh còn đang học tập, nếu phạm tội nên giao cho giáo quan[1] xử phạt.
2. Người tu hành như tăng sĩ, đạo sĩ... nếu phạm tội, trước tiên phải bắt họ cởi áo hoàn tục, sau đó mới áp dụng hình phạt.
3. Phụ nữ nếu phạm tội chịu phạt trượng, khi chịu đòn phải cho họ mặc đủ y phục.
4. Phụ nữ phạm tội nặng phải giam ở ngục riêng, [không chung chạ cùng người khác].

Bốn điều nêu trên, trước là có sự áp dụng thích hợp với kẻ cao quý, người hạ tiện, sau là có xét đến sự khác biệt giữa nam nữ.

[1] Giáo quan: quan lại phụ trách việc giáo dục ở địa phương.

Phần thứ chín: Không cưới thêm thê thiếp.

[Người làm quan trong các trường hợp sau đây không được cưới thêm thê thiếp:]

1. Đã có con nối dõi.
2. Đã già yếu.
3. Đã có nhiều thê thiếp.
4. Đã tạo nghiệp tà dâm.
5. Vợ nhà tánh tình hung dữ.
6. Trong nhà có người giúp việc đẹp trai tuấn tú.
7. [Tuy chưa có con nhưng] đã áp dụng nhiều phương cách để cầu có con mà không hiệu quả.
8. Bản thân được phú quý vinh hiển nhưng vợ mình còn ở nơi quê nhà.

Tám điều nêu trên, trước hết luận về lý lẽ, sau đó xét đến tình trạng thực tế, cuối cùng dựa theo tình cảm thông thường mà ứng xử.

Phần tiếp theo dưới đây [không chỉ dành riêng cho người làm quan, mà] áp dụng cho cả hàng nho sĩ hoặc dân thường.

Phần thứ mười: Những trường hợp không nên cưới làm thiếp.

1. Phụ nữ cùng họ với mình.
2. Con gái nhà có học.
3. Ni cô hoặc góa phụ thủ tiết.
4. Trước đây từng làm tỳ nữ hầu hạ cha hoặc ông nội mình.

Bốn điều nêu trên, trước là nói đến những trường hợp bên ngoài, sau là nói về những trường hợp trong gia đình.

PHƯƠNG PHÁP ỨNG XỬ TRONG GIA ĐÌNH[1]

Đã sinh ra làm một đấng mày râu, đường đường bậc trượng phu nam tử, trong gia đình tất cả mọi người đều tôn trọng kính ngưỡng noi theo, nếu bản thân mình phạm sai lầm, làm việc bất chính, ắt mọi việc trong nhà cũng theo đó mà sai lệch, đi vào đường xấu ác.

Xưa nay lòng trời vẫn ghét kẻ dâm tà, khác nào như ta nhổ bỏ nước bọt. Những trường hợp chịu quả báo xấu của sự tà dâm thật nhiều đến không thể tính đếm. Nói ra chỉ khiến trong lòng càng thêm thương cảm tội nghiệp, nghe đến việc này lại càng thê thảm đớn đau. Vì thế nên tôi không ngại khó nhọc, chỉ một lòng thương xót muôn người, đem hết những chỗ thấy biết hẹp hòi của mình trình bày ra dưới đây. Nếu ai có thể theo đúng như vậy mà ứng xử, sửa trị trong gia đình, nhất định sẽ để lại danh thơm tiếng tốt đến muôn đời.

Phần thứ nhất: Ngăn dứt mọi điều kiện dẫn đến tà dâm.

1. Không cho phép kỹ nữ vào nhà.

[1] Chương này chia làm mười phần, tất cả có một trăm điều, đa phần thuộc phạm vi ứng xử, sửa trị trong gia đình.

2. Không cho những kẻ diễn trò ca kịch hát xướng vào nhà.
3. Không cho những kẻ cờ bạc, ăn chơi đàng điếm vào nhà.
4. Không cho những người hành nghề đồng cốt, bói toán vào nhà.
5. Không cho những người bán thuốc kích dục vào nhà.
6. Không cho những người bán dụng cụ kích dâm vào nhà.

Sáu điều nêu trên, trước là ngăn chặn những đối tượng có thể tà dâm, sau là dứt hẳn những duyên xấu có thể hỗ trợ cho việc tà dâm.

Phần thứ hai: Tránh những điều có thể làm nảy sinh sự hiềm nghi.

1. Anh em ruột thịt, người này không được vào phòng ngủ của người kia.
2. Chị dâu, em chồng khi gặp nhau, cười nói không được để lộ răng.
3. Con trai, con gái từ sau 5 tuổi không được ngủ cùng giường, sau 10 tuổi không được cùng ngồi ăn.
4. Người trong nhà không được đổi mặc đồ lót của nhau.
5. Chị em gái sau khi đã có chồng, người này không được đến phòng ngủ của người kia.
6. Chị em gái, chị dâu, em chồng sống chung một nhà không được gặp gỡ riêng tư [khi không có người khác].

7. Chị em gái đang mặc áo tang không gặp gỡ riêng với nhau.
8. Con trai khi bồng bế em gái nhỏ tuổi hoặc cháu gái, phải mặc y phục kín đáo, không được để thân trần, không hôn hít lộ liễu.
9. Con dâu trong nhà vô cớ không được gặp gỡ anh rể, em rể.
10. Chàng rể không được tự mình đến gặp riêng chị vợ, em vợ.
11. Chàng rể đến nhà vợ, không được tự mình đi vào nhà trong.
12. Anh hoặc em trai của người vợ lẽ không được vô cớ gặp gỡ người vợ chính.
13. Con dâu được nhận nuôi từ nhỏ,[1] tuy lúc còn nhỏ tuổi cũng không được phép ngồi ăn cơm chung với cha chồng.
14. Nếu không phải họ hàng thân thích, thê thiếp trong nhà không được ra trò chuyện với khách đến chơi.
15. Nếu không phải những ngày lễ tiết quan trọng, thê thiếp trong nhà không được ra tiếp xúc trò chuyện với khách đến nhà.

Mười lăm điều nêu trên, trước là ngăn ngừa trường hợp giữa những người trong cùng họ, tiếp đến là trường hợp với những người khác họ, cuối cùng là những điều cần chú ý đối với cả người cùng họ và khác họ.

[1] Đây nói theo tục lệ ngày xưa, hai nhà kết hôn ước từ lúc đôi bên trai gái còn thơ ấu. Trường hợp này là nhà chồng nhận đón con dâu về nuôi từ thuở nhỏ (童养媳 - đồng dưỡng tức).

Phần thứ ba: Răn dạy người trong nhà.

1. Phụ nữ trong nhà không nên quát la to tiếng.
2. Phụ nữ không nên trang điểm xinh đẹp, không xông ướp nước hoa, dầu thơm.
3. Phụ nữ không ra ngoài xem rước đèn, diễn kịch.
4. Phụ nữ không được từ trong nhà nhìn lén ra ngoài qua khe cửa.
5. Phụ nữ nếu phải uống rượu, chỉ uống rất ít.
6. Phụ nữ không được nói năng thô tục, thiếu sự thanh nhã.
7. Vợ chồng phải kính trọng lẫn nhau, đối xử theo lễ nghi nghiêm trang như với khách đến nhà.
8. Phụ nữ cười nói không được để lộ răng.
9. Dù tiết trời nóng nực cũng không được cởi áo ngoài.
10. Vào mùa hè nóng bức, đàn ông thân dưới vẫn phải mặc ít nhất hai lớp y phục, phụ nữ phải đủ ba lớp.
11. Y phục của phụ nữ không được mang phơi những nơi bên ngoài nhìn thấy, không được ướp hương thơm.
12. Thư từ, văn bản giao dịch, không nên để vợ viết thay chồng.
13. Vợ lẽ không được tiếp xúc gần gũi với trẻ hầu nam.
14. Đầy tớ trai không được cởi trần.
15. Tỳ nữ không được vào chợ mua sắm.

Mười lăm điều trên đây, trước là răn dạy vợ và tỳ thiếp, sau là răn dạy những người giúp việc nam, nữ trong nhà.

Phần thứ tư: Dạy dỗ con em.

1. Trước mặt con cái, vợ chồng không đùa cợt với nhau.
2. Con trai được mười tuổi trở lên không cho phép tiếp xúc với hầu gái.
3. Khi [đưa con] đến chơi nhà bạn bè, không cho phép tự ý vào nhà trong.
4. Khi đi trên đường, dạy con chỉ nhìn thẳng phía trước, [không liếc ngó hai bên].
5. Con trai không cho phép uống nhiều rượu.
6. Không cho phép đi xem rước đèn, xem diễn kịch, đi chơi xuân.
7. Không cho tập chơi các trò cờ bạc, cá độ ăn thua.
8. Không cho phép giao du, thân cận với những kẻ hung bạo ngông nghênh.
9. Không cho theo học với những thầy giáo hủy báng Tam bảo.
10. Sớm dạy cho con cái biết tu tập các phép quán như quán bất tịnh, [quán từ bi] v.v...
11. Thường dạy cho con biết những lẽ thiện ác báo ứng, tai họa hay phước báo đều do mình tự tạo.
12. Con gái còn nhỏ không cho người giúp việc phái nam bồng bế.
13. Con gái từ sau khi được sáu tuổi không cho đi ra khỏi nhà [một mình].

14. Cấm con gái uống rượu.
15. Không cho con đọc các loại tiểu thuyết mô tả, khêu gợi tình cảm luyến ái.
16. Con gái không cho học các môn chơi đàn, đánh cờ, làm thơ, vẽ tranh.
17. Thường khuyên con biết tụng kinh, niệm Phật.
18. Dạy con gái ghi nhớ noi theo tam tòng, tứ đức.[1]

Mười tám điều nêu trên, những điều trước hết nêu việc [cha mẹ phải sửa mình] nghiêm chỉnh theo khuôn phép để làm căn bản, tiếp theo là dạy dỗ con trai, cuối cùng là dạy dỗ con gái.

Phần thứ năm: Con cái trưởng thành, xây dựng gia đình.

1. Con trai chưa đến tuổi trưởng thành[2] thì chưa tiến hành hôn sự.
2. Con rể đến ở nhà gái, con dâu được nhà chồng nhận nuôi từ nhỏ, khi chưa thành hôn thì chưa được gặp mặt nhau.
3. Khi tổ chức hôn lễ, đêm động phòng vợ chồng không được cười đùa to tiếng.

[1] Tam tòng tứ đức: khuôn mẫu của nền giáo dục Nho giáo đối với người con gái. Tam tòng bao gồm: tại gia tòng phụ (sống trong nhà phải vâng lời cha), xuất giá tòng phu (sau khi lấy chồng phải theo chồng), phu tử tòng tử (nếu chồng mất đi phải sống vì con). Tứ đức bao gồm: công (các kỹ năng thêu thùa, bếp núc...), dung (giữ gìn dáng vẻ, diện mạo, đi đứng nghiêm trang), ngôn (nói năng khéo léo biết lựa lời, hợp lúc, hòa nhã...), hạnh (luôn tu sửa đức hạnh của bản thân).

[2] Theo tục lệ thời xưa, con trai đủ hai mươi tuổi thì tổ chức lễ đội mũ (冠禮 - quán lễ), sau đó mới được xem là trưởng thành.

4. Con trai đã trưởng thành (sau 20 tuổi), người cha phải tiết giảm tình dục.
5. Con trai đã thành hôn, người cha phải dứt hẳn chuyện tình dục.

Năm điều vừa nêu trên, trước là nói về đạo làm chồng, sau nói đến đạo làm cha.

Phần thứ sáu: Nghi lễ tang ma, cúng giỗ.

1. Trong thời gian để tang [cha mẹ] ba năm, không được cưới vợ, nạp thiếp.
2. Trong thời gian để tang [cha mẹ] ba năm, vợ chồng không ngủ chung một phòng.
3. Trong thời gian để tang một năm [đối với các người thân khác], vợ chồng tuy có thể ngủ chung phòng nhưng phải tiết chế chuyện ân ái.
4. Cha mẹ đã qua đời, ngày kỵ giỗ vợ chồng không được ngủ chung một phòng.
5. Trong thời gian ba ngày trước ngày giỗ cha hoặc mẹ, vợ chồng tuy có thể ngủ chung phòng nhưng phải tiết chế chuyện ân ái.

Năm điều nêu trên đây, trước là những sự tiết chế khi để tang, sau là những sự tiết chế khi kỵ giỗ.

Phần thứ bảy: Tổ chức yến tiệc.

1. Khi tổ chức tiệc tùng chiêu đãi, không kèm theo âm nhạc ca hát.
2. Không say sưa ca hát, uống quá chén.

3. Không để tỳ thiếp hầu rượu, chuốc rượu cho khách.
4. Phụ nữ góa chồng nếu không phải là người quá thân thiết trong gia tộc thì không được mời đến nhà uống rượu, càng không được giữ lại nhà qua đêm.
5. Trong nhà có con gái, nếu có khách nam ở lại qua đêm, phải bố trí phòng ngủ cách xa.
6. Nếu khách có tỳ nữ đi theo, nên bố trí cho nghỉ cùng phòng với bà chủ của họ.
7. Nữ tỳ [đã có chồng] còn ít tuổi, nếu phải sai đi mời khách ở xa, nên để người chồng cùng đi.

Bảy điều nêu trên, trước là những điều nam giới cần chú ý, sau là những việc cần sắp xếp thỏa đáng cho phụ nữ.

Phần thứ tám: Biết lo xa.

1. Người chủ trong một nhà phải thường thức khuya dậy sớm [coi sóc công việc], cửa nẻo phải luôn cẩn thận.
2. Không tham dự những lễ hội tà vạy như nghênh rước tượng thần...
3. Con trai, con gái xét thấy tính tình nghiêm cẩn thật thà thì nên chậm việc hôn nhân, nếu thấy tính tình năng động nhanh nhẹn thì nên sớm định việc cưới gả.
4. Con trai còn quá nhỏ không nên định trước chuyện hôn sự; không quá tin vào người mai mối.
5. Nếu nhận nuôi con dâu từ nhỏ, không được dễ dãi xem giống như con gái.

6. Nếu vợ chết lúc đã có hai con rồi, không cưới vợ khác.
7. Nếu vợ chết lúc có một con, chỉ nên nạp thiếp mà không cưới vợ kế, để tránh tình trạng vợ kế sẽ ngược đãi con của vợ trước.
8. Con gái còn ít tuổi mà góa chồng, nếu xét thấy là người có ý chí thì cho thủ tiết, nếu thấy là người yếu ớt không kiên định thì nên tính chuyện tái giá.
9. Nuôi bà vú [nhờ giữ con], không nên chọn người có nhan sắc.
10. Không công khai ngợi khen sắc đẹp của tỳ thiếp.
11. Người hầu trong nhà, trai gái không cho phép ăn cùng mâm, ngủ cùng phòng.
12. Không chọn những người hầu tuấn tú, đẹp trai.
13. Không cất giữ trong nhà những loại tiểu thuyết, hý kịch.
14. Không sưu tầm cất giữ tranh tượng mỹ nữ.
15. Không sưu tầm cất giữ các loại nhạc khí.

Mười lăm điều nêu trên, trước là lưu ý đề phòng bên ngoài, sau bàn đến chuyện hôn nhân cưới gả, tiếp nữa là việc chọn hầu thiếp, cuối cùng là nói về các món vật giải trí.

Phần thứ chín: Những điều cấm kỵ [phải đề phòng].

1. Cha con cùng chung sống, phải đề phòng xảy ra chuyện loạn luân.
2. Anh em sống chung với nhau, phải đề phòng xảy ra chuyện dâm loạn.

3. Thân thích sống chung với nhau, phải đề phòng xảy ra chuyện dâm loạn.
4. Con gái chưa có chồng mà giao tiếp với bên ngoài, phải đề phòng chuyện xấu trong phòng the.

Bốn điều nêu trên, trước là đề phòng sự băng hoại luân thường, sau là giữ gìn đức hạnh, danh tiếng.

Phần thứ mười: Sai khiến, đối đãi với kẻ dưới.

1. Đối đãi khoan dung với nô bộc trong nhà, thường xem như con trai của mình.
2. Đối với tỳ nữ, thường xem như con gái của mình.
3. Bà chủ vắng nhà, tỳ nữ không được phép vào nằm trong phòng ngủ.
4. Những việc như cởi giày, mũ, thay y phục, đàn ông không được sai tỳ nữ giúp mình.
5. Đổ rửa bô tiểu của người nam, không được sai tỳ nữ.
6. Nô bộc trong nhà, khi đến tuổi nên sớm lo liệu hôn nhân; sau khi vừa mới kết hôn, không được sai khiến những việc phải đi xa.
7. Tỳ nữ nếu được cha mẹ mang tiền đến chuộc, phải nhanh chóng hoàn trả giấy bán thân cho họ.
8. Nô bộc trong nhà sinh con gái, chuyện cưới gả nên cho phép họ đứng ra làm chủ.
9. Người hầu trai, hầu gái trong nhà dan díu với nhau phải trục xuất ra khỏi nhà, nhưng không được dùng đòn roi đánh đập.

10. Khi trách mắng người hầu, nam cũng như nữ, không được nặng lời xúc phạm đến cả cha mẹ, vợ hoặc chồng của họ. Cũng phải nghiêm cấm việc người hầu của mình mắng chửi, xúc phạm người khác.

Mười điều trên đây, trước nói chung về việc giữ tâm nhân hậu, sau nêu rõ những sự khoan thứ trong khuôn phép của gia đình.

PHƯƠNG PHÁP TU SỬA, RĂN NGỪA TỔNG QUÁT[1]

Trong kinh A-hàm có ghi lại lời ngài A-nan [dẫn bài kệ do Phật thuyết] ân cần khuyên dạy:

Không làm các việc ác,
Thành tựu các hạnh lành,
Giữ tâm ý trong sạch,
Chính lời chư Phật dạy.[2]

---

[1] Chương này có mười phần, tổng cộng một trăm hai mươi điều, đều là những việc tu sửa tự thân, giữ tâm chân chánh.

[2] Bài kệ này có xuất xứ từ kinh Đại Bát Niết-bàn (40 quyển), quyển 14 (Đại Chánh tạng, Tập 12, kinh số 375, trang 693, tờ c, dòng thứ 12-13). Ở đây dẫn theo kinh Tăng nhất A-hàm (51 quyển), quyển 1 (Đại Chánh tạng, Tập 2, kinh số 125, trang 551, tờ a, dòng thứ 11-14). Trong đoạn kinh này, ngài A-nan dẫn bài kệ trên để trả lời câu hỏi của ngài Đại Ca-diếp: "Phải chăng từ kinh Tăng nhất A-hàm này có thể xuất sinh tất cả giáo pháp về 37 phẩm đạo cùng tất cả các pháp?" Ngài A-nan đáp: "Đúng vậy thưa ngài. Nhưng không chỉ từ kinh này có thể xuất sinh như vậy, mà chỉ từ một bài kệ [do Phật dạy thôi] cũng có thể xuất sinh tất cả giáo pháp về 37 phẩm đạo cùng tất cả các pháp." Theo nội dung này, chúng ta cần lưu ý hai điều. Thứ nhất, bài kệ này không phải

Những điều răn ngừa tổng quát tôi soạn ra đây, vốn cũng xuất phát từ tâm Bồ-đề như thế, xin đừng vì thấy bản thân tôi kém cỏi tài đức mà cho rằng những lời này cũng không đáng xem trọng. Xin tất cả các vị quân tử cùng lắng lòng thanh tịnh, rửa tai lắng nghe.

Phần thứ nhất: Giữ gìn thân thể.

1. Không dám sử dụng thân thể do cha mẹ ban cho để làm những việc bại hoại danh tiết, khiến người khác khinh rẻ.
2. Không dám sử dụng thân thể do cha mẹ ban cho để chơi bời hoa liễu từ lúc thiếu niên, tham dâm háo sắc tổn hại sức khỏe, vướng nhiều bệnh tật rồi phải chết yểu.
3. Không dám sử dụng thân thể cha mẹ ban cho để làm chuyện vi phạm pháp luật, phải bị giam cầm trừng trị.
4. Không dám sử dụng thân thể cha mẹ ban cho để làm những chuyện trái nghịch đạo trời, phải bị trời trách phạt, khiến cho bao nhiêu phước lộc sẵn có đều tiêu tan hết.
5. Không dám sử dụng thân thể cha mẹ ban cho để làm những việc xấu ác, tạo nhân phải bị tuyệt tự, không con nối dõi.

lời ngài A-nan, mà là do ngài dẫn lại lời Phật dạy. Thứ hai, An Sĩ toàn thư đã dẫn chú từ kinh Tăng nhất A-hàm, nhưng nội dung này trong A-hàm lại dẫn lời Phật dạy vốn được ghi chép trong kinh Đại Bát Niết-bàn như chúng tôi vừa nêu trên. Ngoài ra, theo Diệu Pháp Liên Hoa kinh huyền nghĩa của Đại sư Trí Khải (Đại Chánh tạng, Tập 33, kinh số 1716, trang 695, tờ c, dòng thứ 26-28) thì bài kệ này nằm trong Thất Phật thông giới kệ (七佛通戒偈).

Năm điều nêu trên đây, trước nói về danh tiết, tuổi thọ, sau bàn đến pháp luật quốc gia, cuối cùng lưu ý quả báo của việc làm.

Phần thứ hai: Giữ tâm chân chánh.

1. Cốt yếu trong việc giữ tâm chân chánh là phải dứt tuyệt tham dục.
2. Dứt tuyệt lòng tham lam.
3. Dứt tuyệt lòng kiêu ngạo.
4. Dứt tuyệt sự tùy tiện tiêu xài hoang phí.
5. Dứt tuyệt lòng tham muốn hưởng lạc và lười nhác phóng dật.
6. Dứt tuyệt lòng ganh ghét đố kỵ.
7. Dứt tuyệt khuynh hướng xấu ác do tập khí lâu đời.
8. Dứt tuyệt lòng si mê luyến ái.
9. Dứt tuyệt lòng xu phụ, không kiên định, chỉ hành xử theo người khác.
10. Dứt tuyệt tâm lười nhác thối chí.
11. Thường phát khởi tâm từ ái thương yêu muôn loài.
12. Thường phát khởi tâm bi mẫn, muốn cứu vớt chúng sinh khỏi mọi khổ đau.
13. Thường phát khởi tâm bao dung khoan thứ, cảm thông với người khác.
14. Thường phát khởi tâm trí tuệ sáng suốt.
15. Thường phát khởi tâm chê bỏ chán ghét mọi điều xấu ác.
16. Thường phát khởi tâm tàm quý, hổ thẹn, biết xấu hổ khi làm những việc sai lầm, xấu ác.

17. Thường phát khởi tâm sợ sệt đối với những quả báo xấu ác.
18. Thường phát khởi tâm chân thành sám hối đối với những lỗi lầm đã mắc phải.
19. Thường phát khởi tâm kiên định, vững chắc, không thối chuyển trong sự tu tập hoàn thiện.
20. Thường phát khởi tâm xuất thế, muốn giải thoát khỏi mọi khổ đau trong đời sống trần tục.

Hai mươi điều nêu trên, trước là loại bỏ tâm mê vọng, sau là giữ gìn và phát triển tâm chân thành.

Phần thứ ba: Cẩn thận lời nói.

1. Nói chuyện với phụ nữ không được biểu lộ ham muốn dục tình.
2. Không nói đến những chuyện vợ chồng, chuyện thai nghén, sinh sản.
3. Không kể lại cho người khác nghe những lời trong chốn phòng the.
4. Không [nói những lời] gây chia rẽ, làm tan vỡ chuyện hôn nhân của người khác.
5. Không thay người khác làm chuyện mai mối, sắp đặt việc hôn nhân.
6. Không môi giới chuyện mua bán tỳ thiếp.
7. Không dùng những lời thô tục, nhơ nhớp để nhục mạ, mắng chửi những kẻ mình thù ghét.
8. Không nói những lời hàm ý khêu gợi sự phong lưu, đa tình.
9. Tình cờ gặp phụ nữ đi ra khỏi nhà, không mang việc ấy kể lại với người khác [khiến họ khởi tâm tham muốn].

10. Không nói những chuyện nơi này hoặc nơi kia có diễn kịch, hát tuồng...
11. Không bàn tán những chuyện về người phụ nữ như trinh tiết hay dâm loạn, xinh đẹp hay xấu xí...
12. Không bàn luận về y phục của người phụ nữ đẹp hay xấu, hợp thời hay cổ lỗ.
13. Không nói chuyện nhà nọ, nhà kia có con gái hiền thục, con gái đã lớn, con gái đẹp v.v...
14. Không hỏi chuyện con gái nhà nọ, nhà kia đã có thai hay chưa.
15. Không nói lời ngợi khen, khuyến khích những sách khiêu dâm.
16. Thường nói về lẽ nhân quả, thiện ác báo ứng rõ ràng, rằng sau khi chết không phải chấm dứt tất cả vì thần thức vẫn tiếp tục tồn tại không diệt mất.

Mười sáu điều nêu trên, trước là có thể giúp mình tự tích tạo âm đức, phước báo, sau là có thể giúp trừ bỏ những ý niệm tà vạy, xấu ác của người khác.

Phần thứ tư: Trước tác văn chương.

1. Thường đọc nhiều Kinh sách Phật học.
2. Hạn chế việc làm thơ phú, [ngâm vịnh phong cảnh trăng hoa mây nước].
3. Khi đọc thấy những gương trinh tiết trong sách vở, thường khởi tâm kính trọng.
4. Khi xem những đoạn mô tả phụ nữ đẹp trong thơ văn, không khởi tâm ham muốn nhiễm ô.

5. Khi đọc thấy những chuyện trái lễ giáo trong sách vở, không khởi tâm tán thành cho đó là thích đáng.
6. Đối với những thơ văn chúc mừng hôn sự của anh chị em, chú bác, cha, ông... không cần chú tâm nghiền ngẫm, ngâm vịnh.
7. Thường đem những quan điểm tốt đẹp viết thành sách [để lưu hành giúp đời].
8. Không say mê việc phê bình, phân tích, hý luận đối với các loại truyện tích, ký sự.
9. Khi viết truyện ngợi khen phụ nữ trinh tiết, không được chú trọng vào việc mô tả nhan sắc, hình dáng.
10. Đối với những câu chuyện phụ nữ trinh tiết đã được người đời truyền tụng ngợi khen, không sai lầm phân tích khảo xét rồi khởi tâm ngờ vực hoặc thay đổi cho khác trước.
11. Không giúp vào việc sao chép, in ấn, lưu hành những thơ văn do phụ nữ làm ra.
12. Biên soạn ghi chép sử sách, nếu gặp những câu chuyện có thể khêu gợi, dẫn dắt người khác vào sự dâm loạn, nên cố sức loại bỏ đi; nếu là những chuyện phỉ báng tăng ni thì càng phải tức thời loại bỏ ngay.

Mười hai điều nêu trên, trước là nuôi dưỡng tâm hiền thiện, sau là giúp ngăn ngừa sự nhiễm ô vi tế, cuối cùng là nghĩ đến việc làm lợi lạc cho nhiều người.

Phần thứ năm: Thận trọng lúc đi ra ngoài.

1. Không lui tới những nơi phòng trà, quán rượu.

2. Không tham gia những buổi tiệc tùng ca hát nhảy múa.
3. Không tham gia những chuyến đi chơi xuân.
4. Không đi xem những cuộc xét xử nam nữ phạm tội gian dâm.
5. Không ngủ lại qua đêm ở nhà có đàn bà góa chồng.
6. Đến thăm bạn bè thân hữu, không được lặng yên đi thẳng vào trong nhà.
7. Không được nhìn lén [qua khe cửa] vào phòng trong.
8. Không bồng ẵm trẻ em gái con nhà người khác.
9. Không được nói cười đùa cợt với hầu gái, tỳ nữ nhà người khác.
10. Khi gặp phụ nữ không cố ý chỉnh sửa trang phục hình dung cho đẹp đẽ, hấp dẫn hơn.
11. Khi nhìn thấy phụ nữ không khởi tâm suy đoán xem người đó là vợ của ai, con của ai, có chồng hay chưa, có mang thai hay không, có hiền đức hay không...
12. Nhìn thấy những y phục, đồ trang sức của phụ nữ như vòng ngọc, trâm cài đầu, bông tai... không suy nghĩ tìm hiểu xem những vật đó là sở hữu của ai.
13. Đến nhà người khác, nếu thấy trong nhà có ảnh tượng người phụ nữ đã mất, không được chăm chú nhìn thẳng vào, không được nghĩ đến việc người ấy đẹp hay xấu.
14. Nếu nhìn thấy cảnh hành dâm của người khác hoặc của loài vật, trong lòng không được khởi lên ý nghĩ khoái trá, thích thú.

15. Dù là đàn ông với nhau, khi nằm ngủ đắp chung chăn mền cũng không được cởi quần dài.
16. Dù là đàn ông với nhau cũng không được cùng lúc vào nhà tắm hoặc nhà vệ sinh.

Mười sáu điều nêu trên, những điều trước hết là thận trọng về những nơi đi đến, tiếp đó giữ gìn ý tứ để tránh được mọi sự hiềm nghi, kế đến là giữ cho tâm ý được trong sạch, và cuối cùng là tu sửa về hình dung, cử chỉ.

Phần thứ sáu: Quan hệ giao tiếp.

1. Không kết bạn với những kẻ hủy báng Tam bảo.
2. Không kết bạn với những kẻ viết sách khiêu dâm.
3. Không kết bạn với những kẻ thường bàn tán chuyện trong phòng the.
4. Không kết bạn với những kẻ ăn chơi nơi lầu xanh hoặc những kẻ đồng tính luyến ái.
5. Không kết bạn với những kẻ rượu chè say sưa, đam mê cờ bạc.
6. Thường khuyên người quy y Tam bảo.
7. Thường khuyên người sao chép, in ấn lưu hành các sách khuyến thiện.
8. Thường khuyên người tin sâu lẽ nhân quả, thiện ác đều có báo ứng.
9. Thường khuyên người giữ giới không tà dâm, không quan hệ tình dục với người không phải vợ hoặc chồng mình.
10. Thường khuyên người tu tập pháp quán bất tịnh.

Mười điều nêu trên, trước là biết chọn lọc trong sự giao tiếp, sau đó là [khi đã giao tiếp] phải dùng lời chân thành tốt đẹp khuyên người.

Phần thứ bảy: Những ngày kiêng kỵ.

[Vào những ngày tháng, điều kiện nêu ra dưới đây cần phải kiêng kỵ, không được hành dâm:]

1. Ngày đức Phật đản sanh.[1]
2. Ngày đức Phật thành đạo.[2]
3. Ngày trời đất giao hội.[3]
4. Ngày giỗ chung của cả nước.[4]
5. Dưới ánh sáng của mặt trời, mặt trăng và các vì sao.
6. Vào lúc đang có gió mưa, sấm sét.
7. Vào những ngày lục trai[5] hoặc thập trai.[6]

[1] Trước đây là ngày mồng 8 tháng 4 âm lịch, nhưng khuynh hướng ngày nay thống nhất là ngày rằm tháng 4 âm lịch, vì tương ứng với ngày trăng tròn.

[2] Tức là ngày mồng 8 tháng Chạp âm lịch.

[3] Thường được hiểu là đêm giao thừa cuối năm âm lịch.

[4] Như ngày giỗ tổ của dân tộc Việt Nam là ngày mồng 10 tháng 3 âm lịch.

[5] Lục trai: 6 ngày ăn chay trong mỗi tháng, tính theo âm lịch bao gồm các ngày mồng 8, 14, 15, 23 và 2 ngày cuối tháng (29, 30 hoặc 28, 29 nếu tháng thiếu).

[6] Thập trai: 10 ngày ăn chay trong mỗi tháng, tính theo âm lịch bao gồm các ngày mồng 1, 8, 14, 15, 18, 23, 24 và 3 ngày cuối tháng (28, 29, 30 hoặc 27, 28, 29 nếu tháng thiếu).

8. Vào các ngày tam nguyên,[1] ngũ tịch.[2]
9. Vào các ngày bát vương.[3]
10. Vào các ngày đại hàn, đại thử.[4]
11. Ngày giỗ cha, mẹ đã qua đời.
12. Ngày sinh của chồng hoặc vợ.

Mười hai điều kiêng kỵ nêu trên, trước là nói về những kiêng kỵ chung cho tất cả mọi người, sau nói đến những ngày kiêng kỵ riêng của mỗi người.

Phần thứ tám: Kiêng kỵ khi mang thai.

1. Khi đang mang thai phải kiêng kỵ việc hành dâm. Nếu không, sinh con ra thường sẽ bị bệnh đậu mùa.
2. Đang lúc thân thể suy nhược ốm yếu phải kiêng kỵ việc hành dâm. Nếu không, sinh con ra dễ mắc chứng động kinh.

---

[1] Tam nguyên: bao gồm *thượng nguyên* là ngày rằm tháng giêng, *trung nguyên* là ngày rằm tháng bảy và *hạ nguyên* là ngày rằm tháng mười. Thật ra, cả ba ngày này đều đã được bao gồm trong các ngày lục trai và thập trai.

[2] Ngũ tịch: bao gồm *thiên tịch* là ngày mồng một tháng giêng, *địa tịch* là ngày mồng năm tháng năm, *đạo đức tịch* là ngày mồng bảy tháng bảy, *dân tuế tịch* là ngày mồng một tháng mười, *hầu vương tịch* là ngày mồng tám tháng chạp.

[3] Bát vương: chỉ 8 ngày phân tiết trong năm theo lịch pháp phương Đông. Đặc biệt, do các ngày này được xác định dựa theo quỹ đạo của trái đất xoay quanh mặt trời, nên có sự tương ứng với các ngày dương lịch như sau đây (với sai số có thể là ± 1 ngày): ngày lập xuân (4 tháng 2), xuân phân (21 tháng 3), lập hạ (6 tháng 5), hạ chí (21 tháng 6), lập thu (7 tháng 8), thu phân (23 tháng 9), lập đông (7 tháng 11) và đông chí (22 tháng 12).

[4] Tiết đại hàn thường rơi vào ngày 21 tháng 1 dương lịch, tiết đại thử thường rơi vào ngày 23 tháng 7 dương lịch. Tùy theo năm, các ngày này có thể sai lệch đi đôi chút.

3. Đang lúc tinh thần hao tổn mệt mỏi phải kiêng kỵ việc hành dâm. Nếu không, sinh con ra dễ mắc chứng tham dâm quá độ.
4. Đang uống thuốc trong người nóng nảy phải kiêng kỵ việc hành dâm. Nếu không, sinh con ra thường dễ bị mụn nhọt ghẻ độc cùng những chứng bệnh về máu huyết.
5. Đang mang thai mà đi đứng không khoan thai chững chạc thì sinh con ra hình thể không được cân đối, xinh đẹp.
6. Đang mang thai mà uống rượu thì sinh con ra thường dâm dục quá độ.
7. Đang lúc tinh khí hao tổn mà hành dâm thì sinh con ra thường yếu ớt, khiếp nhược, dễ sợ sệt.
8. Sau khi sinh con mà hành dâm ngay thì cả vợ và chồng đều dễ bị các chứng suy nhược cơ thể[1] và tổn thương sức khỏe.[2]

Tám điều nêu trên, trước đề cập đến giai đoạn mang thai, tiếp đến là giai đoạn sau khi sinh nở.

Phần thứ chín: Những điều kiêng kỵ đối với thê thiếp.

[Không hành dâm với vợ trong những trường hợp sau đây:]

---

[1] Nguyên tác dùng lao thương (癆傷) để chỉ ngũ lao và thất thương. Ngũ lao (五癆) chỉ năm chứng bệnh do lao nhọc quá độ, bao gồm: chí lao (志癆), tư lao (思癆), tâm lao (心癆), ưu lao (憂癆) và bì lao (疲癆). Có thể hiểu chung là các chứng suy nhược cơ thể do nhiều nguyên nhân khác nhau.

[2] Thất thương (七傷) chỉ bảy trường hợp thương tổn do các nguyên nhân khác nhau, gồm thương tì (傷脾), thương can (傷肝), thương thận (傷腎), thương phế (傷肺), thương tâm (傷心), thương hình (傷形) và thương chí (傷志). Có thể hiểu chung là những thương tổn khác nhau gây hại đến sức khỏe.

1. Ở những nơi không thích hợp.[1]
2. Phương thức không thích hợp.[2]
3. Lúc vợ đang mang thai.
4. Sau khi vợ sinh nở chưa được bốn tháng.
5. Lúc vợ đang trong giai đoạn bồng bế con nhỏ.
6. Lúc vợ đang trong giai đoạn cho con bú.
7. Lúc vợ đang có bệnh.
8. Vào ngày sinh hoặc ngày kỵ giỗ của cha, mẹ vợ.
9. Phải tôn trọng vợ, thường nhớ nghĩ đến việc người ấy là con gái của cha mẹ vợ mình.[3]
10. Phải tôn trọng vợ, thường nhớ nghĩ đến việc người ấy chính là con dâu của cha mẹ mình.[4]

Mười điều nêu trên, trước giúp ngăn ngừa những tội lỗi nơi thân, sau ngăn ngừa tội lỗi phát sinh từ tâm ý.

Phần thứ mười: Một số những điều khác.

1. Tình cờ gặp phụ nữ trên đường, không liếc mắt nhìn theo, không nói những lời thô tục.
2. Khi dạo chơi hóng gió, không cùng đi với phụ nữ.
3. Không đi xem nghi lễ rước dâu nhà người khác.
4. Không khiếp nhược sợ vợ.

[1] Nơi thích hợp chỉ phòng riêng của vợ chồng, nơi không thích hợp là những nơi khác trong nhà.

[2] Nghĩa là không dùng các phương thức như qua đường hậu môn, đường miệng v.v...

[3] Nghĩa là nghĩ đến các bậc trưởng thượng nên không dám khinh thường trong quan hệ vợ chồng.

[4] Nghĩa là nghĩ đến cha mẹ mình mà không dám khinh thường người vợ đã được cha mẹ mình chính thức công nhận.

5. Không ngược đãi vợ.
6. Khi tiểu tiện không nhìn xuống.
7. Không cố ý [thủ dâm để] xuất tinh.
8. Tìm cách dẹp bỏ, trừ dứt những phương tiện truyền bá các phương thức trợ dâm được phổ biến nơi phố chợ hoặc chỗ đông người.
9. Đi qua các nhà có phụ nữ góa chồng hoặc ni viện, không dừng lại quay vào vách tường tiểu tiện.
10. Thoáng nhìn thấy phụ nữ từ xa thì không tiểu tiện.
11. Trong chỗ tối tăm ẩn khuất cũng không cởi bỏ hoàn toàn y phục.

Mười một điều nêu trên, trước là giúp trừ bỏ những hành vi, thái độ khinh bạc thô bỉ, sau là giúp nuôi dưỡng lâu dài tấm lòng nhân hậu chân chánh.

PHƯƠNG PHÁP DỨT TRỪ TỘI LỖI[1]

Thời gian trôi đi như tên bắn, ngày tháng như dòng nước chảy [không bao giờ quay lại]. Nghiệp báo một khi đã đến, dù muốn trốn tránh cũng không có phương cách nào. Nên biết nhân lúc sức vóc còn khỏe mạnh, dũng mãnh quay đầu hướng thiện, từ bỏ việc xấu ác. Sáu căn nếu không còn xao động chạy theo trần cảnh, thì tám nỗi khổ[2] liền đồng thời dứt hết.

[1] Chương này có bảy phần, tổng cộng sáu mươi điều, đa phần đề cập đến ý niệm chân thành.

[2] Tám nỗi khổ: 1. Sanh là khổ; 2. Già là khổ; 3. Bệnh là khổ; 4. Chết là khổ; 5. Mong cầu không được là khổ; 6. Năm ấm phát triển bất thường là khổ; 7. Xa lìa người mình thương yêu là khổ; 8. Gặp gỡ, gần gũi kẻ

Phần thứ nhất: Thân cận Tam bảo.

1. Thường nghiên tầm học hỏi đạo thiền [để đạt đến trí tuệ sáng suốt].
2. Thường tu tập tinh tấn pháp môn Tịnh độ [để thành tựu viên mãn quả Phật].
3. Thường xiển dương Phật pháp, làm hưng thịnh đạo Phật.
4. Thường tôn tạo, trang nghiêm hình tượng Phật.
5. Thường tu sửa, kiến tạo chùa chiền, tự viện.
6. Thường dốc sức sao chép, in ấn lưu hành Kinh điển.
7. Thường chuyên tâm trì tụng thần chú [do chư Phật truyền dạy].
8. Thường tham bái, học hỏi với các vị đại đức, cao tăng, cung kính cúng dường bốn món nhu yếu.[1]
9. Không nghĩ đến lỗi lầm của các vị tăng, ni.
10. Nếu đang giữ chức quan, phải luôn hết sức hộ trì Chánh pháp.

Mười điều nêu trên, trước tiên đề cập tổng quát việc quy y Tam bảo, sau bàn chi tiết đến Phật bảo, Pháp bảo và Tăng bảo, cuối cùng đúc kết lại [là phải hộ trì Chánh pháp].

Phần thứ hai: Phát nguyện sâu rộng.

1. Chúng sinh số lượng nhiều không kể xiết, xin phát thệ nguyện cứu độ tất cả.

---

mình oán ghét là khổ.

[1] Bốn món nhu yếu: bao gồm thức ăn, y phục, thuốc men trị bệnh và phương tiện ngủ nghỉ.

2. Phiền não nhiều vô tận, xin phát thệ nguyện [tu tập] dứt trừ tất cả.
3. Pháp môn tu tập nhiều không thể đo lường, xin phát thệ nguyện tu học tất cả.
4. Phật đạo cao quý không gì hơn được, xin phát thệ nguyện [tu tập] thành tựu.

Bốn điều nêu trên, trước nói về tâm bi mẫn, tiếp đến nói về tâm trí tuệ, cuối cùng là tâm thành tựu viên mãn.

Phần thứ ba: Sám hối dứt trừ nghiệp chướng.

1. Nguyện chí thành sám hối tội tà dâm từ vô thủy đến nay đối với các bậc tôn trưởng và lục thân quyến thuộc.[1]
2. Nguyện chí thành sám hối tội tà dâm từ vô thủy đến nay đối với các vị xuất gia nói riêng, hoặc với bốn chúng[2] nói chung.
3. Nguyện chí thành sám hối tội tà dâm từ vô thủy đến nay đối với bạn bè thân hữu, vợ cả, vợ lẽ.
4. Nguyện chí thành sám hối tội tà dâm từ vô thủy đến nay đối với nô bộc, người hầu, tỳ nữ.
5. Nguyện chí thành sám hối tội tà dâm từ vô thủy đến nay đối với hạng ca kỹ lầu xanh.
6. Nguyện chí thành sám hối tội tà dâm từ vô thủy đến nay đối với các vị thần nữ, tiên cô.

---

[1] Lục thân: chỉ những người thân thiết nhất, bao gồm cha, mẹ, anh chị, em, vợ, con.

[2] Bốn chúng (tứ chúng): chỉ tất cả đệ tử Phật, bao gồm hai chúng xuất gia là tỳ-kheo và tỳ-kheo ni, hai chúng tại gia là cư sĩ nam và cư sĩ nữ.

7. Nguyện chí thành sám hối tội tà dâm từ vô thủy đến nay đối với hàng trời, rồng, tám bộ chúng.[1]
8. Nguyện chí thành sám hối tội tà dâm từ vô thủy đến nay đối với các loài yêu ma, quỷ my.
9. Nguyện chí thành sám hối tội tà dâm từ vô thủy đến nay đối với các loài ngạ quỷ, súc sinh.
10. Tất cả những tội lỗi nhơ nhớp như trên đã chí thành sám hối, nguyện được tiêu trừ, dứt sạch hết thảy.
11. Nguyện thay mặt cho cha mẹ, lục thân quyến thuộc trong đời này và các đời trước, chí thành sám hối tất cả những tội lỗi như trên.
12. Nguyện thay mặt cho các vị quốc vương, sư trưởng, chí thành sám hối tất cả những tội lỗi như trên.
13. Nguyện thay mặt cho các vị tỳ-kheo, tỳ-kheo ni, ưu-bà-tắc, ưu-bà-di, chí thành sám hối tất cả những tội lỗi như trên.
14. Nguyện thay mặt cho các vị bằng hữu, các bậc tri thức, chí thành sám hối tất cả những tội lỗi như trên.
15. Nguyện thay mặt cho tất cả những kẻ có oán thù ngang trái với mình từ vô lượng kiếp đến nay, chí thành sám hối tất cả những tội lỗi như trên.

[1] Tám bộ chúng: chỉ chung các loài chúng sinh bao gồm: 1. chư thiên, chúng sinh ở các cõi trời; 2. loài rồng; 3. dạ-xoa, loài quỷ thần; 4. càn-thát-bà, loài quỷ thần giỏi âm nhạc; 5. a-tu-la, loài á thần hung bạo, nóng nảy; 6. ca-lâu-la, loài chim cánh vàng (kim sí điểu); 7. khẩn-na-la, loài chúng sinh mình người đầu ngựa; 8. ma-hầu-la-già, loài rắn thần.

16. Nguyện thay mặt cho tất cả chúng sinh trong các cảnh giới địa ngục, ngạ quỷ và súc sinh, chí thành sám hối tất cả những tội lỗi như trên.
17. Nguyện thay mặt cho tất cả chúng sinh [đã tạo các ác nghiệp phải sinh ra vào lúc có nạn] đao binh, mất mùa đói kém, bệnh dịch lan tràn, chí thành sám hối tất cả những tội lỗi như trên.
18. Nguyện thay mặt cho chư thiên các cõi trời và các vị tiên nhân, chí thành sám hối tất cả những tội lỗi như trên.
19. Nguyện thay mặt cho tất cả chúng sinh hữu tình đang chịu khổ não trong cõi pháp giới cùng khắp cả hư không, chí thành sám hối tất cả những tội lỗi như trên.
20. Tất cả những tội lỗi nhơ nhớp [của hết thảy những chúng sinh khác nhau] như trên đã chí thành sám hối, nguyện được tiêu trừ, dứt sạch tất cả.

Hai mươi điều nêu trên, trước là tự mình sám hối tội lỗi của bản thân, sau là thay mặt cho [tất cả các loài chúng sinh] để sám hối.

Phần thứ tư: Tu tích phước lành lợi ích cho người khác.

1. Biếu tặng [để lưu hành rộng rãi] các sách răn ngừa sự dâm dục [thái quá].
2. Đốt bỏ những sách khiêu dâm, [ngăn cản không để cho lưu hành rộng rãi].

3. Ra sức giúp đỡ bảo toàn tiết hạnh trong sạch cho phụ nữ.
4. Giúp đỡ tiền bạc [cho người nghèo để họ có thể] gả con lấy chồng.
5. Bỏ tiền thay người chuộc tự do cho những con gái nhà lành [đã bị bán làm tỳ nữ, kỹ nữ].
6. Nhận nuôi dưỡng những trẻ em [không nơi nương tựa].
7. Bố thí thuốc men cần thiết cho phụ nữ mang thai.

Bảy điều nêu trên, trước là bố thí [những điều nuôi dưỡng] trí tuệ, tiếp đến là bảo vệ thanh danh cho người, cuối cùng là bố thí tài vật.

Phần thứ năm: Tỉnh giác nhận biết trong hiện tại.

1. Nhìn thấy vợ mình chịu đựng nhiều sự khổ não khi sinh nở và nuôi nấng con cái, nên quán tưởng đó là do chính mình đã khiến người ấy phải chịu khổ, nhân đó liền thầm niệm danh hiệu Phật, nguyện cho người ấy được đời đời kiếp kiếp về sau không phải sinh làm thân nữ, [sau khi chết] được vãng sinh về cõi Phật thanh tịnh.
2. Nhìn thấy con cái mình chịu bệnh khổ, cho đến những nỗi khổ khi sinh nở, nuôi con, lại cũng quán tưởng đó là do chính mình đã gây ra những nỗi khổ ấy, nhân đó liền phát nguyện cứu độ cho tất cả đều được thoát khỏi khổ não luân hồi.
3. Nhìn thấy các tỳ nữ, nô tỳ khổ nhọc bồng bế chăm sóc con cái của mình, lại cũng quán tưởng đó là do chính mình đã gây ra những nỗi khổ ấy, nhân đó

liền phát nguyện cứu độ cho tất cả đều được thoát khỏi khổ não trong luân hồi.

4. Nghĩ đến việc lâu xa về sau nữa, con cháu nhiều đời của mình rồi cũng sẽ đời này sang đời khác cưới vợ, gả chồng, lại cũng đời này sang đời khác sinh con rồi nuôi dưỡng khó nhọc, cho đến đời đời kiếp kiếp phải lưu chuyển mãi mãi trong sinh tử luân hồi, lại cũng quán tưởng đó là do chính mình đã gây ra những nỗi khổ ấy, nhân đó liền phát nguyện cứu độ cho tất cả đều được thoát khỏi khổ não luân hồi.

Bốn điều nêu trên, trước là nhân nơi những việc nhìn thấy trước mắt mà tỉnh giác nhận biết, sau là do sự suy xét quán tưởng mà tỉnh giác nhận biết.

Phần thứ sáu: Vui theo niềm vui của người khác.

[Gặp những trường hợp như sau đây nên khởi tâm hoan hỷ tán thành, trợ giúp cho thành tựu và cùng vui theo với niềm vui của người:]

1. Nhìn thấy những gương trinh tiết của phụ nữ.
2. Nhìn thấy con gái nhà nghèo hoặc đã lớn tuổi có thể lấy được chồng, yên bề gia thất.
3. Nhìn thấy vợ chồng người khác [chia lìa rồi lại] được đoàn tụ như xưa.
4. Nhìn thấy những sách khuyến thiện, khuyên người tránh ác làm thiện [được lưu hành rộng].
5. Nhìn thấy người khác có thể dứt lìa tham dục, xuất gia tu hành.

Năm điều nêu trên, trước là nói về công đức [tùy

hỷ] của thế tục, sau nói về công đức [tùy hỷ với] việc xuất thế.

Phần thứ bảy: Biểu hiện của sự dứt trừ tội lỗi.

[Khi sự tu tập thành tựu, tội lỗi được dứt trừ, người tu sẽ nhận thấy có các biểu hiện như sau:]

1. Tự nhiên không còn nghĩ tưởng đến chuyện ái dục nam nữ.
2. Tự nhiên nhận biết được những sự uế trược nơi thân người nữ.
3. Tự nhiên thấy chán ghét, không ưa thích những chuyện xướng ca múa hát.
4. Tự nhiên muốn trừ bỏ hết những sách khiêu dâm, tiểu thuyết gợi tình.
5. Tự nhiên phát khởi tâm từ bi [đối với tất cả chúng sinh].
6. Tự nhiên thấy vững tin sâu sắc vào nhân quả.
7. Tự nhiên thấy ưa thích, hoan hỷ làm chuyện bố thí.
8. Tự nhiên thấy tôn trọng, kính tin Tam bảo.
9. Tự nhiên tỉnh giác nhận biết về việc mình sẽ chết.
10. Tự nhiên thấy chán ghét thân xác [giả tạm] này, liên phát khởi ý tưởng muốn [tu tập pháp môn] xuất thế.

Mười điều nêu trên, trước là nói những chuyển biến liên quan đến ái dục, sau nói đến những chuyển biến khác khi đã lìa bỏ được ái dục.

NHỮNG ĐIỂM CỐT YẾU TRONG KINH ĐIỂN[1]

Tôi từng nghe chuyện thuở xưa, ngài Cưu-ma-la-thập khi sắp viên tịch có phát lời nguyện rằng: "Tôi phiên dịch Kinh điển, mỗi chữ mỗi câu đều cố gắng chân thành đúng thật. Nếu như trong đó có câu chữ nào hư dối sai lệch, nguyện cho lưỡi tôi sẽ vì thế mà thối nát."

Sau khi ngài viên tịch, đến lúc làm lễ trà-tỳ nhục thân có hàng vạn người chứng kiến, thấy lưỡi ngài chẳng những không hề thối nát, mà ngược lại còn đỏ thắm như màu hoa sen.

Những lời chân thật trong ba tạng Kinh điển có uy lực lớn lao đến như thế, nên từ Thiên cung cho đến Long cung đều hết sức trân quý không để mất đi, lại thường dùng hương hoa, tháp báu ngàn tầng cúng dường cung kính.

Đau đớn thay cho những kẻ phàm phu có mắt không tròng, được đối diện với Kinh điển lại sai lầm bỏ luống qua [không biết học hỏi tu tập], thật đáng tiếc thay!

Nay tôi xin rửa tay sạch sẽ, cung kính trích ghi một số điều trong Kinh điển, khắc bản in ấn, lưu truyền rộng rãi đến muôn người, [mong sao mọi người] cùng

[1] Những trích dẫn Kinh điển trong chương này được chia thành bốn phần, tổng cộng 24 điều, phần nhiều thuộc về những chuyện do quán sát, suy xét theo đúng đạo lý mà nhận hiểu được.

nhau trừ diệt con ma dâm dục, để được an nhiên tự tại giữa dòng ái luyến.

Phần thứ nhất: Bồ Tát quở trách sự dâm dục.

Kinh Đại Bảo Tích[1] dạy rằng: "Bồ Tát quán sát trong chốn thế gian, thấy những chúng sinh ngu si điên đảo, đối với sự dâm dục đem lòng tham luyến, si mê, đối với mẹ hay chị, em gái của mình còn dám xâm hại làm nhục, huống chi đối với những người phụ nữ khác. Quán sát thấy rõ thực trạng như thế, Bồ Tát liền khởi tâm suy nghĩ rằng: 'Thế gian này thật là chốn khổ sở thay! Những chúng sinh ngu si kia vốn từng ở trong bào thai của mẹ, được nuôi dưỡng lớn dần lên trong đó, lại sinh ra qua cửa mình người mẹ, sao không biết hổ thẹn mà còn làm chuyện loạn luân như thế? Thật đáng thương xót thay, những kẻ ấy rồi sẽ đọa vào địa ngục, ngạ quỷ, súc sinh, [chịu hành hình] không một lúc nào được tạm dừng. Như một người mù bị bầy chó hung dữ rượt đuổi, nhất định phải rơi xuống hầm sâu, những chúng sinh si mê kia cũng giống như vậy, [chắc chắn rồi sẽ phải rơi vào những cảnh giới đọa lạc]. Lại như con lợn nuôi trong chuồng trại nhớp nhúa, sống giữa đống phẩn dơ hôi hám, ăn uống trong đó mà không hề biết ghê tởm chán ghét, những chúng sinh si mê kia [sống giữa tội lỗi mà không ghê sợ,] cũng giống như vậy. Nay ta sẽ vì những chúng sinh si mê tội nghiệp ấy mà tuyên

[1] Kinh Đại Bảo Tích (大寶積經), tổng cộng 120 quyển, do ngài Bồ-đề-lưu-chí dịch sang Hán ngữ vào đời Đường, được xếp vào Đại Chánh tạng thuộc Tập 11, kinh số 310. Đoạn trích này thuộc quyển 41, trang 236, tờ b, bắt đầu từ dòng thứ 18.

thuyết giảng bày Chánh pháp mầu nhiệm, khiến cho họ [nghe theo rồi] liền vĩnh viễn dứt trừ tham dục, không còn phiền não."

Kinh Nguyệt thượng nữ[1] dạy rằng: "[Trong vô số kiếp luân hồi,] hoặc các người đã từng sinh ra làm cha ta, hoặc ta đã từng sinh ra làm mẹ các người, chúng ta đều đã từng là cha mẹ, anh em của nhau, làm sao có thể khởi tâm muốn làm chuyện dâm dục với nhau? [Trong vô số kiếp luân hồi,] ta cũng từng giết hại các người, hoặc các người đã từng giết hại ta, chúng ta đều đã từng có mối oán cừu giết hại lẫn nhau, làm sao có thể khởi tâm muốn làm chuyện dâm dục với nhau?"

Luận Trí độ[2] nói: "Bồ Tát quán xét thấy trong tất cả các mối nguy hại thì [sự nguy hại đến từ] nữ sắc là nghiêm trọng nhất. Những mối nguy như đao kiếm, lửa thiêu, sấm sét, kẻ thù, rắn độc, vẫn còn có thể tạm thời gần gũi [mà chưa bị hại ngay], nhưng người phụ nữ có những tính xấu như keo kiệt, đố kỵ, sân hận, siểm nịnh, yêu mị, ô uế, ưa tranh chấp, tham lam thì không thể gần gũi được."

---

[1] Tên đầy đủ là kinh Phật thuyết Nguyệt thượng nữ (佛說月上女經), tổng cộng 2 quyển, do ngài Xà-na-quật-đa dịch sang Hán ngữ vào đời Tùy, được xếp vào Đại Chánh tạng thuộc Tập 14, kinh số 480. Đoạn trích này thuộc quyển 1, trang 618, tờ c, bắt đầu từ dòng thứ 3.

[2] Tức luận Đại trí độ (大智度論), tổng cộng 100 quyển, do Bồ Tát Long Thụ trước tác, ngài Cưu-ma-la-thập dịch sang Hán ngữ, được xếp vào Đại Chánh tạng thuộc Tập 25, kinh số 1509. Đoạn trích này thuộc quyển 14, trang 165, tờ c, bắt đầu từ dòng thứ 27.

Kinh Tăng nhất A-hàm[1] dạy rằng: "[Người xuất gia] đừng tới lui quan hệ thường xuyên với nữ nhân, cũng đừng cùng họ nói năng bàn luận. Ai có thể xa lìa được nữ sắc, ắt có thể lìa xa được tám hoàn cảnh khó tu tập."[2]

Kinh Trường A-hàm[3] chép rằng: "Ngài A-nan thưa hỏi Phật: "Sau khi Phật diệt độ, nếu có người nữ đến thưa hỏi giáo pháp, nên làm thế nào?' Phật dạy: '[Chỉ dạy cho họ nhưng] không nên gặp mặt.' Ngài A-nan lại hỏi: 'Nếu phải gặp mặt thì nên làm thế nào?' Phật dạy: 'Không nên cùng họ chuyện trò qua lại.' Ngài A-nan lại hỏi: 'Nếu phải trò chuyện thì nên thế nào?' Phật dạy: "Phải luôn biết tự kiểm thúc tâm mình."

[1] Kinh Tăng nhất A-hàm (增壹阿含經), tổng cộng 51 quyển, do ngài Cù-đàm Tăng-già-đề-bà dịch sang Hán ngữ vào đời Đông Tấn, được xếp vào Đại Chánh tạng thuộc Tập 2, kinh số 125. Đoạn trích này thuộc quyển 36, trang 751, tờ b, dòng 23 và 24.

[2] Tám hoàn cảnh khó tu tập (bát nan xứ): do tạo nhân xấu ác mà chúng sinh phải rơi vào tám hoàn cảnh rất khó tu tập Phật pháp, bao gồm: 1. Địa ngục (地獄); 2. Súc sanh(畜生); 3. Ngạ quỉ (餓鬼); 4. Trường thọ thiên (長壽天), là cõi trời thuộc Sắc giới với thọ mạng cao. Thọ mạng cao cũng là một chướng ngại vì nó làm mê hoặc người tu, làm cho dễ quên những nỗi khổ của sanh lão bệnh tử trong luân hồi; 5. Biên địa (邊地), là những vùng không nằm nơi trung tâm, không thuận tiện cho việc tu học Chánh pháp; 6. Căn khuyết (根缺), không có đủ giác quan hoặc các giác quan bị tật nguyền như mù, câm, điếc... 7. Tà kiến (邪見), những kiến giải sai lệch, bất thiện; 8. Như Lai bất xuất sanh (如來不出生), nghĩa là sanh ra vào thời gian không có Phật hoặc giáo pháp của Phật xuất hiện.

[3] Kinh Trường A-hàm (長阿含經), tổng cộng 22 quyển, do ngài Phật-đà-da-xá và Trúc Phật Niệm dịch sang Hán ngữ, được xếp vào Đại Chánh tạng thuộc Tập 1, kinh số 1. Đoạn trích này thuộc quyển 4, trang 26, tờ a, từ dòng thứ 22 đến dòng thứ 26.

Kinh Mật nghiêm[1] dạy rằng: "Nam nữ cùng đam mê ái dục, tinh huyết cùng hòa hợp sinh con. Như loài trùng sinh ra trong bùn nhơ, người sinh từ bào thai của mẹ cũng nhơ nhớp như vậy."

Trên đây có sáu phần được trích dẫn từ kinh luận. Hai phần đầu tiên dạy khởi tâm bi mẫn đối với tất cả chúng sinh. Các phần thứ ba, thứ tư và thứ năm dạy người đoạn tuyệt cội gốc dâm dục. Phần cuối cùng kết lại bằng cách chỉ rõ sự bất tịnh của xác thân máu thịt giả tạm này.

Phần thứ hai: Quả báo của tội tà dâm.

Sách Pháp uyển châu lâm[2] chép: "Đức Phật dạy rằng tà dâm có mười tội báo. Một là [gian dâm với người vợ] nên thường phải lo sợ bị người chồng giết hại. Hai là khiến cho vợ chồng nhà mình không hòa thuận. Ba là điều ác ngày càng tăng thêm, điều lành ngày càng giảm bớt. Bốn là [chết sớm khiến cho] vợ con phải cô độc không người chăm sóc. Năm là tài sản gia đình mỗi ngày một hao tổn. Sáu là mỗi khi có chuyện xấu ác xảy ra, thường bị người khác nghi

[1] Kinh Mật nghiêm, tên đầy đủ là kinh Đại thừa Mật nghiêm (大乘密嚴經), tổng cộng 3 quyển, có 2 bản Hán dịch. Một bản do ngài Địa-bà-ha-la dịch, được xếp vào Đại Chánh tạng thuộc Tập 16, kinh số 681. Bản còn lại do ngài Bất Không dịch, được xếp vào Tập 16, kinh số 682. Căn cứ theo kinh văn thì đoạn trích này thuộc bản dịch của ngài Địa-bà-ha-la, nằm trong quyển 2, trang 735, tờ b, bắt đầu từ dòng thứ 13.

[2] Pháp uyển châu lâm (法苑珠林), tổng cộng 100 quyển, do ngài Đạo Thế soạn vào đời Đường, được xếp vào Đại Chánh tạng thuộc Tập 53, kinh số 2122. Đoạn trích này thuộc quyển 73, trang 839, tờ b, bắt đầu từ dòng thứ 11.

ngờ cho mình. Bảy là bị bạn bè thân hữu khinh bỉ phỉ báng. Tám là rộng kết oán thù với nhiều người. Chín là sau khi chết phải đọa vào địa ngục. Mười là sau khi chịu tội ở địa ngục xong, nếu sinh làm thân nam thì gặp phải người vợ không trinh tiết, nếu sinh làm thân nữ thì gặp phải người chồng đa thê."

Kinh Bát sư[1] dạy rằng: "Kẻ tà dâm dan díu với vợ người khác, hoặc bị người chồng bắt được, lập tức phải gặp tai ương, gây họa lây đến cho cả người trong gia đình, thân tộc; hoặc bị pháp luật trừng trị, phải chịu hình phạt đau đớn khổ sở. Sau khi chết lại phải đọa vào những cảnh giới địa ngục, súc sinh, tùy theo mức độ mà chịu tội. Ví như sau đó còn chút may mắn được sinh trở lại làm người, ắt phải rơi vào cảnh nhục nhã xấu hổ vì vợ con dâm loạn. Nay ta thấy rõ [những sự báo ứng] như vậy nên không dám phạm vào tà dâm."[2]

---

[1] Kinh Bát sư, tên đầy đủ là kinh Phật thuyết Bát sư (佛說八師經), 1 quyển, do ngài Chi Khiêm dịch sang Hán ngữ vào đời Ngô, được xếp vào Đại Chánh tạng thuộc Tập 14, kinh số 581. Đoạn trích này nằm ở trang 965, tờ b, bắt đầu từ dòng 10.

[2] Trong kinh Bát sư (tám vị thầy), đức Phật dạy về tám vị thầy có thể giúp chúng ta tu tập. Quán xét thấy rõ quả báo của việc giết hại nên không dám phạm vào, đó là vị thầy thứ nhất. Quán xét thấy rõ quả báo của việc trộm cướp nên không dám phạm vào, đó là vị thầy thứ hai. Quán xét thấy rõ quả báo của việc tà dâm nên không dám phạm vào, đó là vị thầy thứ ba. Quán xét thấy rõ quả báo của những việc nói lời ác độc, nói hai lưỡi, nói dối trá, nói vô nghĩa, nên không dám phạm vào, đó là vị thầy thứ tư. Quán xét thấy rõ quả báo của việc uống rượu nên không dám phạm vào, đó là vị thầy thứ năm. Quán xét thấy rõ nỗi khổ của sự già yếu, vô thường trong đời sống nên phải nỗ lực tu tập cầu đạo, đó là vị thầy thứ sáu. Quán xét thấy rõ nỗi khổ của bệnh tật nên phải nỗ lực tu tập cầu đạo, đó là vị thầy thứ bảy. Quán xét thấy rõ nỗi khổ của sự chết nên phải nỗ lực tu tập cầu đạo, đó là vị thầy thứ tám.

Kinh Tát-già Ni-kiền tử[1] dạy rằng: "Người nào không biết đủ với vợ nhà, tham muốn dâm dục với vợ người khác, đó là không biết hổ thẹn, sẽ phải thường chịu khổ não, không được an vui."[2]

Kinh Ưu-bà-tắc giới[3] dạy rằng: "Nếu người nào có quan hệ tình dục vào thời gian không thích hợp, hoặc ở địa điểm không thích hợp, hoặc quan hệ với người đồng tính, hoặc với phụ nữ chưa chồng, đều gọi là tà dâm. Nếu quan hệ với vợ mình mà nghĩ tưởng đến vợ người khác, hoặc quan hệ với vợ người khác mà nghĩ tưởng xem như vợ mình, đó cũng là tà dâm. Những sự tà dâm như thế cũng có phân ra nặng nhẹ khác nhau. Do phiền não nặng nề, ắt phải chịu tội báo nặng nề. Do phiền não kém nặng nề hơn, ắt chịu tội báo kém nặng nề hơn."

---

[1] Kinh Tát-già Ni-kiền tử, tên đầy đủ là kinh Đại Tát-già Ni-kiền tử sở thuyết (大薩遮尼乾子所說經), tổng cộng 10 quyển, do ngài Bồ-đề-lưu-chi dịch sang Hán ngữ, được xếp vào Đại Chánh tạng thuộc Tập 9, kinh số 272. Đoạn trích này nằm ở quyển 5, trang 340, tờ a, bắt đầu từ dòng thứ 8 đến dòng thứ 11, nội dung kinh văn có khác biệt vì nói đầy đủ hơn.

[2] So sánh với nguyên bản kinh văn như sau: 自妻不生足，好婬他婦女，是人無慚愧，[常被世呵責。現在未來世，受苦及打縛，捨身生地獄，]受苦常無樂。- Tự thê bất sinh túc, háo dâm tha phụ nữ, thị nhân vô tàm quý, [thường bị thế ha trách. Hiện tại vị lai thế, thụ khổ cập đả phược, xả thân sinh địa ngục,] thụ khổ thường vô lạc. (Đối với vợ mình không sinh tâm thỏa mãn, tham muốn gian dâm với vợ người khác, người như thế không có lòng hổ thẹn, [thường bị người đời chê trách. Hiện tại cũng như tương lai thường bị đánh đập, buộc trói, khi chết rồi phải đọa vào địa ngục,] thường chịu khổ não không được an vui.) An Sĩ toàn thư đã lược bỏ phần chúng tôi đặt trong ngoặc vuông.

[3] Kinh Ưu-bà-tắc giới (優婆塞戒經), tổng cộng 7 quyển, do ngài Đàm-vô-sấm dịch sang Hán ngữ, được xếp vào Đại Chánh tạng thuộc Tập 24, kinh số 1488. Phần trích này nằm ở trang 1069, tờ a, bắt đầu từ dòng thứ 4, được lược trích từ kinh văn, không chép nguyên văn.

Kinh Niết-bàn[1] dạy rằng: "[Nếu có] Bồ Tát nào, tuy không cùng nữ nhân làm chuyện dâm dục, nhưng khi nhìn thấy những cặp nam nữ mê đắm theo đuổi nhau liền khởi sinh tâm tham muốn vướng chấp, đó gọi là hủy phạm giới hạnh thanh tịnh."

Kinh Tạo tượng công đức[2] chép rằng: "Phật dạy Bồ Tát Di-lặc: 'Có bốn nhân duyên khiến cho nam giới phải chịu thân bất lực, không có khả năng hành dâm. Một là hủy hoại tàn khốc thân thể người khác, hoặc thậm chí là các loài súc sinh. Hai là đối với các vị tỳ-kheo trì giới mà khởi tâm sân hận hoặc chê cười, hủy báng. Ba là buông thả tâm ý tham dâm quá độ, cố ý phạm giới. Bốn là gần gũi kết giao với người phạm giới, lại khuyến khích, xúi giục người khác phạm giới. Nếu có người đã lỡ phạm vào bốn điều ấy, nhưng sau đó khởi tâm thành tín tin sâu Tam bảo, tạo tác hình tượng Phật, [nhờ công đức ấy sẽ] không phải chịu quả báo như trên. Lại có bốn loại nghiệp có thể khiến cho nam giới phải chịu thân lưỡng căn, trong người mang cả hai căn nam nữ. Một là dâm loạn với các bậc tôn túc trưởng thượng của mình. Hai là quan hệ tình dục với người đồng tính. Ba là tự mình thủ dâm. Bốn là làm việc môi giới mua bán dâm. Nếu có người đã lỡ

---

1 Tên đầy đủ là kinh Đại Bát Niết-bàn (大般涅槃經), tổng cộng 40 quyển, do ngài Đàm-vô-sấm dịch sang Hán ngữ, được xếp vào Đại Chánh tạng thuộc Tập 12, kinh số 374. Đoạn trích này chỉ lấy ý kinh, nằm ở trang 549, tờ a, bắt đầu từ dòng thứ 24.

2 Tên đầy đủ là kinh Phật Thuyết Đại Thừa Tạo Tượng Công Đức (佛說大乘造像功德經), tổng cộng 2 quyển, do ngài Đề-vân Bát-nhã dịch sang Hán ngữ, được xếp vào Đại Chánh tạng thuộc Tập 16, kinh số 694. Đoạn trích này nằm ở trang 795, tờ c, bắt đầu từ dòng thứ 17.

phạm vào bốn điều ấy, nhưng sau đó khởi tâm thành tín tin sâu Tam bảo, tạo tác hình tượng Phật, [nhờ công đức ấy sẽ] không phải chịu quả báo như trên."

Trên đây có sáu phần được trích dẫn từ Kinh điển, ba phần đầu tiên nói về [những sai lầm tội lỗi] của người xấu ác, phần thứ tư nói về [sai lầm tội lỗi] của người phát tâm tu thiện, phần thứ năm nói về [sai lầm tội lỗi] của người xuất gia, phần cuối cùng khuyên sám hối nếu đã lỡ phạm vào tội lỗi.

Phần thứ ba: Công đức của việc giữ giới không tà dâm.

Kinh Thất Phật diệt tội[1] nói rằng: "Người thọ trì giới không tà dâm có năm vị thiện thần đi theo bảo vệ. Các vị ấy có tên là Trinh Khiết, Vô Dục, Tịnh Khiết, Vô Nhiễm và Đãng Địch."

Kinh Phật bát Nê-hoàn chép: "Phật dạy Nại nữ:[2] 'Người không tà dâm có năm điều phước lành tăng trưởng. Một là được nhiều người khen ngợi, hai là không sợ quan quyền, ba là được sống yên ổn, bốn là sau khi chết được sinh lên cõi trời, năm là tu tập theo

---

1 Hiện chúng tôi không tìm thấy tên kinh này, chỉ có kinh Thất Phật (七佛經), nhưng nội dung ở đây được tìm thấy trích dẫn gián tiếp từ sách Pháp uyển châu lâm, Đại Chánh tạng, Tập 53, kinh số 2122, trang 930, tờ b, dòng thứ 27, mở đầu bằng câu: "依七佛經云" (Y Thất Phật kinh vân). Phần này có tên là Thần vệ bộ (神衛部), nói đủ về 25 vị thiện thần theo bảo vệ cho người thọ trì Năm giới, trong đó mỗi giới có 5 vị.

2 Nại nữ: tên một cô gái. Chữ nại (柰) chỉ một loài cây, do cô gái này khi sinh ra bị vất bỏ dưới gốc cây nại, được một người bà-la-môn nhặt về nuôi dưỡng nên đặt tên cô là Nại nữ.

đạo thanh tịnh, chứng đắc Niết-bàn.'"[1]

Kinh Giới đức hương[2] dạy rằng: "Người không tà dâm, không xâm phạm đến vợ người khác, dù sinh ra ở đâu cũng được hóa sinh từ hoa sen."

Kinh Lăng nghiêm[3] dạy rằng: "Nếu chúng sinh trong sáu đường luân hồi giữ tâm không tham dâm, ắt không bị lôi cuốn mãi trong tướng trạng sinh tử. [Tỳ-kheo] các ông tu tập pháp Tam-muội, vốn là để thoát ra khỏi chốn trần lao, nhưng nếu không trừ tâm dâm dục thì không thể thoát ra được. Ví như hiện tại có được nhiều trí tuệ thiền định, nhưng nếu không trừ dứt tâm dâm dục ắt sẽ bị lạc vào ma đạo. Nếu như cả thân và tâm đều dứt sạch động cơ hành dâm, cho đến dứt cả ý niệm về sự đoạn trừ, may ra mới có khả

---

[1] Kinh Phật bát Nê-hoàn (佛般泥洹經), tổng cộng 2 quyển, do ngài Bạch Pháp Tổ dịch sang Hán ngữ, được xếp vào Đại Chánh tạng thuộc Tập 1, kinh số 5. Tuy nhiên, An Sĩ toàn thư đã dẫn chú nhầm lẫn, vì đoạn trích này không tìm thấy trong kinh Phật bát Nê-hoàn mà thực sự nằm trong kinh Bát Nê-hoàn (般泥洹經), tổng cộng 2 quyển, mất tên người dịch, được xếp vào Đại Chánh tạng thuộc Tập 1, kinh số 6. Phần trích dẫn thuộc quyển 1, nằm ở trang 179, tờ a, bắt đầu từ dòng thứ 27. Sách Pháp uyển châu lâm, quyển 75, cũng trích dẫn nội dung này và ghi dẫn chú sai là "又佛般泥洹經云" - Hựu Phật bát Nê-hoàn kinh vân" (Đại Chánh tạng, Tập 53, kinh số 2122, trang 848, tờ c, dòng thứ 22.) Chúng tôi ngờ rằng An Sĩ toàn thư đã trích lại từ sách này nên bị nhầm lẫn theo.

[2] Tên đầy đủ là kinh Phật thuyết Giới đức hương (佛說戒德香經), 1 quyển, do ngài Trúc Đàm-vô-lan dịch sang Hán ngữ, được xếp vào Đại Chánh tạng thuộc Tập 2, kinh số 116. Đoạn này trích theo ý kinh, không trích nguyên văn, thuộc trang 507, tờ c, dòng thứ 20 và 21.

[3] Tên đầy đủ là kinh Đại Phật đỉnh Như Lai Mật nhân tu chứng liễu nghĩa chư Bồ Tát vạn hạnh Thủ lăng nghiêm (大佛頂如來密因修證了義諸菩薩萬行首楞嚴經), tổng cộng 10 quyển, do ngài Bát-thích-mật-đế dịch sang Hán ngữ vào đời Đường, được xếp vào Đại Chánh tạng thuộc Tập 19, kinh số 945.

năng chứng đắc quả Phật Bồ-đề."[1]

Kinh Đề-vị[2] dạy rằng: "Mỗi năm vào 3 tháng ăn chay,[3] mỗi tháng vào 6 ngày ăn chay,[4] hoặc dưới ánh sáng của mặt trời, mặt trăng và các vì sao, cùng với các ngày bát vương,[5] đều phải giữ gìn kiêng kỵ [không được hành dâm]."

Kinh Thiền yếu ha dục[6] dạy rằng: "Người tu tập cầu đạo giải thoát, trì giới tu định, phải trừ dứt sáu sự ham muốn. Một là ham muốn ngoại hình xinh đẹp, hai là ham muốn dung mạo xinh đẹp, ba là ham

---

[1] Thật ra An Sĩ toàn thư đã dẫn chú không chính xác, vì đoạn trích này không nằm trong kinh Lăng nghiêm, mà được tìm thấy trong Thủ lăng nghiêm nghĩa sớ chú kinh (首楞嚴義疏注經), tổng cộng 20 quyển, do ngài Tử Tuyền soạn vào đời Tống, được xếp vào Đại Chánh tạng thuộc Tập 39, kinh số 1799. Phần trích dẫn này thuộc về quyển 6, trang 912, tờ b, bắt đầu từ dòng thứ 19.

[2] Kinh Đề-vị (提謂經), 2 quyển, do ngài Đàm Tĩnh soạn vào đời Bắc Ngụy, hiện nay đã thất bản, chỉ còn thấy được trích dẫn trong các kinh luận khác. Đoạn trích này được An Sĩ toàn thư trích lại từ sách Pháp uyển châu lâm, quyển 88 (Đại Chánh tạng, Tập 53, kinh số 2122), trang 928, tờ b, bắt đầu từ dòng thứ 13, mở đầu bằng câu "又提謂經云－Hựu Đề-vị kinh vân" (Kinh Đề-vị lại có nói rằng).

[3] Tức là tháng giêng, tháng năm và tháng chín âm lịch.

[4] Tức lục trai, bao gồm các ngày mồng 8, 14, 15, 23, và 2 ngày cuối tháng theo âm lịch.

[5] Bát vương: 8 ngày phân tiết trong năm, gồm các ngày lập xuân (4 tháng 2), xuân phân (21 tháng 3), lập hạ (6 tháng 5), hạ chí (21 tháng 6), lập thu (7 tháng 8), thu phân (23 tháng 9), lập đông (7 tháng 11) và đông chí (22 tháng 12). Ngày dương lịch tương ứng có thể sai lệch sớm hoặc muộn hơn một ngày.

[6] Căn cứ nội dung trích dẫn thì đây là kinh Thiền yếu (禪要經), 1 quyển, đã mất tên người dịch, hiện được xếp vào Đại Chánh tạng thuộc Tập 15, kinh số 609. Nội dung trích dẫn nằm ở trang 237, tờ c, bắt đầu từ dòng thứ 21.

muốn dáng vẻ xinh đẹp, bốn là ham muốn âm thanh tiếng nói dịu ngọt, năm là ham muốn sự xúc chạm mềm mại êm ái, sáu là ham muốn cử chỉ hành vi dịu dàng. Nếu rơi vào những sự ham muốn như thế, nên quán tưởng sự bất tịnh, ô uế [của đối tượng]."

Trên đây có sáu phần được trích dẫn từ Kinh điển. Hai phần đầu tiên nêu những phước lành hội tụ [đến với người giữ giới không tà dâm]. Các phần thứ ba và thứ tư nói đến việc xuất ly sinh tử [nhờ giữ giới không dâm dục]. Hai phần cuối cùng nêu rõ thêm phương pháp giữ giới.

Phần thứ tư: Tỉnh giác răn ngừa trong đời sống thế tục.

Kinh Bồ Tát ha sắc dục pháp[1] có nói: "Sắc đẹp nữ nhân là gông cùm của người thế gian, những kẻ phàm phu tham luyến vướng mắc rồi không thể tự thoát ra được. Sắc đẹp nữ nhân là khổ nạn nặng nề của người thế gian, những kẻ phàm phu bị vây khốn vào đó thì cho đến chết cũng không dứt được. Sắc đẹp nữ nhân là mối tai họa nguy hiểm của người thế gian, những kẻ phàm phu đã vướng phải rồi thì mọi thứ tai ách khổ nạn đều theo nhau kéo đến. Người tu tập một khi buông bỏ được [sự tham luyến sắc dục] rồi, nếu lại còn khởi lên tà niệm thì chẳng khác nào như vừa từ trong lao ngục được thoát ra đã quay trở vào, như

[1] Kinh Bồ Tát ha sắc dục pháp (菩薩訶色欲法經), 1 quyển, do ngài Cưu-ma-la-thập dịch sang Hán ngữ, được xếp vào Đại Chánh tạng thuộc Tập 15, kinh số 615.

người điên loạn vừa được tỉnh táo lại tái phát bệnh cuồng điên như cũ."[1]

Lại cũng nói rằng: "[Quán xét] tướng trạng của sắc dục, lời nói thì dịu dàng như mật ngọt, nhưng bên trong ẩn chứa sự nguy hiểm độc hại, khác nào như vực sâu nước trong vắt im lìm nhưng có loài thuồng luồng dữ tợn ẩn náu [chực chờ hại mạng], lại cũng như núi vàng hang báu nhưng có sư tử hung bạo nằm phục [sẵn sàng giết người]. Gia đình bất hòa, nguyên do thường phát sinh từ sự đam mê sắc dục. Gia tộc suy bại là tội lỗi của sắc dục. Sắc dục chính là kẻ giặc nghịch ngấm ngầm diệt mất sự sáng suốt trí tuệ của người. Ví như tấm lưới giăng cao ngang trời, bầy chim vướng phải thì không còn được tự do bay nhảy. Lại như tấm lưới bủa dày dưới sông, cá tôm đã mắc vào thì chắc chắn phải bỏ mạng vì dao thớt. Cho nên, người có trí tuệ nhận biết rõ ràng sự nguy hại như thế mà khéo tránh xa, không để cho sắc dục mê hoặc."[2]

Kinh Đại Bảo Tích[3] dạy: "Nên biết rằng sự đam mê sắc dục là cội gốc của muôn điều khổ não, là căn bản của mọi chướng ngại, là gốc rễ của sự giết hại, của sự trói buộc, của sự oán thù đối địch, của sự mù quáng si mê. Nên biết rằng, sự đam mê sắc dục sẽ

---

[1] Phần trích dẫn này nằm ở trang 286, tờ a (sách đã dẫn trên), bắt đầu từ dòng thứ 19.

[2] Đoạn trích này thuộc trang 286, tờ a (sách đã dẫn), bắt đầu từ dòng thứ 29.

[3] Kinh Đại Bảo Tích (大寶積經), tổng cộng 120 quyển, do ngài Bồ-đề-lưu-chí dịch sang Hán ngữ, được xếp vào Đại Chánh tạng thuộc Tập 11, kinh số 310.

diệt mất con mắt trí tuệ của bậc thánh. Nên biết rằng, sự đam mê sắc dục là đốm lửa [văng ra khi đập] sắt nóng, nằm vung vãi trên mặt đất đợi chân người giẫm phải [gây bỏng]."[1]

Lại cũng dạy rằng: "Vì sao gọi là mê đắm [sắc dục]? Nói mê đắm có nghĩa là khiến cho người ta như mang vác thêm vật nặng, phải chìm đắm [trong dòng đời], bơi lội tới lui đều phải vất vả mang theo."[2]

Lại cũng nói rằng: "Ta quán xét trong cùng khắp các cõi thế giới, mối oán cừu lớn lao nhất của tất cả chúng sinh không gì hơn sự đam mê tham muốn sắc dục. Vì đối với nữ sắc bị đam mê trói buộc nên hướng về các pháp lành nảy sinh rất nhiều chướng ngại."[3]

Kinh Tứ thập nhị chương[4] nói: "[Đức Phật dạy

---

[1] Đoạn trích này thuộc quyển 44 (sách đã dẫn), trang 258, tờ c, bắt đầu từ dòng thứ 2.

[2] Đoạn trích này thuộc quyển 44 (sách đã dẫn trên), trang 258, tờ c, bắt đầu từ dòng thứ 7. Kinh văn dùng cách so sánh chữ *phụ* (婦) chỉ phụ nữ với chữ *phụ* (負) có nghĩa là mang vác, gánh nặng. Để tái hiện sự đồng âm dị nghĩa này trong tiếng Việt, chúng tôi dùng chữ "đắm" trong mê đắm để liên hệ ý nghĩa với chữ "đắm" trong chìm đắm. Do đó, đoạn văn này xin được hiểu là chuyển dịch theo ý chứ không sát theo từ ngữ. Hòa thượng Trí Tịnh dịch đoạn tương ứng này trong Kinh Đại Bảo Tích là: *"Cớ gì gọi là phụ nhơn? Chữ phụ ấy có nghĩa là mang gánh nặng. Vì hay khiến chúng sanh vác gánh nặng đi khắp nơi."* Đoạn văn này e rằng rất khó hiểu với độc giả người Việt, vì trong tiếng Việt không có ý nghĩa đó. Ngoài ra, chúng tôi hiểu ý Kinh văn theo hướng "sự say đắm sắc đẹp" mới là nguyên nhân dẫn đến tội lỗi, chứ bản thân sắc đẹp hay người phụ nữ không phải là tội lỗi.

[3] Đoạn trích này thuộc quyển 44 (sách đã dẫn), trang 258, tờ a, bắt đầu từ dòng thứ 18. Nội dung trích dẫn được lược ý từ kinh văn, không dẫn nguyên vẹn.

[4] Kinh Tứ thập nhị chương (四十二章經), 1 quyển, do ngài Ca-diếp Ma-đằng và Pháp Lan cùng dịch sang Hán ngữ, được xếp vào Đại

rằng:] Con người bị vướng mắc trói buộc với vợ con, tài sản còn ghê gớm hơn cả tù ngục giam cầm. Tù ngục giam cầm còn có kỳ hạn được thả ra, trói buộc với vợ con thì [vĩnh viễn] chẳng lúc nào nghĩ đến sự xa lìa."[1]

Kinh Đạo hạnh Bát-nhã[2] dạy rằng: "Người tại gia ngày ngày đối diện với nữ sắc, trong lòng không được vui vẻ an ổn, thường phải lo lắng sợ sệt. Cũng giống như người phải đi qua vùng hoang vu rộng lớn, trong lòng thường lo sợ bọn giặc cướp."

Trên đây có sáu phần được trích dẫn từ Kinh điển. Ba phần đầu tiên luận tổng quát về những mối nguy hại của sự đam mê sắc dục. Các phần thứ tư và thứ năm nói đến việc chúng sinh bị sắc dục trói buộc. Phần cuối cùng khơi dậy sự tỉnh giác sợ sệt đối với sắc dục.

Các chương tiếp theo dưới đây đều đi vào pháp môn quán tưởng, công phu đạt đến mức thâm sâu tinh tế ắt có thể lắng tâm thanh tịnh, lặng lẽ soi chiếu, cho đến lúc thuần thục mới có thể vĩnh viễn dứt trừ được cội gốc của sự dâm dục.

Chánh tạng thuộc Tập 17, kinh số 784.

[1] Đoạn trích này thuộc trang 723, tờ a (sách đã dẫn), bắt đầu từ dòng thứ 27.

[2] Kinh Đạo hạnh Bát-nhã (道行般若經), 10 quyển, do ngài Chi-lâu-ca-sấm dịch sang Hán ngữ, được xếp vào Đại Chánh tạng thuộc Tập 8, kinh số 224. Đoạn trích này thuộc quyển 6, trang 455, tờ b, bắt đầu từ dòng thứ 20, chỉ lược ý kinh chứ không trích nguyên văn.

QUÁN TƯỞNG BÀO THAI NHƯ TÙ NGỤC

Phép quán này thành tựu thì thấy rõ được đủ mọi thảm trạng [của chúng sinh] khi ở trong bào thai. Đây chính là phương tiện đầu tiên để ngăn dừng sự tham muốn dâm dục.

Khi cha mẹ còn chưa sinh ta ra, nào biết mặt mũi lúc ấy ở nơi nào? Chỉ vào thời điểm đầu thai, chợt nhìn thấy cảnh [cha mẹ] hành dâm mà khởi tâm tham muốn ái luyến. Lòng dâm một khi sinh khởi, lập tức bị bao trùm giữa tinh cha huyết mẹ. Từ đó chịu giam hãm trong bào thai mười tháng, lần lượt [chịu các nỗi khổ để] đền trả những món nợ [nghiệp báo] đã vay. Khi người mẹ ăn các món nóng nảy, thai nhi phải chịu khổ như ngâm trong nước nóng. Khi người mẹ uống nước lạnh vào, thai nhi phải chịu rét buốt như nằm giữa khối băng. Khi người mẹ ăn no bụng, thai nhi [bị ép chặt đến nỗi] đỉnh đầu như có treo túi sắt nặng. Lúc mẹ đói chưa ăn, trong bụng trống rỗng, thai nhi [sợ sệt vì] như lơ lửng giữa khoảng không, không nơi bám víu.

Đến kỳ sinh nở, mẹ đối mặt với hiểm nguy, cha kinh hãi sợ sệt, quyến thuộc tụ hội quanh giường sản phụ cầu trời khấn đất, thai nhi lúc ấy như bị kẹp chặt giữa hai quả núi, thật khó khăn như không thể thoát ra. Bà mụ đưa tay vào nắm đầu lôi, thai nhi cảm thấy như đao kiếm cắt đâm vào da thịt. Vừa thoát được ra bên ngoài liền bật lên tiếng kêu khóc lớn, đau đớn khi ấy tưởng như không sao chịu nổi. Những người chung quanh không biết được việc này, [nhìn thấy trẻ được sinh ra thì] đều vỗ tay mừng vui, đâu biết rằng chính những người hôm nay vui mừng đó, ngày trước cũng đã từng trải qua đau đớn khổ não như vậy không khác.

Đêm khuya thanh vắng, lắng lòng suy nghĩ mới thấy rằng, [người đời phải chịu đựng bao nỗi thống khổ như thế mà không hề nghĩ đến việc làm sao để thoát ra,] thật là điều kỳ quái biết bao!

Những điều nói trên không phải do ức đoán, mà có ghi chép rõ ràng trong kinh Ngũ vương.[1] Kẻ phàm phu đam mê ái dục, do đó mà đời đời kiếp kiếp phải chìm đắm trong khổ não khốn cùng, trải qua vô số kiếp đều phải tự mình gánh chịu, không ai thay thế được. Nếu muốn phá trừ quân ma phiền não, người có trí phải bắt giữ được ngay tên chủ soái của giặc. Chủ soái đó chính là con ma dâm dục. Ma dâm dục đã bị giết chết thì bao nhiêu quân ma còn lại đều sẽ đại bại.

Tiếp theo đây sẽ [căn cứ vào kinh văn] để miêu tả rõ ràng những thảm trạng con người phải trải qua khi ở trong bào thai. Mong sao người đời khi hiểu thấu được rồi sẽ sớm phát tâm mong cầu giải thoát, chỉ

[1] Tên đầy đủ là kinh Phật thuyết Ngũ vương (佛說五王經), 1 quyển, đã mất tên người dịch, được xếp vào Đại Chánh tạng thuộc Tập 14, kinh số 523. Đoạn văn trên trích lấy ý kinh, không dẫn nguyên văn, phần được trích nằm ở trang 796, tờ a, bắt đầu từ dòng thứ 28.

một lần này đã sinh ra, quyết [tu tập chứng ngộ để] không còn phải tiếp tục phải chịu nỗi khổ trong bào thai như tù ngục.

Kinh Tu hành đạo địa[1] dạy rằng: Bào thai hình thành trong thời gian 7 ngày đầu tiên không có sự tăng giảm. Sang tuần thứ hai, hình trạng như khối cao sữa loãng.

Đến tuần thứ ba hình trạng [hơi sệt] như khối cao sữa sống, qua tuần thứ tư chuyển thành như khối cao sữa đã ủ chín.

Đến tuần thứ năm thì hình trạng chỉ như khối bơ sống, tuần thứ sáu thì có da thịt hình thành bao quanh như lớp màng bọc.

Đến tuần thứ bảy thì hình trạng như khối thịt, sang tuần thứ tám thì độ cứng chắc của bào thai chỉ tựa như khối đất sét còn chưa nung.

Đến tuần thứ chín, thai nhi bắt đầu hình thành năm bọc dịch, tức là [nền tảng để sau này] tạo thành hai đùi, hai khuỷu tay và cổ.

Sang tuần thứ mười thì hình thành đủ tứ chi và đầu.

Vào tuần thứ mười một, bào thai hình thành cả thảy 26 bọc dịch [ở những vị trí sẽ phát triển thành] mười ngón tay, mười ngón chân và hai mắt, hai tai cùng với mũi và miệng.

---

[1] Kinh Tu hành đạo địa (修行道地經), tổng cộng 7 quyển, do ngài Trúc Pháp Hộ dịch sang Hán ngữ, được xếp vào Đại Chánh tạng thuộc Tập 15, kinh số 606. Phần trích dẫn này thuộc quyển 1, trang 187, tờ a, bắt đầu từ dòng thứ 10.

Sang tuần thứ mười hai, hình dạng bên ngoài hoàn chỉnh.

Vào tuần thứ mười ba, hình dáng của ruột đã hình thành bên trong bào thai, sang tuần thứ mười bốn thì hình thành ngũ tạng.[1]

Đến tuần thứ mười lăm thì hình thành ruột già, tuần thứ mười sáu hình thành ruột non.

Tuần thứ mười bảy, trong bào thai đã có dạ dày, sang tuần thứ mười tám hình thành hai tạng.[2]

Tuần thứ mười chín sinh ra hai bàn tay, bàn chân, các phân đoạn cánh tay.

Đến tuần thứ hai mươi, sinh ra bộ phận sinh dục, rốn, gò má và vú.

Tuần thứ hai mươi mốt, bào thai hình thành 300 đốt xương mềm, hình trạng giống như quả bầu non.

Tuần thứ hai mươi hai, hình trạng giống như quả bầu [đã lớn nhưng] chưa già.

Đến tuần thứ hai mươi ba, bào thai đã có hình trạng cứng cáp như quả bầu già.

Tuần thứ hai mươi bốn, bào thai hình thành một trăm đường gân [trong toàn cơ thể].

Tuần thứ hai mươi lăm, bắt đầu hình thành 7.000 kinh mạch nhưng chưa hoàn thành trọn vẹn, sang tuần thứ hai mươi sáu thì kinh mạch đã lớn dài hoàn hảo, hình tượng như những sợi tơ ngó sen.

---

[1] Ngũ tạng: bao gồm tâm (tim), can (gan), tì (lá lách), phế (phổi) và thận (thận).

[2] Chỉ sinh tạng và thục tạng.

Tuần thứ hai mươi bảy, bào thai đã hình thành được ba trăm sáu mươi ba đường gân.

Tuần thứ hai mươi tám, bắt đầu hình thành các lớp thịt.

Tuần thứ hai mươi chín, các lớp thịt đã hình thành khá dày.

Tuần thứ ba mươi, mới bắt đầu có hình tượng lớp da bao quanh. Tuần thứ ba mươi mốt, lớp da đã có độ dày và chắc hơn.

Tuần thứ ba mươi hai, lớp da bao quanh bào thai phát triển hoàn chỉnh.

Tuần thứ ba mươi ba, những bộ phận như lỗ tai, lỗ mũi, hai vai, các ngón tay, đầu gối đều hình thành.

Tuần thứ ba mươi tư, bào thai khởi sinh 99 vạn lỗ chân lông, nhưng vẫn chưa hoàn chỉnh.

Tuần thứ ba mươi lăm, các lỗ chân lông phát triển hoàn thành.

Tuần thứ ba mươi sáu, hình thành đầy đủ các móng chân, móng tay.

Tuần thứ ba mươi bảy, trong bụng mẹ có gió nổi lên, thổi thông suốt qua bảy lỗ[1] trên thân thai nhi.

Tuần thứ ba mươi tám, tùy theo nghiệp thiện ác đã tạo trong đời trước của thai nhi mà hình thành hai loại gió, có hương thơm hoặc hôi hám, do đó xác định dung mạo, cốt cách [sau này] của thai nhi là sang quý hay hèn hạ.

[1] Bảy lỗ: gồm 2 lỗ mắt, 2 lỗ tai, 2 lỗ mũi và lỗ miệng.

Vào lúc này, thai nhi còn thiếu 4 ngày mới được tròn 9 tháng. Sau 4 ngày đó, có gió nổi lên [trong bụng mẹ], thổi vào thai nhi khiến cho phải đảo lộn tư thế, xoay đầu về phía dưới, hướng đến cửa mình người mẹ. Nếu là người có nhiều phúc đức, khi ấy sẽ có cảm giác [thoải mái] như vào hồ tắm, hoặc tự thấy mình đi đến nơi có nhiều hương thơm hoa đẹp. Nếu là người vô phúc, khi ấy sẽ có cảm giác [hốt hoảng] như từ trên đỉnh núi cao rơi xuống, hoặc tự thấy như mình bị treo trên cây, bên dưới có đầy đao sắc kiếm nhọn, trong lòng khổ não không vui.

Vào thời điểm ra khỏi lòng mẹ, thai nhi cảm thấy như có hai quả núi ép vào thân thể mình, đau đớn khổ sở khôn lường, do đó thần thức trở nên hôn mê rối loạn, không thể nhớ được những chuyện đã qua.

Hài nhi sinh ra rồi lớn dần lên, do ăn uống vào người đủ loại thực phẩm, nên bên trong cơ thể liền sinh ra tám mươi loại trùng. (Trong phép quán tiếp theo sau sẽ trình bày chi tiết.)"[1]

QUÁN KÝ SINH TRÙNG

Phép quán này thành tựu thì thấy rõ bên trong thân thể mình là nơi các loại trùng tụ tập sinh sản đầy dẫy. Đây chính là pháp môn phương tiện khởi đầu để quán bất tịnh.

Ô uế thay thân thể máu thịt này, là nơi vô số loại trùng tụ tập ký sinh. Ẩn nấp bên trong thân tứ đại,

[1] Nội dung trích dẫn trên chỉ dựa theo ý kinh để diễn đạt, không trích nguyên văn.

những loại trùng ấy có hình thể cực kỳ nhỏ bé nên phàm phu hoàn toàn không thấy biết, chỉ bậc chứng đắc thiên nhãn mới nhìn rõ được. Nếu dùng tâm thanh tịnh quán sát, ắt sẽ thấy việc nam nữ đam mê bám chấp vào thân thể của nhau thật đáng chê cười.

Kinh Chánh pháp niệm xứ[1] dạy rằng: Bên trong xương sọ có hai loại trùng, di chuyển bên trong phạm vi hộp sọ, thường ăn vào não người.

Lại có một loại trùng không bị kiềm chế, thường ở yên trên đỉnh đầu, khiến người sinh bệnh.

Có loại trùng tóc, sống ở phía ngoài xương sọ, thường ăn các chân tóc.

Lại có loại trùng sống bên trong lỗ tai, thường ăn thịt trong lỗ tai.

Lại có loại trùng sống trong lỗ mũi, thường ăn thịt trong lỗ mũi.

Lại có loại trùng sống trong lớp mỡ, khi chúng hoạt động mạnh thì khiến người bị đau đầu.

Lại có loại trùng ăn nước bọt, sống nơi cuống lưỡi, khi chúng hoạt động mạnh thì làm cho người bị khô miệng.

Lại có loại trùng say đắm mùi vị [thức ăn], sống nơi đầu lưỡi. Khi gặp thức ăn ngon thì mê đắm say sưa, nếu gặp thức ăn không ngon thì khô héo yếu ớt.

---

[1] Kinh Chánh pháp niệm xứ (正法念處經), tổng cộng 70 quyển, do ngài Cù-đàm Bát-nhã-lưu-chi dịch sang Hán ngữ, được xếp vào Đại Chánh tạng thuộc Tập 17, kinh số 721.

Lại có loại trùng có tên gọi theo sáu mùi vị, nếu chúng ưa thích mùi vị nào thì khiến cho người cũng ưa thích mùi vị đó.

Lại có loại trùng chân răng, sống bên trong răng, khi chúng hoạt động mạnh thì khiến người bị đau răng.

Lại có bốn loại trùng sống trong cổ họng, khiến cho người trong lúc ăn uống, nước bọt tiết ra rối loạn, nuốt vào qua cổ họng lại hòa lẫn với dịch não, gây ra nôn mửa.

Lại có loại trùng tên là trùng sinh khí, khi nó hoạt động mạnh thì làm cho cổ họng bị nghẹn lại.

Lại có hai loại trùng liên kết, sống trong khoảng giữa các đốt xương, khiến người bị đau đớn nơi các mạch máu.

Lại có loại trùng phù thũng, sống trong cơ thể, khi nó uống máu người thì tự nhiên người phát bệnh phù thũng.

Lại có loại trùng mê ngủ, sống ở khắp nơi trong cơ thể, khi mệt mỏi chúng liền tụ hội về nơi tim, khiến cho người rơi vào trạng thái mê ngủ.

Lại có mười loại trùng di chuyển trong gan, phổi, khiến người sinh bệnh.

Lại có hai mươi loại trùng di chuyển bên trong tủy xương, hút lấy tinh dịch của người, khiến cho lửa dục thường bốc lên.

Lại có hai mươi loại trùng sống bên trong bộ phận sinh dục, khiến cho người gầy ốm nhưng nhiều sân hận, phần dưới cơ thể lại thường bốc mùi hôi hám.

Lại có mười loại trùng sống trong phân và nước tiểu, vừa hôi thối vừa khó nhìn thấy, có lúc làm cho người bị tiêu chảy, lại có lúc gây bệnh táo bón.[1]

Trên đây kể ra tám mươi loại trùng, tất cả đều có tên gọi, hình trạng, được nói rõ trong kinh văn, vì quá nhiều chi tiết nên ở đây không nói hết.

QUÁN BẤT TỊNH

Phép quán này thành tựu thì hốt nhiên thấy rõ được sự ô uế trong tinh huyết của kẻ nam người nữ, chính là pháp quán phương tiện để đối trị vượt qua cửa ải dâm dục.

Mọi sự khổ não trong thế gian đều khởi sinh từ ái dục. Tâm tham ái nếu không thể dứt trừ thì khi đối diện với sắc dục ắt phải hồn xiêu phách tán, nước [ái luyến như] từ trong xương rỉ chảy ra mãi, lửa [tham dục như] từ trong đôi mắt cháy phừng lên dữ dội. Tâm hùng hổ, ý bừng bừng, [không việc gì không dám làm,] khiến cho nghiệp ác càng thêm nặng, tội chướng càng thêm sâu. Lúc bình thường luôn quan tâm đến lễ nghĩa, giữ gìn danh thơm tiếng tốt, đến lúc [đối diện với sắc dục] chỉ trong chốc lát đã không còn màng đến chuyện liêm

[1] Toàn bộ nội dung trên lấy ý từ kinh văn chứ không trích nguyên văn. Nội dung kinh văn được sử dụng thuộc quyển 64, trang 381, tờ c (sách đã dẫn), bắt đầu từ dòng thứ 15.

sỉ. Khi ấy dù quỷ thần cũng không nể sợ, huống chi những chuyện danh tiếng, lễ giáo, sao có thể ràng buộc được? Mênh mang trong cõi đời ô trược, tù ngục giam cầm ngày một nhiều hơn. Những lời răn dạy ân cần thương xót của các bậc thánh hiền, chỉ sợ rằng không còn chút tác dụng nào.

May mắn thay vẫn còn có Giáo pháp của đức Như Lai, rộng mở pháp môn [diệt trừ tham dục, như mưa] cam lộ [tưới mát xuống cõi trần, giúp người] dùng phép quán bất tịnh có thể khiến cho lửa dục hóa thành băng giá, [khi ấy] dù có tiên nữ giáng trần cũng chỉ xem như kẻ ăn mày cùi hủi gớm ghiếc, huống chi là những phụ nữ phàm tục chốn thế gian, vốn chỉ là một cái túi da bọc xương thịt.

Không cần phải luận bàn về nhân quả, cũng không cần đặt ra hình luật nghiêm khắc, chỉ [quán chiếu] thấy hết được những điều ô uế nhơ nhớp thì con ma dâm dục sẽ không còn dám đấu tranh cùng ta nữa.

Phép quán này được thành tựu sẽ nhổ bật tận gốc rễ dâm dục ái luyến. Tôi từ nhiều năm về trước vẫn thường bị ái dục khống chế, cũng tương tự như [lòng dục của] Ma-đăng-già [khi gặp A-nan]. Mặc dù đã thử qua nhiều phương pháp để chế ngự tham dục, nhưng mỗi khi gặp hoàn cảnh [cám dỗ] thì lòng dục lại khởi lên như trước. Kể từ sau khi tu tập thực hành phép quán bất tịnh này thì tâm niệm ái dục tự nhiên tan biến, lòng được nhẹ nhàng. Nay nhờ đó được đôi chút tỉnh ngộ, xin cung kính lễ bái đấng Đại Từ Tôn, phát thệ nguyện trong đời vị lai sẽ trừ sạch hết quân ma, phân thân hóa hiện nơi vô số cõi thế giới để làm lợi ích cho tất cả chúng sinh.

Tôi có vị thầy là tiên sinh Trương Băng Am, thường ân cần dạy dỗ răn nhắc, nhiều lần nói với tôi rằng: "Việc tu tập phép quán bất tịnh này cũng giống như học nghề làm bếp. Khi học thành nghề rồi, lúc xẻ thịt trâu không nhìn thấy toàn thân con trâu nữa, [mà chỉ thấy đó là những bộ phận riêng rẽ hợp thành,] dùng một con dao [mổ trâu] qua mười chín năm vẫn còn sắc bén như vừa mới mài." Nay thanh kiếm trừ ma của tôi qua trăm lần tôi luyện đã hóa thành vàng, chém sạch hết những con quỷ hiện hình dung xinh đẹp mỹ miều, bởi trong mắt không còn nhìn thấy những thân thể xinh đẹp hoàn hảo, [mà chỉ thấy đó là những túi da bọc chứa xương thịt, máu mủ], nên cho dù có ngồi cạnh [mỹ nữ đẹp như] Tây Thi cũng chỉ thấy những xương thịt, gân cốt, ba mươi sáu thứ uế tạp như đờm dãi, phẩn uế, lông, tóc, móng tay v.v... Do đó, cũng không cần phải ngưỡng mộ học theo Triển Cầm[1] xưa kia ngồi cạnh nữ nhân mà tâm không rối loạn, [chỉ cần theo phép quán này ắt dập tắt được trong tâm không còn ham muốn].

Nay tôi viết ra đây những lời thô thiển, không văn hoa mỹ lệ, chỉ nhằm nêu rõ được ý nghĩa tu tập, để người xem qua liền có thể thực hành theo; thực hành

[1] Triển Cầm: tức Liễu Hạ Huệ, một bậc danh sĩ người nước Lỗ nổi tiếng về đức độ, có lần phải ôm một cô gái để cứu cô ấy khỏi chết rét nhưng trong lòng không hề khởi sinh tà niệm.

được rồi lại tiếp nối truyền đạt cho người khác, khiến cho ai ai cũng đều có thể vĩnh viễn dứt trừ, làm khô kiệt con sông ái dục.

Nguyện cho bánh xe Chánh pháp thường chuyển động lưu hành, khiến cho cõi đời uế trược dần trở nên thanh tịnh trang nghiêm [như cõi Phật].

Phần thứ nhất: Quán xét chung hình thể nam nữ

1. Nếu tĩnh tâm quán chiếu, có thể thấy rằng hết thảy kẻ nam người nữ ở thế gian đều do tình dục mà sinh ra, đó là nguồn gốc sinh ra không trong sạch.
2. [Bào thai] con người vốn do tinh cha huyết mẹ hòa hợp mà sinh ra, đó là cách thọ sinh không trong sạch.
3. [Bào thai] ở trong bụng mẹ, nằm bên dưới sinh tạng, bên trên thục tạng, đó là chỗ ở không trong sạch.
4. Lúc ở trong bào thai, chỉ duy nhất sống bằng máu huyết của mẹ, đó là nguồn thức ăn không trong sạch.
5. Ở trong thai đủ mười tháng rồi từ cửa mình người mẹ mà sinh ra, đó là vừa sinh ra đã không trong sạch.
6. [Sinh ra rồi lớn lên,] trong thân thể chứa đầy máu mủ, chín lỗ trên thân thường chảy ra những thứ nước dơ nhớp, đó là toàn thân đều không trong sạch.

Phần thứ hai: Bộ sinh dục nữ không trong sạch.

Kinh Đại oai đức đà-la-ni[1] chép rằng: "Phật bảo A-nan: Nên biết rằng trong cơ thể người phụ nữ có 5 nhóm trùng mà người đàn ông không có. Năm nhóm trùng này cư trú trong âm đạo của phụ nữ,[2] mỗi nhóm có tám mươi loại, cả hai đầu con trùng đều có miệng như kim nhọn, như dao sắc. Mỗi khi chúng ăn vào cơ thể thì khiến cho người phụ nữ tinh thần bất an, bực dọc, lại tăng thêm ham muốn tình dục."[3]

Phần thứ ba: Những ô uế trong bụng người phụ nữ.

Kinh Thiền bí yếu[4] nói rằng: "Nếu người tu tập

[1] Kinh Đại oai đức đà-la-ni (大威德陀羅尼經), tổng cộng 20 quyển, do ngài Xà-na-quật-đa dịch sang Hán ngữ, được xếp vào Đại Chánh tạng thuộc Tập 21, kinh số 1341. Nội dung trích dẫn bắt đầu từ dòng thứ 29, trang 833, tờ c.

[2] An Sĩ toàn thư khắc là "在二道中 - tại nhị đạo trung". Tham khảo kinh văn chép là: "在陰道中 - tại âm đạo trung". Chúng tôi e rằng An Sĩ toàn thư đã khắc nhầm. Hoặc cũng có thể An Sĩ toàn thư muốn dùng "nhị đạo" để chỉ cả 2 đường đại, tiểu tiện, nhưng như vậy cũng không hợp nghĩa lắm. Chúng tôi căn cứ kinh văn.

[3] Đoạn trích này lấy ý từ kinh văn, không trích nguyên văn.

[4] Kinh Thiền bí yếu, tức kinh Thiền bí yếu pháp (禪祕要法經), tổng cộng 3 quyển, do ngài Cưu-ma-la-thập dịch sang Hán ngữ, được xếp vào Đại Chánh tạng thuộc Tập 15, kinh số 613. Đoạn trích này được chúng tôi tìm thấy trong sách Pháp uyển châu lâm (法苑珠林), quyển 67, ở trang 793, tờ b, bắt đầu từ dòng thứ 14 (Đại Chánh tạng, Tập 53, kinh số 2122), với dòng mở đầu là "如禪祕要經云 - Như Thiền bí yếu kinh vân". Tuy nhiên, nội dung này không có trong kinh Thiền bí yếu pháp, mà thật ra là ở trong sách Trị thiền bệnh bí yếu pháp (治禪病祕要法), 2 quyển, do Thư Cừ Kinh Thanh dịch sang Hán ngữ, được xếp vào Đại Chánh tạng thuộc Tập 15, kinh số 620. Nội dung trích này thuộc quyển 1, bắt đầu từ dòng thứ 4, trang 335, tờ c. Như vậy, sách Pháp uyển châu lâm đã dẫn chú sai tên sách và An Sĩ toàn thư trích lại từ đó nên đã nhầm lẫn theo.

thiền định mà lửa dục bùng phát, đêm ngày tơ tưởng chuyện dâm dục, phải biết đó là tình huống cực kỳ nguy cấp, phải gấp rút đối trị tâm tham dục ấy. Phương pháp đối trị là áp dụng việc quán xét tử cung của người nữ. Tử cung[1] nằm phía dưới sinh tạng, phía trên thục tạng, có 99 lớp màng cực mỏng như bào thai con lợn chết, bên trong lại chứa đầy chất nước hôi hám, có hình như ruột ngựa, phía trên cong tròn, phía dưới hơi nhọn lại như hình quả lê, gắn vào âm đạo, bên trong có đến 1.900 nếp nhỏ li ti, giống như những đường chỉ nhỏ trên tàu lá chuối, có 8 vạn nhóm trùng vây quanh. Mỗi khi người phụ nữ uống nước vào, phân tán ra khắp 404 đường mạch, các nhóm trùng này được ăn vào liền nôn ra chất mủ hôi hám có màu như máu. Lại có giống trùng cực nhỏ thường thích thú dạo chơi bên trong tử cung, sinh sản tích tụ trong một tháng thì không còn đủ chỗ dung chứa, nên mới có chu kỳ kinh nguyệt để thải chúng ra."

Phần thứ tư: Những ô uế trong thân người đàn ông.

Trong sách trên cũng có đoạn nói rằng: "Toàn thân người đàn ông có 404 đường mạch [liên quan đến sự dâm dục], tất cả đều xuất phát từ mắt rồi phân tán xuống ruột, cho đến vị trí phía dưới sinh tạng, phía trên thục tạng, cùng với các mạch của phổi, tì, thận... nằm ở hai bên, thảy đều chứa đầy chất mủ

[1] Nguyên bản dùng tử tạng (子髒), là tên khác của tử cung (子宫), chỉ một bộ phận thuộc cơ quan sinh dục nữ, nằm giữa bàng quang và trực tràng có hình quả lê dốc ngược. Phần trên lồi to gọi là đáy tử cung, phần dưới nhỏ dài gọi là cổ tử cung. Cổ tử cung thò vào âm đạo, còn đáy tử cung được kết nối với một hoặc cả hai ống dẫn trứng.

màu xanh như tinh dịch của loài heo rừng, hôi thối không thể đến gần. Các đường mạch ấy chạy xuống đến chỗ dương vật thì chia làm ba nhánh như đường gân trên tàu lá chuối, cộng cả thảy có 1.200 đường mạch nhỏ, trong mỗi một đường mạch ấy đều sinh ra những phong trùng nhỏ li ti, hình dạng như sợi lông. Bên trong những phong trùng li ti này lại sinh ra các cân sắc trùng,[1] số lượng nhiều đến 78.000, vây quanh thành vòng tròn.

"Khi mắt người nam vừa nhìn thấy hình sắc gợi dục, tâm tham dục liền khởi lên. Tâm dục vừa khởi lên, 404 đường mạch nói trên đều nhất thời bị khích động, 80 nhóm trùng đều đồng thời há miệng, chảy nước mắt ra. Nước mắt của chúng màu xanh trắng, hóa thành tinh dịch theo nam căn mà tiết ra ngoài."[2]

Phần thứ năm: Sức mạnh của phép quán bất tịnh.

Đức Phật bảo ngài Xá-lợi-phất: "Nếu như có người trong bốn chúng đệ tử Phật, mặc áo hổ thẹn, uống thuốc hổ thẹn, cầu được giải thoát, thì nên theo học pháp môn [quán bất tịnh] này, cũng như được uống vào chất nước cam lộ mầu nhiệm.

[1] An Sĩ toàn thư chép là "風蟲之外有筋色蟲 - phong trùng chi ngoại hữu cân sắc trùng", nhưng tham chiếu bản sách nguồn được trích là *Trị thiền bệnh bí yếu pháp* thì chép là: "諸蟲口中生筋色蟲 – chư trùng khẩu trung sinh cân sắc trùng". Chúng tôi căn cứ bản gốc để dịch là "bên trong" chứ không phải "bên ngoài".

[2] Đoạn trích này nằm trong quyển 1, sách Trị thiền bệnh bí yếu pháp (治禪病祕要法) như vừa dẫn trên, bắt đầu từ dòng thứ 20, trang 335, tờ c. An Sĩ toàn thư vẫn dẫn chú nhầm lẫn dựa theo sách Pháp uyển châu lâm.

"Trước hết hãy quán tưởng rằng, hết thảy các loài trùng sống ở vùng phía trước tử cung cho đến bên trong âm hộ người nữ, cũng như trong khắp thân thể người nam, trong lúc giao hợp đều há miệng, vểnh tai, trợn mắt nôn ra chất mủ tanh hôi. Trong lúc quán tưởng, luôn giữ hơi thở điều hòa an tĩnh, tỉnh giác theo dõi hơi thở ra vào, chú tâm quán chiếu mỗi mỗi hình ảnh đều rõ rệt, sáng tỏ như nhìn vào những đường chỉ trong lòng bàn tay. Cho đến lúc dù nhắm mắt hay mở mắt cũng đều có thể nhìn thấy rõ ràng tất cả thì xem như phép quán này được thành tựu, lửa dục tự nhiên dứt hẳn. Khi ấy cho dù có chư thiên, tiên nữ hiện ra trước mắt cũng chỉ nhìn thấy như người cùi hủi. Đối với thân thể của chính mình hay của người khác, cho đến của tất cả chúng sinh trong khắp cõi Dục giới này, cũng đều quán thấy như vậy.

"Nếu người nào đã uống được loại thuốc 'quán tưởng' này, đó chính là bậc đại trượng phu, là thầy dạy khắp hai cõi trời người, không còn bị dòng sông ân ái cuốn trôi phiêu dạt. Nên biết rằng những người như thế, tuy trong lúc còn chưa vượt ra khỏi vòng sinh tử luân hồi nhưng thân thể đã thơm tho tinh khiết như hoa ưu-bát-la, là bậc hương tượng mạnh mẽ trong cõi người, cho dù lực sĩ của Long vương hay vị trời Đại Tự Tại đều không bằng được."[1]

[1] Đoạn trích này nằm trong sách Trị thiền bệnh bí yếu pháp (治禪病祕要法), quyển 1, trang 336, tờ a, bắt đầu từ dòng thứ 6. An Sĩ toàn thư vẫn dẫn chú sai lầm theo sách Pháp uyển châu lâm.

Phần thứ sáu: Khuyên người phải quyết định tu tập.

Kinh Thiền yếu ha dục[1] nói rằng: "[Người muốn tu tập pháp quán bất tịnh, phải quán tưởng] như người tù bị giam trong ngục, bốn phía đều có tường vách canh phòng nghiêm ngặt, chỉ còn duy nhất một lối thoát ra qua hố xí, không còn đường nào khác. Lại ví như người trúng độc, chỉ duy nhất có một cách là dùng phẩn uế mới trị được, không còn cách nào khác. Quán tưởng như thế rồi [thì sẽ quyết tâm] tu tập tinh tấn phép quán bất tịnh, [vì biết đó là phương pháp duy nhất để diệt dục, là con đường duy nhất để cầu đạo giải thoát.]"

BỐN CÁCH QUÁN TƯỞNG KHỞI SINH SỰ RÕ BIẾT

Phép quán này thành tựu thì rõ biết sâu xa rằng bản thân ta với người khác đều có đủ những điều xấu xa ô uế. Đây là pháp môn phương tiện áp dụng ngay trong hoàn cảnh hằng ngày để phá trừ tham dục.

---

[1] Kinh Thiền yếu ha dục (禪要訶欲經): Hiện không tìm thấy tên kinh này, nhưng trong Khai nguyên thích giáo lục lược xuất (開元釋教錄略出), quyển 4, có ghi: "禪要訶欲經一卷 (題云禪要經呵欲品) 後漢, 失譯 - Thiền yếu ha dục kinh, nhất quyển (đề vân: Thiền yếu kinh, Ha dục phẩm), Hậu Hán, thất dịch." Như vậy đây chính là kinh Thiền yếu (禪要經), 1 quyển, dịch vào đời Hậu Hán, đã mất tên người dịch, được xếp vào Đại Chánh tạng thuộc Tập 15, kinh 609. Phẩm Ha dục (thứ nhất) bắt đầu từ dòng thứ 20, trang 237, tờ c. Từ dẫn chú này chúng tôi tìm ra được chính xác đoạn kinh văn trích dẫn nằm ở trang 238, tờ b, bắt đầu từ dòng thứ 16.

Tâm tham dục của phàm phu vốn thay đổi khác nhau từ đời này sang đời khác. Đời trước sinh làm thân nữ, nhìn thấy người nam liền khởi tâm tham muốn. Đời này sinh làm thân nam, lại khởi tâm tham muốn thân thể người nữ. Nếu trong mỗi hoàn cảnh như thế đều có sự nhận biết rõ ràng bản chất ô uế của thân thể nam nữ, thì tâm tham ái không thể dựa vào đâu để sinh khởi.

Phần thứ nhất: Quán tưởng lúc ngủ vừa thức dậy, khởi sinh sự rõ biết

Trải qua một giấc ngủ, ngay khi vừa tỉnh giấc, nằm yên lặng lẽ tĩnh tâm quán tưởng vào lúc hai mắt vừa mở ra lờ mờ chưa nhìn rõ, còn chưa rửa mặt. Khi ấy, trong miệng chứa đầy nước bọt qua đêm hôi hám, lưỡi thì bám đầy những bợn vàng cáu bẩn, thật hết sức nhơ nhớp, liền quán niệm rằng: Cho dù là bậc tuyệt thế giai nhân, mỹ miều kiều diễm, môi thắm miệng xinh, nhưng vào lúc vừa thức giấc qua đêm, chưa tô son điểm phấn, tất nhiên trong miệng cũng hôi hám nhơ nhớp không khác gì ta.

Phần thứ hai: Quán tưởng sau khi say rượu, khởi sinh sự rõ biết

Tĩnh tâm quán tưởng như lúc ban đêm uống rượu quá chén, say đến nỗi ruột gan đảo lộn, vừa sáng ra liền nôn mửa đầy nhà, khắp mặt đất đều là những thứ đã ăn vào chưa tiêu hóa hết, chó đói vừa đến ngửi vào cũng chịu không nổi phải vẫy đuôi chạy mất không ăn, [thật là hôi hám nhơ nhớp không thể nói hết], liền quán niệm rằng: Cho dù là người đẹp thùy mị, ăn uống nết na dịu dàng, nhưng lúc trải qua tiệc rượu linh đình rồi thì trong bụng cũng chứa đầy những thứ [thức ăn chưa tiêu hóa như ta đã nôn ra] không khác.

Phần thứ ba: Quán tưởng vào lúc có bệnh, khởi sinh sự rõ biết

Tĩnh tâm quán tưởng lúc trải qua cơn bệnh nặng vừa mới khỏi, gầy ốm đen sạm, hình dung khô tóp xấu xí, ví như lại bị những chứng ung nhọt, ghẻ chốc, máu mủ cùng rỉ chảy, hôi hám khiến người ta chẳng dám đến gần, liền quán niệm rằng: Cho dù là bậc quốc sắc thiên hương, hoặc thiếu nữ diễm kiều, nếu như gặp lúc trải qua cơn bệnh nặng, thì thân thể hình trạng cũng sẽ gầy còm xấu xí như ta không khác.

Phần thứ tư: Quán tưởng hố xí, khởi sinh sự rõ biết

Tĩnh tâm quán tưởng như trong hố xí kia, tích tụ đầy những phẩn và nước tiểu, giòi trắng nhặng xanh thường tụ tập trong đó, [thật hôi hám ô uế không thể nói hết], liền quán niệm rằng: Cho dù là mỹ nhân kiều diễm muôn phần, thân thể thường tắm gội, xông hoa ướp hương thơm ngát, nhưng một khi ăn uống vào bụng rồi cũng phải tiêu hóa ra thành những thứ như trong hố xí kia, không thể khác được.

CHÍN PHÉP QUÁN TỬ THI

Phép quán này thành tựu thì rõ biết thân này sau khi chết có vô số những điều thê thảm. Đây là pháp môn phương tiện dùng sự suy xét chỗ kết thúc cuối cùng để dứt tuyệt tham ái.

Con người khi nghĩ đến ngày chết thì lửa tham dục tự nhiên lắng xuống. Kẻ ngu si khi nghe nói đến cái chết thì buồn bã than khóc, cho là sự chẳng lành, [đâu biết rằng] rốt cùng thì trăm năm sau rồi bất cứ ai cũng phải tan rã hoại diệt mà thôi. Chín phép quán tưởng của hàng Bồ Tát [được trình bày dưới đây] chính là bến bờ giải thoát, là cây cầu lớn giúp người vượt qua [dòng sông ái dục, thoát khỏi] biển khổ.

Phép quán thứ nhất: Thi thể người mới chết

Tĩnh tâm quán tưởng hình ảnh thân thể người mới chết, hình dung chỉ thấy toàn thân buông xuôi nằm ngửa, khí lạnh thấu xương, không còn hay biết được điều gì cả, liền quán niệm rằng: Thân thể hiện nay của ta dù tham tài luyến sắc, tương lai rồi cũng phải đến lúc [buông xuôi] như thế. Quán niệm như vậy rồi thì tâm tham dục liền nguội lạnh phai nhạt.

Phép quán thứ hai: Máu bầm xanh đen trong thi thể người chết

Tĩnh tâm quán tưởng hình ảnh thi thể người chết khi còn chưa liệm, ví như từ một ngày cho đến bảy ngày, sắc khí đen sậm khắp thi thể, dần dần biến thành chất máu bầm màu xanh đen, thật đáng sợ vô cùng, liền quán niệm rằng: Thân thể sinh động đẹp đẽ này của ta, tương lai rồi cũng phải đến lúc [hư hoại dần dần] như thế. Quán niệm như vậy rồi thì tâm tham dục liền nguội lạnh phai nhạt.

Phép quán thứ ba: Máu mủ tanh hôi trong thi thể người chết

Tĩnh tâm quán tưởng hình ảnh thi thể người chết khi vừa bắt đầu phân hủy, da thịt hoại rửa dần thành chất mủ tanh hôi, toàn bộ lục phủ ngũ tạng đều tiêu nát, liền quán niệm rằng: Thân thể phong lưu, tuấn tú, thanh nhã này của ta, tương lai rồi cũng phải đến lúc [hoại rửa thối nát] như thế. Quán niệm như vậy rồi thì tâm tham dục liền nguội lạnh phai nhạt.

Phép quán thứ tư: Nước nhầy chảy ra từ thi thể người chết

Tĩnh tâm quán tưởng hình ảnh thi thể người chết đã đến lúc tan rã nhưng chưa được chôn cất, nước nhầy màu vàng từ trong chảy ra tanh tưởi, hôi thối đến mức không sao chịu nổi, liền quán niệm rằng: Thân thể thơm tho sạch sẽ này của ta, tương lai rồi cũng phải đến lúc [hoại rửa thối nát] như thế. Quán niệm như vậy rồi thì tâm tham dục liền nguội lạnh phai nhạt.

Phép quán thứ năm: Các loại trùng rúc rỉa thi thể người chết

Tĩnh tâm quán tưởng hình ảnh thi thể người chết đã lâu, phân hủy hôi thối, trong toàn thân nơi nào cũng có các loài trùng chui rúc cắn rứt, ăn vào chất thịt thối rửa ấy, bên trong các đốt xương đều như hang ổ của chúng, liền quán niệm rằng: Thân thể quý giá xinh đẹp, hình loan vóc phụng này của ta, tương lai rồi cũng phải đến lúc [bị trùng bọ rúc rỉa] như thế. Quán niệm như vậy rồi thì tâm tham dục liền nguội lạnh phai nhạt.

Phép quán thứ sáu: Dây gân ràng rịt các đốt xương trong thi thể người chết

Tĩnh tâm quán tưởng thi thể người chết đã thối rửa, tan rã hết da thịt, chỉ còn lại những dây gân ràng rịt lấy các đốt xương, giữ cho chúng dính lại cùng nhau, giống như sợi dây thừng ràng quanh bó củi, nhờ đó mà không rã lìa, liền quán niệm rằng: Thân thể của ta ngày nay thường mượn lấy hoa thơm ngọc quý để tô điểm làm đẹp, tương lai rồi cũng phải đến lúc [còn trơ lại gân xương] như thế. Quán niệm như vậy rồi thì tâm tham dục liền nguội lạnh phai nhạt.

Phép quán thứ bảy: Các đốt xương trong thi thể người chết rã lìa

Tĩnh tâm quán tưởng thi thể người chết khi tất cả dây gân ràng rịt lại tiếp tục tiêu tán mất, các đốt xương không còn gì liên kết nên rệu rã tách rời, nằm la liệt vung vãi khắp nơi trên mặt đất, liền quán niệm rằng: Thân thể cao sang quý phái ngày nay của ta, tương lai rồi cũng phải đến lúc [trở thành những đốt xương nằm vung vãi] như thế. Quán niệm như vậy rồi thì tâm tham dục liền nguội lạnh phai nhạt.

Phép quán thứ tám: Thi thể người chết bị thiêu đốt

Tĩnh tâm quán tưởng thi thể người chết sau khi bị lửa thiêu đốt, cháy đen nằm trên mặt đất, có phần thịt cháy đến chín, có phần vẫn còn chưa cháy hết, quang cảnh thật ghê sợ không dám nhìn đến, liền quán niệm rằng: Thân thể này của ta ngày nay văn chương cái thế, tài ba hơn người, tương lai rồi cũng có thể sẽ [bị thiêu đốt] như thế. Quán niệm như vậy rồi thì tâm tham dục liền nguội lạnh phai nhạt.

Phép quán thứ chín: Chỉ còn lại xương khô

Tĩnh tâm quán tưởng thân thể người chết sau khi chôn cất đã lâu ngày, mưa nắng dãi dầu, [phần mộ hư hoại,] những đốt xương khô từ lòng đất lộ ra, hoặc đã chuyển màu trắng toát, hoặc ngả sang màu vàng như gỗ mục, người đi qua lại hoặc thú vật đều giẫm đạp lên, liền quán niệm rằng: Thân thể này của ta ngày qua tháng lại thật dễ dàng đi đến cảnh già nua, tương lai rồi cũng phải đến lúc [trở thành những khúc xương khô không ai biết đến] như thế. Quán niệm như vậy rồi thì tâm tham dục liền nguội lạnh phai nhạt.

Trích dẫn Kinh điển để sách tấn việc tu tập

Kinh Niết-bàn[1] dạy rằng: "Bồ Tát tu tập quán tưởng sự chết, quán xét mạng sống hiện nay thường

[1] Kinh Niết-bàn, tên đầy đủ là kinh Đại Bát Niết-bàn (大般涅槃經), tổng cộng 40 quyển, do ngài Đàm-vô-sấm dịch sang Hán ngữ, được xếp vào Đại Chánh tạng thuộc Tập 12, kinh số 374.

có vô số sự cừu địch, oán thù quấy nhiễu, trong mỗi một niệm [thì mạng sống này] đều hao tổn đi dần đến sự diệt mất, không có tăng trưởng, cũng giống như thác nước mạnh từ núi cao đổ xuống, không thể dừng nghỉ; lại cũng giống như kẻ tử tù bị đưa đến chỗ hành hình, mỗi một bước đi đều là đến gần hơn với cái chết, lại cũng giống như trâu, dê đang bị dắt đi đến lò mổ, [cái chết càng lúc càng tiến đến gần]."[1]

QUÁN LUÂN HỒI

Phép quán này thành tựu rồi liền thấy rõ được hình tướng của sáu đường sinh tử luân hồi. Đây là pháp môn phương tiện dùng trí tuệ phá trừ các duyên sai lầm.

Khi thần thức rời khỏi thân xác này, gọi là thân trung ấm. Một khi đã nhập vào bào thai [tái sinh] rồi thì thân trung ấm không còn nữa, cũng giống như cây đèn đặt trong nhà tối, khi đèn tắt thì bóng tối lại bao trùm. Trong sáu đường luân hồi có mười bảy tướng trạng [tái sinh] khác nhau, người có trí nên quán xét rõ biết.

1. Từ cõi người tái sinh về cõi trời: Kinh Chánh pháp niệm[2] dạy rằng: "Nếu người chết tái sinh về cõi

[1] Đoạn trích này thuộc quyển 38 của kinh Đại Bát Niết-bàn, trang 589, tờ c, bắt đầu từ dòng thứ 8.

[2] Kinh Chánh pháp niệm, tức kinh Chánh pháp niệm xứ (正法念處經), tổng cộng 70 quyển, do ngài Cù-đàm Bát-nhã-lưu-chi dịch sang Hán ngữ, được xếp vào Đại Chánh tạng thuộc Tập 17, kinh số 721. Nội dung phần này được trích từ quyển 34, bắt đầu từ trang 197, tờ c, dòng thứ 11.

trời, ắt sẽ nhìn thấy những sợi tơ trắng mềm mại treo lơ lửng như sắp rơi xuống, lại nhìn thấy những cảnh như vườn, rừng, hoa cảnh, hồ nước, lại có người ca múa, cười đùa, tiếp đó ngửi thấy mùi hương thơm và nghe tiếng âm nhạc. Khi gia đình thân quyến kêu gào than khóc [vào lúc sắp chết], do có nghiệp lành nên tự nhiên không hề nghe thấy, nhờ đó không luyến tiếc nghĩ nhớ, lập tức được tái sinh về cõi trời."

2. Từ cõi Diêm-phù-đề tái sinh về châu Uất-đan-việt:[1] Khi ấy thân trung ấm sẽ nhìn thấy những sợi tơ mềm mại màu đỏ thắm, liền khởi tâm tham muốn, đưa tay nắm lấy. Những người thân chung quanh lúc ấy đều cho là người lâm chung đang nắm tay vào khoảng không. Tiếp theo sẽ nhìn thấy hồ nước có hoa sen xanh, trong đó có đầy các loài ngỗng, vịt, uyên ương, liền vào nơi ấy dạo chơi. Lại sau khi từ hồ sen đi ra liền nhìn thấy cha mẹ tương lai của mình đang cùng nhau giao hợp. Do sự điên đảo trong tâm tưởng nên nhìn thấy người cha mang thân ngỗng đực, mẹ mang thân ngỗng cái. Nếu sẽ sinh làm thân nam, tự thấy thân mình là ngỗng đực, rồi khởi tâm sân hận với cha, ái luyến với mẹ. Nếu sẽ sinh làm thân nữ, tự thấy

[1] Theo thế giới quan Phật giáo được trình bày trong kinh điển thì có bốn cõi thiên hạ bao quanh núi Tu-di về 4 hướng là: Nam Thiệm bộ châu (hay Diêm-phù-đề), Bắc Câu-lô châu (hay Uất-đan-việt), Đông Thắng thần châu (hay Phất-bà-đề), Tây Ngưu hóa châu (hay Cù-da-ni). An Sĩ toàn thư dùng tên Cù-đà-ni (瞿陀尼) thay vì Cù-da-ni (瞿耶尼), đều chỉ là những tên phiên âm. Cõi Diêm-phù-đề chính là địa cầu mà ta đang sống.

thân mình là ngỗng cái, rồi khởi tâm ái luyến với cha, sân hận với mẹ.

3. Từ cõi Diêm-phù-đề tái sinh về châu Cù-da-ni: Khi ấy thân trung ấm sẽ nhìn thấy những sợi tơ vàng quấn quanh, nhà cửa đều hóa ra màu vàng ròng, tự thấy thân mình là con trâu, thấy người cha là trâu đực, người mẹ là trâu cái. Lại cũng khởi sinh tâm ái luyến và sân hận đối với cha mẹ tùy theo việc sinh làm thân nam hay thân nữ, giống như trường hợp trên.
4. Từ cõi Diêm-phù-đề tái sinh về châu Phất-bà-đề: Vào lúc lâm chung, người này sẽ thấy mọi thứ đều hóa ra màu xanh, có những sợi tơ màu xanh treo lơ lửng, vì sợ những sợi tơ xanh rơi mất, liền dùng tay nắm giữ lấy, lại thấy như trong lòng sợ sệt. Khi ấy nhìn thấy cha mẹ giao hợp như ngựa đực và ngựa cái, [tự thấy thân mình cũng là ngựa,] lại khởi tâm ái luyến và sân hận đối với cha mẹ tùy theo việc sinh làm thân nam hay thân nữ, giống như những trường hợp trên.
5. Từ châu Uất-đan-việt tái sinh về cõi trời, thuộc hạ phẩm: Khi lâm chung nhìn thấy hương hoa xinh đẹp mầu nhiệm, liền khởi tâm luyến ái, vướng mắc, muốn leo lên cây cao. Vừa nghĩ như vậy liền lập tức được bay lên cao, lên đến đỉnh núi Tu-di, rồi đến các cõi trời, có nhiều hoa quả xinh tươi đẹp đẽ.
6. Từ châu Uất-đan-việt tái sinh về cõi trời, thuộc trung phẩm: Khi lâm chung nhìn thấy hoa sen

trong hồ nước, có bầy ong bay chung quanh, liền trèo lên hoa sen ấy rồi bay trên không trung mà đi.

7. Từ châu Uất-đan-việt tái sinh về cõi trời, thuộc thượng phẩm: Khi lâm chung nhìn thấy tòa cung điện uy nghi xinh đẹp, hết sức trang nghiêm thù thắng, liền đi lên rồi trở thành vị thiên tử trong cung điện ấy.
8. Từ châu Uất-đan-việt tái sinh về cõi trời, thuộc trường hợp khác: Khi lâm chung nhìn thấy những cảnh dạo chơi trong vườn, rừng xanh tốt, trong tâm không hề rối loạn hoặc ô nhiễm. Do tâm được thanh tịnh nên tự nhiên bay thẳng lên các cung điện cõi trời, nhìn thấy chư thiên nơi ấy, rồi bay giữa không trung mà đi.
9. Từ châu Cù-da-ni tái sinh về cõi trời: Khi lâm chung nhìn thấy hồ nước rất lớn, thần thức liền trôi giạt trong đó, cho đến tận bờ bên kia liền nhìn thấy các vị thiên nữ tiến gần đến rồi ôm lấy, liền được sinh lên cõi trời.
10. Từ châu Phất-bà-đề tái sinh về cõi trời: Khi lâm chung nhìn thấy cung điện nhà cửa nguy nga xinh đẹp, liền khởi tâm vui mừng. Từ bên ngoài cung điện lại gặp gỡ các vị thiên nhân, cùng các vị thiên nữ dạo chơi. Cũng giống như người ngủ say thức giấc, liền lập tức sinh về cõi trời.
11. Ngạ quỷ dứt nghiệp được tái sinh về cõi trời: Khi lâm chung không còn nghĩ đến chuyện đói khát, nhìn thấy thức ăn uống cũng chỉ lấy mắt nhìn [mà

không ăn]. Chỉ nhìn như thế cũng đủ mừng vui, liền lập tức tái sinh về cõi trời.

12. Súc sinh dứt nghiệp được tái sinh về cõi trời: Khi lâm chung liền nhìn thấy ánh sáng rực rỡ, tâm si mê lập tức suy giảm, mờ nhạt đi, trí tuệ dần dần khai mở, vừa khởi tâm vui mừng liền được sinh về cõi trời.

13. Từ địa ngục dứt nghiệp được tái sinh về cõi trời: Khi ấy vừa bị ngục tốt nơi địa ngục đánh liền chết đi. Nếu là tội nhân bị ném vào nồi đồng chảo sắt, thì vừa ném vào liền chết ngay. Nếu là tội nhân bị chim sắt, ác thú ăn nuốt, thì vừa bị ăn liền chết ngay, không còn sống lại như trước. Khi ấy thần thức bỗng dưng nhìn thấy giữa không trung có những cảnh ca múa cười đùa, có gió thơm thổi đến chạm vào thân mình, liền lập tức sinh về cõi trời.

14. Người chết tái sinh làm người: Khi lâm chung liền nhìn thấy hòn núi đá rất lớn, sắp rơi đè lên mình, liền đưa tay chống đỡ, bỗng thấy núi đá hóa ra như dải lụa trắng, liền leo lên đó, đến nơi lại thấy hóa ra dải lụa đỏ, lần lượt lại nhìn thấy ánh sáng rực rỡ, bên trong ánh sáng có đôi nam nữ đang giao hợp. Nếu sinh làm thân nam, liền tự thấy mình đến giao hợp với người nữ, bị người nam cản trở, hoặc nếu sinh làm thân nữ, sẽ thấy ngược lại. Trong giây lát, thân trung ấm diệt mất, lập tức nhập vào bào thai.

15. Chư thiên được tái sinh trở lại cõi trời: Khi thọ mạng cõi trời đã hết, vị trời này vẫn không mất

đi các tướng trang nghiêm, lại cũng không có vị trời nào khác đến chiếm lấy tòa ngồi. Nếu được tái sinh về các cõi trời cao hơn, liền nhìn thấy những tướng trạng khả ái thù thắng.

16. Chư thiên tái sinh về các cõi trời thấp hơn: Khi lâm chung vị trời này nhìn thấy những cảnh vườn, rừng, ao hồ đều không được [tốt đẹp] như trước, lại cảm thấy đói khát khổ não. Vào lúc khát nước mong muốn được uống, liền lập tức tái sinh vào cõi trời thấp hơn.

17. Từ châu Phất-bà-đề tái sinh về châu Cù-da-ni và ngược lại: Khi lâm chung nhìn thấy trong hang tối có tia chớp điện màu đỏ, lại thấy như có lá phướn từ trên cao rủ xuống, liền đưa tay đón lấy rồi lần theo lá phướn ấy mà đi vào trong hang, liền thọ thân trung ấm. Khi ấy, hoặc nhìn thấy hai con ngựa [giao hợp, nếu tái sinh về châu Phất-bà-đề], hoặc là hai con trâu, [nếu tái sinh về châu Cù-da-ni], tướng trạng cũng giống như đã nói [tại mục 3 và mục 4 ở trên].

Nếu tái sinh vào địa ngục, cũng có các tướng trạng phân biệt, mời xem trong kinh Quán Phật tam-muội,[1] ở đây không thể trình bày hết được.

[1] Kinh Quán Phật Tam-muội, tức kinh Phật thuyết Quán Phật Tam-muội hải (佛說觀佛三昧海經), tổng cộng 10 quyển, do ngài Phật-đà-bạt-đà-la dịch sang Hán ngữ, được xếp vào Đại Chánh tạng thuộc Tập 15, kinh số 643.

QUÁN XÉT TÌNH DỤC Ở CÁC CÕI TRỜI

Phép quán này thành tựu rồi liền rõ biết nguyên do tạo thành phúc đức nặng nhẹ khác nhau nơi cõi trời. Đây là pháp môn phương tiện nhờ nhận biết sự giảm nhẹ tình dục ở các cõi trời mà tỉnh giác đối với sự tham muốn ái dục nơi cõi người.

Cõi Ta-bà này thật đáng kinh sợ biết bao! Không một chúng sinh nào không tham muốn sắc dục. Trên từ chư thiên các cõi trời, dưới cho đến các loài sâu bọ côn trùng, một khi đã có thân tướng hình trạng thì đều bị sóng nghiệp xô đẩy trôi giạt. Nhưng trong chỗ nặng nhẹ khác nhau của nghiệp lực, chẳng những cách biệt rất xa như trời vực, mà [còn thể hiện rõ] rằng phước đức càng cao dày thì dục tình càng suy giảm, mà nghiệp ác càng nặng nề thì dục tình cũng theo đó càng thêm bức bách.

Hãy xem một bầy chó đang lúc tụ tập tranh nhau hành dâm, có thể thấy rõ tham dục thật quá mạnh mẽ. Một con chó cái hôi tanh ghê tởm mà cả bầy chó đực đều biểu lộ sự tham muốn ghê gớm. Con mạnh nhất tranh giành phủ được lên rồi, những con yếu vẫn chạy quanh thèm thuồng luyến tiếc. Khi thỏa mãn được lòng dục rồi lại dương dương tự đắc, thè lưỡi vẫy tai, hoàn toàn không biết gì đến sự hổ thẹn. Ví như gặp phải người tàn nhẫn vác gậy lớn quật thẳng vào xương sống, ắt là ngay sau phút ái ân say sưa, trong khoảnh khắc đã phải hồn xiêu phách lạc.

Chư thiên các cõi trời nhìn con người ở thế gian, cứ theo lý mà suy thì có thể hiểu được, [cũng sẽ cảm giác không khác gì chúng ta nhìn quang cảnh bầy chó như trên]. Dù vậy, rốt ráo siêu việt ra khỏi tất cả các tầng trời, thật chỉ có uy đức xuất thế lớn lao của Như Lai mà thôi.

1. *Cõi trời Tứ vương và cõi trời Đao-lợi:* Kinh Lâu thán chánh pháp[1] nói rằng: "Chư thiên ở hai cõi trời Tứ vương và Đao-lợi, khi giao hợp thì hình thể nam nữ cũng gần gũi nhau giống như người thế gian, nhưng không có việc xuất tinh."
2. *Cõi trời Dạ-ma:* Trên cõi trời Dạ-ma, [chư thiên nam nữ muốn thỏa lòng dục thì] lộ vẻ mừng vui ôm nhau, hoặc chỉ cần nắm tay nhau là đủ.[2]
3. *Cõi trời Đâu-suất:* Trên cõi trời Đâu-suất, [chư thiên

---

1 An Sĩ toàn thư dẫn chú: "樓炭正法經云 - Lâu thán chánh pháp kinh vân" (Kinh Lâu thán chánh pháp nói rằng). Thật ra không có kinh mang tên "Lâu thán chánh pháp". Chúng tôi tìm thấy đoạn văn được An Sĩ toàn thư trích dẫn ở đây trong sách Pháp uyển châu lâm (法苑珠林), tổng cộng 100 quyển, được xếp vào Đại Chánh tạng thuộc Tập 53, kinh số 2122. Nội dung trích thuộc quyển 72, trang 830, tờ b, bắt đầu từ dòng thứ 10, với câu mở đầu là "故樓炭正法念經等云 – Cố Lâu thán, Chánh pháp niệm kinh đẳng vân" (Cho nên, các kinh Lâu thán và Chánh pháp niệm đều nói rằng). Như vậy, An Sĩ toàn thư đã dẫn chú theo sách này nhưng ghi sai lệch nên có vẻ như một tên kinh, trong khi thật sự là hai tên kinh khác nhau. Kinh Lâu thán tức là kinh Đại lâu thán (大樓炭經), tổng cộng 6 quyển, hiện được xếp vào Đại Chánh tạng thuộc Tập 1, kinh số 23. Kinh Chánh pháp niệm tức là kinh Chánh pháp niệm xứ (正法念處經), tổng cộng 70 quyển, được xếp vào Đại Chánh tạng thuộc Tập 17, kinh số 721.

2 Nguyên tác không tiếp tục dẫn chú, nhưng tất cả các đoạn trích trong phần này đều dẫn lại từ sách Pháp uyển châu lâm như đã nói trên.

nam nữ muốn thỏa lòng dục] chỉ cần đùa cợt nói cười với nhau là đủ, không cần phải ôm nhau.

4. *Cõi trời Hóa Lạc:* Trên cõi trời Hóa Lạc, [chư thiên nam nữ muốn thỏa lòng dục] chỉ cần nhìn nhau là đủ, không cần đến việc nói cười.

5. *Cõi trời Tha Hóa Tự Tại:* Trên cõi trời Tha Hóa Tự Tại, [chư thiên nam nữ muốn thỏa lòng dục] chỉ cần nghe tiếng nói của nhau, hoặc ngửi mùi hương là đủ, không cần phải nhìn thấy nhau.

QUÁN XÉT NHÂN DUYÊN

Phép quán này thành tựu rồi thì thấu suốt rõ ràng [nguyên nhân] căn bản của phiền não trong ba đời. Đây là pháp môn phương tiện làm khô kiệt nguồn nước ái dục.

Chúng sinh chỉ biết sợ sệt khi quả báo [của việc làm] xấu ác đã đến. [Ngược lại,] Bồ Tát biết lo trừ bỏ ngay từ đầu những nhân xấu ác. Một khi đã trừ bỏ được nhân xấu ác, thì tự nhiên quả khổ đau không còn xảy đến nữa.

Ví như con sư tử dũng mãnh bị trúng tên vào trước ngực, lập tức phóng nhanh về hướng đã bắn ra mũi tên, truy lùng bốn phía để bắt cho kỳ được người thợ săn. Một khi đã bắt được thợ săn ấy rồi, bao nhiêu những kẻ cùng đi ắt đều phải trốn chạy hết, [sự nguy hiểm không còn nữa].

Đối với những con chó ngu xuẩn thì khác, khi bị người dùng gậy đánh, chỉ biết hướng theo đầu gậy mà sủa. [Cách phản ứng của sư tử và chó,] một bên là khôn ngoan trí tuệ, một bên là ngu xuẩn si mê, thật hoàn toàn khác biệt.

Lại ví như muốn cho nồi nước đang đun không sôi nữa, người đầu bếp chỉ cần rút hết củi ra.

Trong mười hai nhân duyên thì đầu mối xấu ác nằm ở vô minh. Xin mọi người hãy cùng nhau lắng lòng ngồi yên cùng nghe giảng kinh Pháp Hoa.

Kinh Pháp Hoa dạy rằng:

- *Vô minh duyên hành.* Vô minh tức là phiền não si mê tăm tối từ nhiều đời trước, không có sự sáng suốt soi chiếu.[1] Duyên nghĩa là duyên do, là nguyên nhân khởi sinh, dẫn đến. Hành nghĩa là các nghiệp đã tạo ra từ nhiều đời trước đến nay. Nói "vô minh duyên hành" có nghĩa là, trong đời quá khứ do một niệm vô minh khởi lên mà tạo thành các nghiệp thiện, ác.
- *Hành duyên thức.* Thức ở đây là chỉ đến một niệm mê lầm vừa sinh khởi, mong muốn nhập vào thai mẹ.
- *Thức duyên danh sắc.* Danh sắc ở đây chỉ đến việc từ sau khi nhập thai, các căn dần dần được hình thành.
- *Danh sắc duyên lục nhập.* Đã hình thành sáu căn,

[1] Các phần giải thích trong nguyên tác được khắc kiểu chữ nhỏ giống như chú thích, có lẽ để phân biệt với kinh văn. Chúng tôi xét thấy nội dung giải thích là quan trọng nên trình bày như chính văn và in nghiêng phần kinh văn để phân biệt.

trong tương lai chắc chắn sẽ nhập với sáu trần, nên gọi là lục nhập.

- *Lục nhập duyên xúc*. Xúc là chỉ đến việc sau khi ra khỏi thai mẹ, trong khoảng ba, bốn tuổi, đối diện với trần cảnh nhưng chưa có sự hiểu biết gì nên chỉ đơn thuần là tiếp xúc.
- *Xúc duyên thụ*. Thụ là chỉ đến trong khoảng từ năm, sáu tuổi cho đến mười hai, mười ba tuổi, đã có khả năng tiếp thụ trần cảnh [vào tâm thức].
- *Thụ duyên ái*. Ái là chỉ đến trong khoảng từ mười bốn, mười lăm cho đến mười tám, mười chín tuổi, do tham muốn, bám chấp vào âm thanh, hình sắc... nên liền sinh khởi tham ái.
- *Ái duyên thủ*. Thủ là chỉ đến từ năm hai mươi tuổi trở về sau, tham dục ngày càng lớn mạnh, khiến cho phải tìm cầu theo đuổi không thôi.
- *Thủ duyên hữu*. Hữu là chỉ đến nhân hữu lậu, vì đã vướng chấp vào cảnh giới thiện ác, nên tương lai phải luân hồi hiện hữu mãi mãi trong ba cõi.
- *Hữu duyên sinh*. Sinh là chỉ đến thân năm uẩn tương lai phải thọ sinh trong sáu đường.
- *Sinh duyên lão tử, ưu bi khổ não*. Lão tử là chỉ đến thân tương lai [một khi đã sinh ra] ắt phải chịu sự già yếu rồi chết đi. [Từ lúc sinh ra cho đến già chết, lại do nghiệp nhân phiền não mà phải chịu đựng đủ mọi nỗi buồn đau sầu khổ.]

[Trên đây là chu kỳ sinh khởi của mười hai nhân duyên. *Do quán xét như thế mà có thể biết được rằng, nếu] vô minh diệt mất, ắt hành cũng diệt mất; hành diệt mất, ắt thức cũng diệt mất; thức diệt mất, ắt danh sắc cũng diệt mất; danh sắc diệt mất, ắt lục nhập cũng diệt mất; lục nhập diệt mất, ắt xúc cũng diệt mất; xúc diệt mất, ắt thụ cũng diệt mất; thụ diệt mất, ắt ái cũng diệt mất; ái diệt mất, ắt thủ cũng diệt mất; thủ diệt mất, ắt hữu cũng diệt mất; hữu diệt mất, ắt sinh cũng diệt mất; sinh diệt mất, ắt lão tử, ưu bi khổ não cũng diệt mất.*

[Cũng do quán xét như trên mà có thể biết rằng,] vô minh trong quá khứ chính là tham ái, chấp thủ trong hiện tại. Nếu quán xét thấy được tất cả các pháp đều vô thường, do đó dứt trừ được tham ái, chấp thủ trong hiện tại, ắt là vô minh từ quá khứ cũng được phá trừ. Đó là chỗ giản yếu nhất [trên con đường tu tập].[1]

QUÁN GIẢI THOÁT

Phép quán này thành tựu rồi thì tất cả tội lỗi đều tự nhiên diệt mất, được [vãng sinh về Cực Lạc,] hóa sinh từ hoa sen. Đây là pháp môn phương tiện cắt đứt dòng sinh tử, bước lên bờ giải thoát.

Trong sự tu tập theo Phật pháp, hết thảy các pháp môn đều không có sự khác biệt về mục đích, tất cả đều lấy sự vượt thoát luân hồi làm cứu cánh rốt ráo.

[1] Trong một ý nghĩa khác, chu kỳ 12 nhân duyên cũng có thể phân tích thấy rõ là sinh khởi và diệt mất ngay trong từng niệm tưởng của chúng ta.

Muốn vượt thoát luân hồi cũng có nhiều con đường, nhưng trong đó thì pháp môn Tịnh độ là con đường thẳng tắt, nhanh chóng nhất. Nay xin trình bày pháp môn quán tưởng dưới đây, mỗi câu mỗi chữ đều cung kính dựa theo Kinh điển Đại thừa. Nếu ai y theo đây mà tu tập hành trì, nhất định sẽ được vãng sinh về Cực Lạc, hóa sinh từ hoa sen vào hàng thượng phẩm,[1] việc tu tập răn ngừa dâm dục đến khi ấy mới có thể xem như thành tựu trọn vẹn.

Hành giả tu tập răn ngừa sự dâm dục, mỗi buổi sáng sớm sau khi rửa mặt, vệ sinh sạch sẽ, liền mặc y phục sạch sẽ, [đến trước bàn thờ Phật,] đốt hương đảnh lễ Tam bảo, sau đó ngồi kết già quay mặt về hướng tây [bắt đầu quán tưởng].

Trước hết quán tưởng từ trên đỉnh đầu mình có một chữ "lam" ()[2] hiện ra, tỏa hào quang màu đỏ rạng chiếu khắp nơi, ban đầu chỉ nhỏ như một quả cầu màu đỏ thắm, tiếp đó lớn dần lên như mặt trăng tròn, rồi tiếp tục lớn lên như một bánh xe lửa có ba góc, lửa ấy thiêu đốt tự thân hành giả từ đầu cho đến chân không sót chỗ nào, đồng thời cũng thiêu cháy cả thành quách, đất nước, rồi khắp cõi Diêm-phù-đề, lan ra cho đến khắp bốn cõi thiên hạ đều thiêu cháy. Sức lửa ngày càng lớn mạnh, phát triển ra đến khắp mười phương thế giới. Ví như hành giả có bao nhiêu

---

1 Người tu pháp môn Tịnh độ được vãng sinh tùy theo kết quả công phu tu tập sẽ phân làm ba phẩm là thượng phẩm, trung phẩm và hạ phẩm. Mỗi phẩm như vậy đều chia làm ba bậc là thượng sanh, trung sanh và hạ sanh. Do đó cộng tất cả có chín phẩm.

2 Phạn ngữ, đọc là "lam".

tội lỗi nặng nề, sau khi bị sức lửa phát ra từ chữ Phạn ấy thiêu đốt cũng đều dần dần tiêu diệt hết.

Tiếp theo, quán tưởng chữ "a" (अ),[1] thấy từ trong chữ "a" đó khởi sinh ra thân mình cùng với thân của hết thảy chúng sinh, tất cả đều bền chắc như kim cương, không thể hư hoại. Lại quán tưởng thấy tự thân mình ở tại thế giới Cực Lạc phương Tây, hiện ra trong hồ bảy báu, ở giữa đóa hoa sen có ngàn cánh hoa, còn chưa nở hẳn. Tiếp theo lại quán tưởng tự tâm mình như bánh xe hình mặt trăng tròn, bên trong bánh xe ấy có hiện ra chữ "úm" (ॐ),[2] tiếp đó quán tưởng đóa hoa sen bỗng nhiên nở bừng, chu vi rộng ra đến 12 do-tuần, cọng sen bằng vàng Diêm-phù-đàn, cánh sen bằng bạch ngân, nhụy sen bằng kim cương, đài sen bằng loại hồng ngọc chân-thúc-ca, đủ mọi dáng vẻ trang nghiêm xinh đẹp, không thể nói hết được.

Tiếp theo lại quán tưởng vào lúc hoa sen vừa nở ra liền được nhìn thấy đức Phật A-di-đà, ngồi trên một tòa sen báu rất lớn. Hoa sen của tòa ấy có đến tám vạn bốn ngàn cánh hoa, mỗi cánh hoa đều có tám vạn bốn ngàn đường gân, mỗi đường gân lại có đủ tám vạn bốn ngàn màu sắc, mỗi một màu sắc lại tỏa ra tám vạn bốn ngàn tia sáng. Thân Phật oai nghiêm gấp trăm ngàn vạn ức lần chư thiên cõi trời Dạ-ma, với sắc vàng tía như vàng Diêm-phù-đàn. Thân Phật cao vô lượng do-tuần, nơi lông trắng giữa hai chân

[1] Phạn ngữ, đọc là "a".

[2] Phạn ngữ, đọc là "úm".

mày có hình xoáy tròn uyển chuyển, như năm ngọn núi Tu-di. Mắt Phật long lanh như nước trong bốn biển lớn, trong đó hai màu xanh, trắng phân biệt rõ ràng. Các lỗ chân lông trên thân Phật đều tỏa chiếu hào quang sáng ngời. Hào quang từ thân Phật bao trùm khắp trăm ức cõi thế giới đại thiên.

Tiếp theo lại quán tưởng có một tòa sen báu rất lớn ngay bên trái tòa sen của Phật, trên đó có đức Bồ Tát Quán Thế Âm ngồi kết già, toàn thân màu vàng pha sắc tím, trên đỉnh đầu có bảo châu như ý kết thành mũ báu, có ánh quang minh vô lượng làm thành tua giải mũ. Từ trong lòng bàn tay ngài hóa ra năm trăm ức đóa hoa sen có đủ các màu sắc khác nhau, mỗi một ngón tay đều có đến tám vạn bốn ngàn đường chỉ tay, mỗi một đường chỉ ấy đều tỏa chiếu hào quang đủ loại khác nhau. Mỗi khi ngài nhấc chân lên, đặt chân xuống đều hiển lộ tướng bánh xe có ngàn nan hoa [dưới lòng bàn chân], tự nhiên hóa thành năm trăm ức đài quang minh. Ngoài ra, những hình tướng khác trên thân Bồ Tát đều giống như Phật, chỉ riêng tướng nhục kế và tướng không thể nhìn thấy trên đỉnh đầu là không theo kịp đức Thế Tôn.

Tiếp theo lại quán tưởng có một tòa sen báu rất lớn ngay bên phải tòa sen của Phật, trên đó có đức Bồ Tát Đại Thế Chí ngồi kết già, các hình tướng lớn nhỏ của thân ngài đều giống như Bồ Tát Quán Thế Âm, hào quang tỏa chiếu ra chung quanh, mỗi hướng đều xa đến một trăm hai mươi lăm do-tuần. Trên mũ báu của Bồ Tát có năm trăm đóa hoa quý, trong đó hiển lộ hết thảy các Phật sự. Bồ Tát thường đưa cánh tay báu ra đón lấy và tiếp dẫn những chúng sinh niệm Phật.

Kế đó quán tưởng trên mặt đất bằng lưu ly có những sợi dây bằng vàng giăng thành đường đi, lại có ngàn vạn tòa lầu gác, thảy đều bằng trăm món báu hợp thành, hoặc lơ lửng trên hư không, hoặc ở trên mặt đất quý. Có vô số các loại nhạc cụ, thảy đều phát ra âm thanh nhiệm mầu hay lạ.

Tiếp theo lại quán tưởng cây báu, tất cả đều xếp thành bảy hàng, đều có hoa, quả bằng bảy báu, mỗi hoa mỗi quả đều có màu sắc khác lạ của các món báu, trong màu lưu ly có tỏa sáng màu vàng ròng, trong màu pha lê có tỏa sáng màu hồng ngọc, trong màu mã não có tỏa sáng màu xà cừ, trong màu xà cừ có tỏa sáng màu trân châu diệp lục, san hô, hổ phách, cùng tất cả các loại châu báu, phản chiếu ánh sáng của nhau trang nghiêm xinh đẹp, lại có lưới bằng trân châu che phủ trên cao.

Tiếp theo lại quán tưởng bên trong hồ bảy báu có nước tám công đức, tất cả đều do các món châu báu kỳ diệu hợp thành. Các loại châu báu này đều mềm mại nhiệm mầu, từ nơi loại châu như ý quý nhất sinh ra, phân chia thành mười bốn nhánh, mỗi nhánh đều có đủ màu sắc của bảy món báu, kênh mương dẫn nước đều bằng vàng ròng, đáy mương bằng kim cương đủ màu sắc khác nhau, trong mỗi mương nước đều có sáu mươi ức đóa sen bằng bảy báu, mỗi đóa sen đều lớn rộng hình tròn với đường kính như nhau, đến mười hai do-tuần.

Kế đến lại quán tưởng tự thân mình được gặp Phật và Bồ Tát, trong lòng hết sức phấn chấn hoan hỷ, lại có thể bay lên không trung mà đi, hướng đến chỗ đức Phật và các vị Bồ Tát, cúi đầu và mặt sát dưới chân các ngài đảnh lễ, đồng thời đốt hương báu vô giá, rải hoa báu vô giá, xướng lên vô số âm nhạc cõi trời, phóng ra vô số vầng mây báu, cùng dâng lên cúng dường đức Phật A-di-đà và hai vị Đại Bồ Tát.

Tiếp theo lại quán tưởng tự thân mình sau khi cúng dường đức Phật và hai vị Bồ Tát, liền đối trước các ngài thực hiện đại lễ sám hối, phát thệ nguyện cứu độ tất cả chúng sinh trong mười phương.

Kế đến quán tưởng nơi thế giới Cực Lạc ấy, mỗi một cây báu, mỗi một lầu gác, cung điện đều có một vị Phật và hai vị Bồ Tát cùng ngồi kết già trang nghiêm. Khi ấy, tự thân mình liền hóa ra vô số thân, cùng đến trước các vị Phật và Bồ Tát ấy, cúng dường đầy đủ như trước, lại cũng sám hối và phát thệ nguyện như trước.

Tiếp theo quán tưởng tự thân mình quay trở lại ngồi trên tòa sen báu lúc trước, ngồi kết già trang nghiêm, nhất tâm quán tưởng hào quang từ cụm lông trắng giữa hai chân mày của đức Phật A-di-đà tỏa chiếu, liền vui mừng an nhiên trụ yên trong đó.

Nếu vào lúc có vọng tưởng khởi sinh, chỉ cần quán tưởng hoa sen nở ra hoặc hoa sen khép lại thì vọng tưởng tự nhiên dứt mất. Nếu thấy khởi sinh tâm phân biệt, chỉ cần quán tưởng một chữ "sái" ([illegible])[1] thì trong tâm liền không còn phân biệt. Nếu thấy khởi sinh tâm tham trước vướng chấp, chỉ cần quán tưởng một chữ "hàm" ([illegible]) thì sẽ không còn chấp trước.

(Các pháp quán tưởng này được mô tả tường tận trong kinh Thập lục quán,[2] ở đây vì phạm vi giới hạn của sách này nên không thể trình bày đầy đủ, vì thế chỉ căn cứ vào các kinh sách như: kinh Đại A-di-đà, Quán kinh sớ sao, Hiển mật viên thông, Chuẩn-đề, Tịnh nghiệp v.v... mà tham khảo, biên soạn lại một số điểm cốt yếu, nhằm giúp cho những ai bước đầu tìm đến với pháp môn này có thể dễ dàng tu tập hành trì, đồng thời cũng trợ giúp thêm cho những ai tu tập ba pháp quán nhất tâm còn chưa được thành tựu. Đối với những hành giả đã có tín tâm sâu vững, xin đọc kỹ trong kinh Thập lục quán, để khi thực hành pháp quán không bị sai lệch với lời Phật dạy, như vậy mới không bị đọa lạc vào cảnh giới của ma. Nếu như pháp quán tưởng này được thành thục rồi thì cảnh giới Tịnh độ hiện ra ngay trước mắt, khi ấy cho dù đối diện với những lạc thú cõi trời cũng không còn thấy ham thích gì nữa, đâu chỉ là khăng khăng lo việc ngăn ngừa hạn chế dâm dục, vốn chỉ là pháp vì người căn cơ thấp kém ban đầu mà nói ra thôi.)

---

[1] Phạn ngữ, đọc là "sái".

[2] Kinh Thập lục quán: tức là kinh Phật thuyết Quán Vô Lượng Thọ Phật (佛說觀無量壽佛經), 1 quyển, được xếp vào Đại Chánh tạng, thuộc Tập 12, kinh số 365. Kinh này thường được gọi là kinh Thập lục quán, vì trong kinh chỉ bày 16 phép quán tưởng.

安士全書

QUYỂN BA

GIẢI TRỪ NGHI VẤN

TỔNG LUẬN VỀ NGHIỆP THAM DỤC[1]

Hỏi: Thái cực sinh ra lưỡng nghi,[2] lưỡng nghi lại sinh ra tứ tượng,[3] từ đó mới khởi sinh con người. Cho nên biết được rằng, hình thể nam nữ phân biệt vốn là do trời đất sinh ra [theo nguyên lý âm dương]. Nam nữ đã do trời đất sinh, nay lại chê bỏ chán ghét chuyện nam nữ đến với nhau, như vậy liệu có hợp lý chăng?

Đáp: Nam nữ lập thành gia đình, vốn là ước nguyện lớn lao của các bậc cha mẹ. Nhưng nếu không đợi sự cho phép của cha mẹ mà lén lút vụng trộm tìm

[1] Phần này có 8 mục hỏi đáp. (Chú giải của soạn giả)

[2] Câu hỏi này dựa trên vũ trụ quan theo kinh Dịch, phổ biến ở Trung Hoa. Theo đó thì từ chỗ khởi đầu hỗn mang của trời đất gọi là thái cực, sinh ra lưỡng nghi tức hai khí âm, dương.

[3] Tứ tượng: tức thái dương, thiếu dương, thái âm và thiếu âm.

cách qua lại với nhau thì tất nhiên đó là điều đáng ghét đáng khinh. Đối với cha mẹ đã là như thế, ắt đối với trời đất cũng là như thế, [nên những chuyện tà dâm phải ngăn cấm cũng là lẽ tất nhiên.]

Hỏi: Trời đất lấy sự sống của muôn vật làm tâm nguyện, chuyện quan hệ nam nữ, căn bản vốn là để sinh con cái. Nếu như lại chê bỏ chán ghét việc ấy thì còn chi là lý lẽ sinh tồn?

Đáp: Lấy sự sống của muôn vật làm tâm nguyện, ấy là nói chung về lòng từ bi không làm tổn hại sự sống, chứ không có ý cho rằng việc sinh sản nhiều là quý. Trời đất nếu cho việc sinh sản nhiều là quý, ắt những loài như gà, chó, lợn, dê, mỗi con đều sinh sản rất nhiều, hoặc như cá tôm đẻ trứng cũng nhiều đến số trăm ngàn, đem so với con người [hẳn phải là đáng quý hơn], như vậy liệu có thể xem là hợp với lòng trời chăng?

Hỏi: Thượng đế nếu như đã ghét việc tà dâm, lẽ ra nên làm cho loài người sinh ra cùng một hình tướng [không phân nam nữ], đến tuổi trưởng thành thì tự nhiên phát dục sinh con, như vậy ắt sẽ dứt được tận gốc chuyện tà dâm. Vì sao Thượng đế lại không làm như vậy?

Đáp: Chuyện lành dữ, họa phúc chốn nhân gian, tuy quả thật do trời định, nhưng bất quá cũng chỉ là dựa theo nghiệp nhân đã tạo mà hình thành quả phải nhận, tuyệt nhiên không thể có ý riêng thiên vị trong đó. Huống chi, hình tướng nam hay nữ cũng đều tùy theo chỗ tạo tác của tâm đời trước, trời đã không thể ép buộc cho người thế gian đều có cùng một tâm thức như nhau, thì làm sao có thể ép buộc kẻ nam người nữ trong chốn thế gian có cùng một hình tướng như nhau?

Hỏi: Chuyện quan hệ nam nữ đối với thế gian là điều hết sức kín đáo, bí mật, trời đất quỷ thần làm sao lại có thể rõ biết tất cả?

Đáp: Khắp cõi pháp giới này cùng với tâm thức của chúng ta, vốn không phải hai thực thể phân biệt khác nhau. Điều gì mà tự tâm mình biết được thì tất nhiên là mười phương thế giới cũng đều biết được, đâu chỉ riêng trời đất quỷ thần biết được thôi sao? Mặt nước trong lặng thì bóng trăng tự nhiên phản chiếu, xác chuột chết sình thối thì sinh giòi bọ, [đều là những chuyện tự nhiên,] sao ông không xét kỹ lý lẽ ấy?

Hỏi: Làm việc giết hại thì khiến người đau đớn khổ sở, làm việc trộm cướp thì khiến người nghèo đói khốn cùng, những việc ấy tất nhiên phải chịu quả báo, không cần phải nói. Thế nhưng việc tà dâm thì đôi bên cùng vui thích, nào có hại ai đâu?

Đáp: Quả đúng là hai kẻ tà dâm lúc ấy đều vui thích, nhưng thử hỏi nếu người chồng của dâm phụ nhìn thấy có vui chăng? Cha, mẹ, anh em những người ấy nhìn thấy có vui chăng? Trời đất quỷ thần nhìn thấy có vui chăng? Cho nên, bất quá cũng chỉ làm cho một người vui thích, mà những kẻ căm giận đến nghiến răng đấm ngực, trợn mắt vây quanh thì đầy khắp hư không. Như vậy, sao có thể lại là không có tội?

Hỏi: Như vậy, nếu như đem việc tà dâm mà so với các tội giết hại hoặc trộm cướp thì tội nào nặng hơn?

Đáp: Tội giết hại thì khiến cho đối tượng bị giết phải đau đớn, khổ sở không chịu nổi, còn tội tà dâm thì khiến người phải chịu tiếng xấu cũng không chịu nổi. Tội trộm cướp thì cướp đi của người tài sản mà họ cần để nuôi dưỡng thân thể, còn tội tà dâm thì cướp đi của người phẩm chất quý báu để nuôi dưỡng tâm tính. Vì nhân tạo ra không giống nhau, nên quả báo cũng khác nhau. Kẻ phạm tội giết hại hoặc trộm cướp phải chịu tội như lửa dữ gặp gió to, sống chết thật cấp kỳ nhanh chóng. Còn quả báo của tội tà dâm thì như kẻ mắc bệnh nan y, suy nhược kéo dài, khó lòng thoát khỏi cũng khó lòng trừ dứt. Thật ra không thể nói là bên nào nặng hơn.

Hỏi: Leo tường sang nhà hàng xóm mà dụ dỗ dan díu con gái họ, có thể nói là đã làm chuyện tội nghiệt. Nhưng nếu có nữ nhân ham muốn tự tìm đến với mình, như kẻ tự chui đầu vào lưới, mình chỉ chấp nhận thôi thì sao có thể gọi là có tội?

Đáp: Dụ dỗ con gái người khác là tâm ý nào? Chấp nhận quan hệ với kẻ tìm đến mình là tâm ý nào? Nếu thật có thể chấp nhận kẻ gian dâm, ắt cũng có thể làm việc dụ dỗ. Ví như ở chỗ kia có liều thuốc độc, nếu mình đi đến đó lấy uống sẽ chết, nhưng có người mang đến cho mình, nhận lấy mà uống thì cũng chết.

Hỏi: Xâm phạm đến con gái nhà lành, tất nhiên là tội rất nặng. Nhưng nếu như đối với người giúp việc trong nhà mà quan hệ dan díu thì sao có thể gọi là tội lỗi?

Đáp: Tuy thân phận của người bị nhục bởi hành vi tà dâm có sự khác biệt, phân chia sang hèn, nhưng bản chất của hành vi tà dâm thật không khác gì nhau. Tà dâm với gái bán dâm cũng là tội lỗi, huống chi với người giúp việc trong nhà mình?

PHÂN TÍCH GIẢI TRỪ NGHI VẤN VỀ NHÂN QUẢ[1]

Hỏi: Những kẻ giàu sang phú quý, phần đông đều tạo nghiệp dâm dục, sao chẳng thấy quả báo?

Đáp: Nếu nghiệp lành đời trước đến nay đã chín mùi, thì dù hiện nay làm việc ác, nhưng trước tiên vẫn được hưởng phước báo của đời trước, còn quả báo của việc ác ngày nay sẽ lưu lại đến đời sau. Ví như năm mất mùa vẫn được ăn lúa của năm trước, còn việc mất mùa năm nay, sang năm sau mới phải đói khổ. Việc nhận lãnh quả báo tốt xấu, thiện ác cũng giống như vậy.[2]

Hỏi: Chuyện ong bướm đa tình với công danh sự nghiệp thường tương khắc như nước với lửa, vì sao vậy?

[1] Phần này có 8 mục hỏi đáp. (Chú giải của soạn giả)

[2] Phần giải đáp này dựa theo kinh Nghiệp báo sai biệt. (Chú giải của soạn giả)

Đáp: Không gì tổn hại đến danh thơm tiếng tốt của người khác hơn là chuyện dan díu tà dâm, vì thế nên tự thân mình cũng phải chịu quả báo tổn hại danh tiết.

Hỏi: Kẻ làm nam nhi mà tham dâm háo sắc thì đời sau phải đọa làm thân nữ, vì sao như vậy?

Đáp: Kẻ tham dâm háo sắc thì trong lòng lúc nào cũng chỉ nghĩ đến gái đẹp. Do bị tình ý tham dục dẫn dắt nên từ giọng nói tiếng cười cho đến hình dung tướng mạo đều muốn bắt chước theo những dáng vẻ mỹ miều mà mình ưa thích, do đó mà khí dương của nam tử phải mất dần, hình thể cũng tùy theo tâm thức mà thay đổi, [nên đời sau phải sinh làm thân nữ].

Hỏi: Nếu nói rằng đàn ông tham dâm lúc nào cũng nghĩ đến phụ nữ nên đời sau sinh làm thân nữ. Vậy đàn bà tham dâm lúc nào cũng nghĩ đến đàn ông, ắt đời sau được sinh làm đàn ông. Vì sao cũng một việc tham dâm, mà với phụ nữ là may mắn thế, mà đối với đàn ông thì bất hạnh đến thế?

Đáp: Nam giới chuyển sinh thành nữ giới, đó là đọa lạc; nữ giới chuyển sinh thành nam giới, đó là thăng tiến. Hai người cùng tạo nhân đọa lạc, nhất định không thể có chuyện một người riêng được thăng tiến, [còn người kia phải chịu đọa lạc]. Ví như hai người cùng leo lên vách núi cao, một người sẩy chân khi đang nhìn xuống, người kia thì sẩy chân trong lúc ngước nhìn lên. Người nhìn xuống bị sẩy chân, tất nhiên phải rơi xuống chân núi, nhưng lẽ nào người ngước nhìn lên bị sẩy chân lại có thể rơi ngược lên đỉnh núi hay sao?

Hỏi: Con cái đều do chuyện dục tình mà có, vậy người nhiều tham dục lẽ ra phải sinh nhiều con cái, vì sao những kẻ đam mê sắc dục lại thường hiếm muộn con cái?

Đáp: Việc ấy có hai nguyên nhân. Một là do phong thái cứng rắn của nam giới đã bị cạn kiệt, nên không thể sinh được con. Hai là vì tinh dịch hao tổn nên còn lại quá ít, cũng giống như người nấu rượu bủn xỉn, cho vào nồi chỉ một ít gạo mà quá nhiều nước, [không thể có được rượu].

Hỏi: Người thế gian nói rằng: Kẻ phạm tội phải chịu tội, không liên can đến vợ con; người làm quan, dẫu quyền thế cũng không truyền được cho con cháu. Vậy nếu như kẻ làm nhiều việc thiện mà cháu con được hưng thịnh phát đạt, người phạm tội tà dâm để lại tai ương cho con cháu đời sau, chẳng phải là cháu con của người làm việc thiện thì tự nhiên được hưởng phúc, mà con cháu kẻ tà dâm lại vô cớ phải chịu tai họa đó sao?

Đáp: Đời trước có tu thiện nên đời này mới thác sinh vào nhà làm thiện để được hưởng phúc. Đời trước làm việc ác nên đời này mới thác sinh vào nhà kẻ ác để chịu tai ương. Hoa sen không thể nở ra từ bụi gai dại, chuột nhắt lẽ nào lại được sinh từ bào thai voi chúa?

Hỏi: Người tu tập thiện nghiệp ắt sinh quý tử, điều đó là hợp lý. Chỉ có điều, trước hết thì đôi bên phải có duyên phận cùng nhau, mới có thể thác sinh. Ví như gặp trường hợp phước báo tương xứng mà duyên không hợp, hoặc duyên phận hợp nhau mà phước báo không tương xứng, những trường hợp ấy thì sao?

Đáp: Từ vô số kiếp trong quá khứ đến nay, những kẻ muốn theo ta báo oán ắt nhiều không kể xiết, mà những kẻ muốn theo ta trả ơn cũng nhiều không kể xiết. Cho nên, nghiệp thiện tự nhiên chiêu cảm quả thiện, việc ác tự nhiên tương ứng quả ác, lo gì lại không có cách đổi thay hoàn cảnh?

Hỏi: Người nham hiểm độc ác, tất nhiên không con nối dõi. Nhưng người thờ kính Phật, giữ trai giới, phát tâm xuất thế, vì sao tất cả đều phải chịu cảnh không con nối dõi?

Đáp: Người nham hiểm độc ác không có con nối dõi, đó là quả báo của tâm khắc nghiệt ác độc. Người tu hành không con nối dõi, đó lại là phước báu thanh tịnh. Trong thế gian này, những đứa con cháu ngỗ nghịch hư hỏng, khiến các bậc cha ông phải buồn phiền chết không nhắm mắt, quả thật nhiều không đếm xuể. Các bậc đại thánh đại hiền còn không thể biết được chuyện con cháu đời sau, huống chi là những người tu hành như ông nói? Ví như có được con cháu đời đời noi theo các bậc hiền thánh, nhưng hai nghiệp dâm dục với giết hại thì làm người không ai thoát khỏi, nếu truy xét đến tận cội nguồn thì ai là người tạo ra nghiệp ấy, [chẳng phải chính ta đó sao?]

Vì thế, bậc tu hành chân chánh có được trí tuệ sáng suốt đầy đủ thì quyết cầu sự giải thoát rốt ráo, muốn xả bỏ thân thể phàm tục này nên nhìn lại chuyện con đàn cháu đống của thế gian chẳng có gì là ham thích cả. Ví như có người trong đời trước làm thân mèo, sinh được một con mèo con, tất nhiên hết sức vui mừng thương yêu. Đến khi tái sinh được làm người, nếu biết được con mèo kia là do mình sinh ra trong đời trước, lại nhìn thấy nó ăn vụng cá hay bắt chuột, ắt phải lấy làm xấu hổ tức giận vô cùng. Lúc ấy liệu có còn mong rằng dòng giống con mèo kia được tiếp nối sinh sản đời đời không dứt hay chăng?

GIẢI ĐÁP THẮC MẮC VỀ NGĂN NGỪA TÀ DÂM

Hỏi: Phẩm Phổ Môn [trong kinh Pháp Hoa] dạy rằng: "Nếu có chúng sinh nào nhiều tham dục, thường cung kính niệm danh hiệu Bồ Tát Quán Thế Âm liền có thể dứt lìa tham dục." Sao lại có thể được như thế?

Đáp: Sắc dục là đường mê, pháp Phật là bến giác. Giác ngộ phá tan mê lầm, cũng như ánh đèn xua tan tăm tối, đó là lẽ nhất định phải vậy. Khổng tử từng nói: "Nếu như đạt được lòng nhân ái thì xấu ác không còn." Chẳng phải cũng là cùng một lẽ như vậy đó sao?

Hỏi: Có người nằm mơ thấy bảng nhà trời ghi tên mình, có thứ hạng thi đỗ, về sau quả nhiên tất cả đều ứng nghiệm đúng như vậy nên không còn nghi ngờ gì nữa. Tuy nhiên, xét như ở thế gian này, mỗi một đất nước đều có ngôn ngữ khác nhau, thì trên trời cũng phải có sách riêng của nhà trời, viết bằng chữ của trời, người phàm không thể đọc hiểu được. Còn như người phàm đã đọc được, thì lẽ nào cõi trời hóa ra lại sử dụng chữ viết của người phàm hay sao?

Đáp: Bảng nhà trời nhìn thấy trong giấc mộng, ấy đều do chính tâm mình cảm ứng hóa ra. Trong tâm mình vốn sẵn có chữ viết của đất nước mình, không hề có hình thể của sách trời, cho nên những gì nhìn thấy trong mộng, chỉ duy nhất có chữ viết của địa phương mình mà thôi. Cũng ví như trong mộng nghe tiếng quỷ thần nói, thì người phương nam nghe quỷ thần nói giọng nam, người phương bắc sẽ nghe quỷ thần nói giọng bắc, [đều do chính tự tâm mình hóa hiện mà thôi].

Hỏi: Vợ chồng ân ái cùng nhau, liệu đời sau có trở lại làm vợ chồng với nhau nữa chăng?

Đáp: Cũng giống như bèo trôi trên mặt nước, như chim ngủ đêm trên cây rừng, đều do khi duyên đến thì gặp nhau, nếu hết duyên ắt sẽ chia xa.

Hỏi: Do đời trước có duyên với nhau nên đời này mới kết hợp thành chồng vợ. Đã là chồng vợ thì duyên ấy càng thêm sâu nặng, vì sao đến đời sau lại có thể không gặp nhau được nữa?

Đáp: Đối với cả hai người, liệu có gì đảm bảo là đời sau đều sẽ được sinh ra làm người chăng? Ví như có được sinh làm người cả, thì liệu có chắc là sẽ được tuổi tác tương ứng, phúc đức hình tướng như nhau, hoặc được sinh ra gần nhau [để gặp nhau], hoặc vẫn là một nam một nữ như đời này chăng?

Hỏi: [Nghe nói rằng] chư thiên trên sáu tầng trời [cõi Dục], càng lên cao thì phúc đức càng sâu dày hơn, mà dục niệm lại càng yếu ớt hơn,[1] theo lý mà nói thì đúng là như vậy, nhưng việc ấy liệu có ai thấy được?

Đáp: Những lời tốt đẹp về chư thiên như thế, cũng có thể nghiệm thấy nơi cõi thế gian này. Hãy xem như người đời, những người ít tham dục được hưởng phúc sâu dày, những kẻ đắm mê sắc dục gặp nhiều tai họa, như vậy có thể thấy lý lẽ ấy đã quá rõ ràng. Bằng như phải đợi nhìn thấy [tất cả mọi việc] trước mắt rồi mới chịu tin thì quả là người quá ư kém trí.

Hỏi: Dục niệm của chư thiên ở sáu tầng trời [cõi Dục] tuy là càng lên cao thì càng yếu ớt hơn, nhưng chẳng biết chư thiên về sau có do nơi dục niệm ấy mà đọa lạc [vào các cảnh giới thấp] hay không?

Đáp: Chỉ cần còn có dục niệm thì không ai thoát khỏi sự đọa lạc. Kinh Chánh pháp niệm xứ dạy rằng: "Sự trói buộc lớn nhất ở cõi trời không gì hơn nữ sắc. Nữ sắc trói buộc chư thiên, khiến cho phải đọa vào ba đường ác."[2]

---

[1] Xem lại phần "Quán xét tình dục ở các cõi trời".

[2] Trích từ kinh Chánh pháp niệm xứ (正法念處經), quyển 29 (tổng cộng 70 quyển), thuộc Đại Chánh tạng, Tập 17, kinh số 721. Đoạn trích nằm ở trang 169, tờ c, dòng thứ 12 - 13.

Hỏi: Các vị A-la-hán ứng hóa trong thế gian, cũng có vợ con như người đời, vì sao không phải chịu nghiệp báo?

Đáp: Tội lỗi nghiệp chướng đều do tâm tạo. Các vị A-la-hán đã đoạn dứt mọi tình cảm phàm tục, phiền não còn dựa vào đâu mà có thể trói buộc các ngài? Ví như các thứ trang sức, y phục, mỗi ngày đều được dùng trang điểm trên thân thể phụ nữ, nhưng nếu đã không tơ tưởng gì đến phụ nữ thì những trang sức, y phục kia nào có tạo ra tội nghiệt gì?

Hỏi: Người tu tiên thuật, dùng các phương thuốc điều chỉnh âm dương, nói là có thể được trường sinh, liệu có đáng tin chăng?

Đáp: Thần tiên tuy vẫn còn trong chốn luân hồi, chưa thoát được sinh tử, nhưng nếu không tu hành đạt tâm thanh tịnh giải thoát thì không thể đạt đến địa vị ấy. Nếu lại buông thả tâm tham dục làm nhơ nhớp danh hiệu thần tiên, lẽ nào lại được quả báo trường sinh hay sao? Hạng người như thế chính là đời này mê hoặc, dối gạt người khác, đời sau phải chịu quả báo nơi địa ngục.

Hỏi: Những chuyện dâm dục ô uế đem so với thuật trường sinh ắt là tương khắc như than lửa với băng giá. Tôi chỉ lấy làm lạ là vì sao người như Dương Quý Phi, gây hại suýt diệt mất nhà Đường, mà sau khi chết lại có thể thành tiên?

Đáp: Ai nhìn thấy bà ấy thành tiên? Ví như có nhờ phúc đức đời trước mà được sinh vào cõi tiên, đến lúc hết phước ắt cũng phải đọa vào ba đường ác. Bậc cổ đức từng nói: "Ví như có được thành tiên, cũng chỉ như giữ cái xác chết hóa quỷ mà thôi." Như vậy có gì đáng để hâm mộ?

Hỏi: "Đêm mồng bảy nơi điện Trường sinh, lúc nửa đêm có lời riêng tư",[1] tất nhiên đó chỉ là người xưa gửi gắm ý tưởng vào văn chương mà thôi. Thế còn những chuyện như Lưu, Nguyễn[2] gặp tiên nữ ở Thiên Thai, hoặc Ngưu lang và Chức nữ ước hẹn định kỳ gặp nhau nơi dải ngân hà, thì phải giải thích thế nào?

Đáp: Những chuyện ấy đều là do các văn nhân bịa đặt ra rồi ghi chép truyền lại mà thôi. Dục niệm của chư thiên nơi sáu tầng trời [thuộc cõi Dục] so với tình dục của người thế gian khác biệt rất xa, nếu căn cứ vào những chuyện hư truyền ấy thì [tình dục của tiên nhân] nào có khác gì với kẻ phàm phu? Người đời sau tin theo những lời sai dối, hóa ra giễu cợt các vị thiên nữ, xúc phạm chư thiên cõi trời, tạo nghiệp xấu do lời nói không thể kể hết.

---

[1] Lấy ý từ hai câu thơ trong bài Trường hận ca của Bạch Cư Dị: "七月七日長生殿, 夜半無人私語時." (Thất ngoạt thất nhật Trường sinh điện, dạ bán vô nhân tư ngữ thời. - Vào mồng bảy tháng bảy, tại điện Trường sinh, lúc nửa đêm vắng vẻ không người, có lời riêng tư trao đổi.)

[2] Tức Lưu Thần và Nguyễn Triệu. Theo truyền thuyết thì hai người này đều gặp được tiên nữ ở núi Thiên Thai.

PHÁ BỎ NHỮNG SAI LẦM KHI THỰC HÀNH TU TẬP[1]

Hỏi: Quyết tâm thực hành việc giữ giới tà dâm vốn đã là việc hết sức khó khăn, nay còn liệt kê ra các phương pháp thực hành hết sức chi ly tường tận, chẳng phải là đã ép người phải làm một việc quá khó hay sao?

Đáp: Việc thực hành giữ giới tà dâm dựa theo trung đạo mà thiết lập nhiều phương pháp, ai thấy có khả năng thích hợp với phương pháp nào thì tùy chọn mà làm theo. Lễ nghi của Nho gia có đến 300 mục, về tiểu tiết có đến 3.000 điều. Đạo Phật cũng có ba ngàn oai nghi phải theo, tám muôn công hạnh tinh tế phải giữ. Tất cả những điều ấy, đâu phải chỉ vì một người mà đặt ra?

Hỏi: [Nhà Nho nói rằng:] "Người quân tử không gần gũi nữ sắc." Nói "không gần gũi", bất quá cũng chỉ muốn nói là lãnh đạm, không quá say mê, ham thích. Nếu đem nữ sắc mà so với rắn độc, hổ dữ, chẳng phải là quá đáng lắm sao?

Đáp: Chết vì rắn độc hay hổ dữ, trong hàng ngàn người chưa có đến một, hai. Nhưng chết vì tham dục thì trong mười người đã có đến tám, chín. Theo đó mà xét thì nữ sắc quả thật còn đáng sợ hơn cả rắn độc, hổ dữ.

Hỏi: Sự ngăn ngừa [tà dâm] theo cương thường, đạo nghĩa cũng không ngoài lễ giáo. Chẳng qua là

[1] Phần này có 10 mục hỏi đáp. (Chú giải của soạn giả)

trai gái phải có sự phân biệt rõ ràng, nếu không đúng theo lễ nghĩa thì không nhìn, như vậy tức là đã răn ngừa được sự tà dâm, đâu cần phải bày ra phép quán bất tịnh, khởi lên những tư tưởng ô uế như vậy?

Đáp: Chuyện ái ân nam nữ là ham muốn lớn nhất của con người. Lửa dục một khi đã bốc lên rồi thì rất khó lòng dập tắt, ví như có đao kiếm trước mặt, vạc dầu chảo nóng sau lưng sẵn sàng trị tội, nhưng kiềm chế lại được thì may ra cũng chỉ vạn người có một. Nếu chỉ hoàn toàn dựa vào những lời dạy của thánh hiền xưa mà muốn cho lòng tham dâm dục của người ta phải tiêu tan đi hết, e rằng có đến vạn vạn phần không sao đạt được. Hơn nữa, giáo lý có thể khuyên dạy người đời, trợ giúp tích cực cho việc trị an trong xã hội thì không gì hơn thuyết nhân quả. Nhưng một khi tâm tham dâm đã đột nhiên bùng phát, thì cho dù có nhìn thấy nhân quả ngay trước mắt, người ta cũng không thể dứt được tận cội nguồn của tâm ái luyến. Chỉ có thể dùng pháp quán bất tịnh mới dứt tuyệt được ái luyến mà thôi. Cho nên nói rằng, mười phần nghiêm cấm cũng không bằng một phần khiến người ta lạnh nhạt, thờ ơ với sắc dục. Vì thế, luận về việc răn ngừa dâm dục thì nhất định phải lấy việc quán bất tịnh làm pháp tu căn bản nhất.

Hỏi: Pháp quán bất tịnh hoặc chín pháp quán tưởng [như trình bày trên], đối với người cư sĩ tại gia tất nhiên cần phải tu tập. Nhưng đối với người một lòng hướng về pháp môn tối thượng, đạt trí tuệ chân chánh ngay trong đời này, hết thảy phiền não ắt tự nhiên tan biến, thì cần chi phải học những pháp môn Tiểu thừa?

Đáp: Đạo rốt ráo tuy không có sự nắm giữ hay buông bỏ, nhưng kẻ mới bước vào ắt cũng có chỗ ưa thích, có chỗ chán ghét. Đại sư Thiên Thai[1] có dạy rằng: "Pháp quán bất tịnh tuy chỉ là pháp môn sơ cơ, nhưng có thể giúp thành tựu sự giác ngộ lớn lao. Cũng giống như xác chết trôi trên mặt biển,[2] nếu noi theo đó có thể vào đến bờ. Do nơi pháp quán bất tịnh này mà có thể đạt được trí tuệ thanh tịnh, có thể được sinh về cõi Phật thanh tịnh nhiệm mầu. Người thường tu pháp quán bất tịnh chính là tạo nghiệp thanh tịnh. Thuở xưa đức Thế Tôn khi báo trước bảy dấu hiệu diệt mất của Chánh pháp về sau này, ở điều thứ tư nói rằng: "Đệ tử Phật vào đời mạt pháp sẽ không ưa thích tu tập pháp quán bất tịnh."[3] Theo đó mà xét thì biết rằng, người am hiểu Phật pháp thâm sâu mới có thể tu tập được pháp quán bất tịnh này. Trong kinh Đại Bát-nhã[4] có trình bày chi tiết về hai pháp quán tử thi và quán xương trắng,[5] sau đó kết luận rằng: "Đó là những hình tướng của Bồ Tát Đại thừa." Như vậy, sao có thể cho rằng pháp quán này là thuộc về Tiểu thừa?

---

[1] Tức Đại sư Trí Khải ở núi Thiên Thai, người khai sáng tông Thiên Thai. Nội dung trích dẫn nằm trong sách Pháp Hoa kinh huyền nghĩa (法華經玄義) do Đại sư biên soạn.

[2] Trong kinh điển thường nói rằng, xác chết trên biển luôn được sóng đưa vào tận bờ. Kinh Niết-bàn nói: "Biển cả không dung chứa tử thi", cũng là ý này.

[3] Trích từ kinh Ma-ha Ma-da (摩訶摩耶經). (Chú giải của soạn giả) Kinh này có 2 quyển, do ngài Đàm Cảnh dịch sang Hán ngữ, được xếp vào Đại Chánh tạng thuộc Tập 12, kinh số 383.

[4] Kinh Đại Bát-nhã, tức kinh Đại Bát-nhã Ba-la-mật-đa (大般若波羅蜜多經), tổng cộng 600 quyển, do ngài Huyền Trang dịch sang Hán ngữ, được xếp vào Đại Chánh tạng, thuộc Tập 5, kinh số 220.

[5] Đây là hai pháp quán nằm trong Cửu tưởng quán.

Hỏi: Giai nhân tuyệt sắc ở thế gian so với xác chết trương sình thối rữa là hai hình tướng khác biệt hẳn nhau, sao có thể đồng thời quán tưởng cả hai?

Đáp: Hình tướng tuy có sự khác biệt giả tạm, nhưng thật ra chẳng phải hai thực thể khác nhau. Như người đột tử trong mùa hạ khí trời nóng bức thì chỉ qua một đêm đã nghe bốc mùi hôi thối, để qua ba, bốn ngày thì giòi bọ đã xuất hiện trong xác chết. Cho nên, cái dáng vẻ mềm mại uyển chuyển xinh đẹp kia, bất quá chỉ là hình tướng giả tạm nhìn thấy trước mắt mà thôi.

Hỏi: Thân thể bằng xương thịt này là ô uế, không cần phải nói nữa. Nhưng nói rằng trong thân thể này có đến tám vạn bốn ngàn loại trùng, tôi thật không tin được!

Đáp: Đức Phật quán chiếu thấy trong một bát nước có đến tám vạn bốn ngàn con vi trùng. [Chỉ một bát nước mà như thế,] huống chi là trong thân thể bằng xương thịt ô uế này? Nếu nói rằng cơ thể người đang sống không thể sinh trùng, vậy như ghẻ lở ung nhọt, rận, rệp, bọ chét... [cắn hút vào cơ thể người sống,] chẳng phải là trùng đó sao?

Hỏi: Trong phần "Phương pháp tu tập" có đề cập phân ra từng đối tượng như: ứng xử khi làm quan, ứng xử trong gia đình v.v... qua đó nói đến đủ các vấn đề như sắp xếp việc nhà, trị an xã hội... [Khi mang ra áp dụng,] về mặt tổng quát thì như thế là được rồi, nhưng về chi tiết nếu có những điều không thực sự thích hợp thì sao?

Đáp: Ở cuối từng mục đều có nói "phần lớn nói về vấn đề này, hoặc vấn đề kia...", nhưng không có chỗ nào nói "tất cả chỉ nói riêng về vấn đề này, hoặc vấn đề kia...", [cho nên khi áp dụng phải tự mình xem xét vấn đề nào là thích hợp]. Huống chi, người xưa khi phân chia các chương sách theo ý nghĩa chính, cũng chỉ luận phần tổng quát mà thôi. Như Tăng tử [giảng giải sách Đại học], trong chương giải thích về "Thành ý" mà chỉ nói "tâm hồn rộng mở, thân thể được thư thái",[1] không ngại chuyện lẫn lộn giữa thân và tâm; còn giải thích về "đổi mới dân sinh" thì nói "mỗi ngày đều mới", mà không ngại có sự khác biệt với "đức sáng" [đã nói trước đó].[2] Nếu cứ muốn cân nhắc chia chẻ quá chi ly, ắt sự nhận hiểu sẽ bị sai lệch.

Hỏi: Toàn bộ phần "Phương pháp tu tập", chỉ cần dùng hai khái niệm "công đức" và "tội lỗi" là có thể bao quát được hết. Vì sao không phân chia theo cách đó, như sự việc này có công đức này, sự việc kia gây tội lỗi kia v.v... để người xem có thể nhận biết rõ ràng mà tu tập hay ngăn tránh?

Đáp: Công đức hay tội lỗi cũng đều do tâm thức tạo ra. Cùng một việc thiện, nếu phát tâm rộng lớn thì được công đức lớn lao, phát tâm hẹp hòi thì được

---

[1] Nguyên văn đoạn này Tăng tử nói như sau: "富潤屋，德潤身，心廣，體胖。故君子必誠其意。- Phú nhuận ốc, đức nhuận thân; tâm quảng, thể bàn. Cố quân tử tất thành kỳ ý." (Giàu có làm đẹp nhà cửa, đức hạnh làm đẹp [cử chỉ nơi] thân, tâm hồn rộng mở, thân thể thư thái. Cho nên, người quân tử ắt phải có sự thành ý.)

[2] Nội dung trích dẫn ở đoạn này đều là nằm trong sách Đại học của Nho gia, kèm theo phần giải thích của Tăng tử.

công đức nhỏ nhoi. Cùng một việc ác, nếu thực hiện với tâm luyến ái nặng nề, ắt gây nên tội lỗi nặng nề, nếu thực hiện với tâm luyến ái nhẹ, ắt tội lỗi cũng nhẹ. Ví như chư thiên cùng sử dụng một loại đồ chứa [nhưng tùy theo tâm lượng] mà thức ăn trong đó có sự khác biệt tinh sạch hoặc thô trược khác nhau. Lại ví như ba con thú cùng lội qua một dòng sông,[1] mỗi con đều cảm thấy dòng sông ấy sâu cạn khác nhau. Như vậy làm sao có thể đánh đồng tất cả mà đoán định chuyện công đức hay tội lỗi?

Hỏi: Trong hàng tỳ-kheo ni cũng có chuyện cá, rồng lẫn lộn, nghĩa là trong đó cũng có những người phụ nữ dâm đãng, giả dạng ni cô, dụ dỗ dẫn dắt những con gái nhà lành đi vào đường tà ác. Nhưng khi nói về "Phương pháp ứng xử trong gia đình", phần thứ nhất nêu việc "Ngăn dứt mọi điều kiện dẫn đến tà dâm", vì sao không thấy đề cập đến đối tượng này?

Đáp: Nếu thật là người phụ nữ trinh tiết, dù muốn dụ dỗ họ cũng không thể được. Nếu là người có thể dụ dỗ, thì [những kẻ dụ dỗ] đâu chỉ riêng hạng ni cô [giả danh]? Nếu trong số hàng ngàn ni cô mới thấy có một phụ nữ dâm đãng giả dạng, mà vì thế lại muốn xa lánh Phật pháp, khinh chê người xuất gia, thì có khác nào thấy một căn nhà bị cháy liền ban lệnh cấm khắp trong thiên hạ không được thổi lửa nấu cơm? Như vậy là sáng suốt hay không sáng suốt?

---

[1] Trong ví dụ này hàm ý ba con thú là voi, ngựa và thỏ. Do thân hình lớn nhỏ khác nhau, cách thức lội qua sông cũng khác nhau, nên mỗi con thú ấy đều có cảm nhận khác nhau về độ nông sâu của cùng một dòng sông.

Hỏi: Người phụ nữ đến chùa lễ Phật dâng hương, đa phần thường bị những kẻ thô lỗ háo sắc để mắt trêu chọc. Nếu cấm không cho phụ nữ đến chùa, đó mới là cách răn dạy chính đáng, sao trong phần "Răn dạy người trong nhà" lại bỏ sót không đưa vào điều này?

Đáp: Người phụ nữ nếu có tín tâm hiền thiện, dù ở trong nhà cũng có thể lễ Phật dâng hương. Nếu dễ duôi mà thường đi ra bên ngoài, tất nhiên là không nên. Tuy nhiên, [trước khi nói đến việc có nên đến chùa hay không,] cũng phải xét đến tuổi tác, xét đến địa điểm gần xa, xét đến phẩm cách của con người. Nếu người phụ nữ trong gia đình thành tâm tin Phật, có thể giữ theo đủ 15 điều đã nói trong phần "Răn dạy người trong nhà", ắt có thể tùy hoàn cảnh, tùy nơi mà ứng xử đoan trang nghiêm chính, làm sao có thể phát sinh những chuyện trái lễ nghĩa? Nếu như đưa vào đây sự cấm đoán chung chung [không cho phụ nữ đến chùa], thì có khác nào dùng lửa dữ cùng lúc thiêu đốt cả ngọc quý với đá tạp, khiến cho người phụ nữ cho đến lúc già chết cũng không có cơ hội nhận được sự giáo hóa của Phật pháp, không nhận được những lợi ích lớn lao từ pháp môn cam lộ của Phật pháp. Nếu người chủ gia đình mà làm như thế, nhất định đời sau sẽ phải chịu báo ứng sinh làm thân nữ.[1]

---

[1] Những điều này là dựa theo kinh Đại phương quảng Tam giới (大方廣三戒經). (Chú giải của soạn giả) Kinh này tổng cộng 3 quyển, do ngài Đàm-vô-sấm dịch sang Hán ngữ, được xếp vào Đại Chánh tạng, thuộc Tập 11, kinh số 311.

HIỂU BIẾT PHÂN BIỆT VỀ THAI NHI

Hỏi: Khi đôi bên nam nữ chưa gặp nhau, hoàn toàn không có sự sinh sản. Một khi có sự hòa hợp rồi liền có con. Xin hỏi, thần thức đến đầu thai đó là mỗi ngày đều ở bên cha mẹ, chờ lúc nhập thai, hay chỉ là ngẫu nhiên bắt gặp rồi nhập thai?

Đáp: Về nghiệp báo, nhân duyên của chúng sinh thật không thể nghĩ bàn. Nếu là nghiệp duyên đưa đẩy phải làm con của những người ấy, thì tuy thần thức đang ở cách xa cả ngàn thế giới, vào lúc cha mẹ hòa hợp nhau, thần thức từ xa liền thấy có ánh sáng, chỉ trong chớp mắt liền nương theo ánh sáng đó mà nhập thai, dù các vị Đế thích, Phạm vương cũng không thể ngăn cản được, dù có núi Tu-di, núi Thiết vi ở giữa cũng không gây trở ngại được.

Hỏi: Người thế gian chỉ cần cách một bức tường đã không thấy không nghe, nay ở cách xa ngàn dặm thật khó có thể trong chớp mắt đã tìm đến. Huống chi cách xa đến ngàn vạn cõi nước, sao có thể tìm đến mà không gặp chướng ngại?

Đáp: Con người sở dĩ gặp chướng ngại đều là do nơi hình thể, không phải do ở thần thức. Diên Lăng Quý tử[1] có nói: "Xương thịt con người rồi phải trở

[1] Diên Lăng Quý tử: tức Ngô Quý Trát (吳季札), một người hiền của

về cát bụi, đó là mệnh trời, nhưng phần hồn khí thì không phải vậy."[1] Ví như trong giấc mộng thấy mình đang ở cách xa đến ngàn vạn dặm, bỗng giật mình tỉnh dậy thì thấy đang nằm trên giường, cho dù có tường vách ngăn cách cũng vẫn như vậy, cũng không do khoảng cách xa gần mà có sự nhanh hay chậm. Thần thức đầu thai nào có khác gì việc ấy?

Hỏi: Ở đời có những cặp vợ chồng ngày nào cũng sống bên nhau nhưng rốt cùng lại không có con cái. Đó là do không có thần thức đến đầu thai, hay là do số mạng người ấy không có con?

Đáp: Không có thần thức đến nhập thai, đó cũng chính là số mạng không con. Số mạng không có con thì tự nhiên không có thần thức nào đến nhập thai. Như trong kinh Tăng nhất A-hàm[2] có nói: "Nếu như vợ chồng gần gũi nhau mà thần thức chưa đến nhập thai, hoặc thần thức tìm đến nhưng gặp lúc vợ chồng không gần gũi, thì không thể thành thai. Nếu người vợ không có dục tình, người chồng nhiều tham dục, hoặc người chồng không có dục tình, người vợ nhiều tham muốn, cũng không xảy ra việc thụ thai. Nếu người chồng khỏe mạnh nhưng người vợ có bệnh, hoặc người vợ khỏe mạnh nhưng người chồng có

---

nước Ngô thời Xuân Thu. Ông nhiều lần được truyền ngôi vua nhưng đều từ chối. Thậm chí có một lần bị nài ép quá không từ chối được, ông liền bỏ trốn.

[1] Xem trong sách Lễ ký, thiên Đàn cung. (Chú giải của soạn giả)

[2] Kinh Tăng nhất A-hàm (增壹阿含經), tổng cộng 51 quyển, do ngài Cù-đàm Tăng-già-đề-bà dịch sang Hán ngữ, được xếp vào Đại Chánh tạng thuộc Tập 2, kinh số 125.

bệnh, cũng không có việc thụ thai." Sách Pháp uyển châu lâm nói: "Nếu cha mẹ có phước đức sâu dày, thần thức có phước đức mỏng thì không thể nhập thai. Nếu cha mẹ có phước đức mỏng, thần thức phước đức sâu dày cũng không thể nhập thai. Phước đức của cha, mẹ và thần thức đều phải tương đương thích hợp với nhau thì mới có thể nhập thai."

Hỏi: Những cặp dan díu bất chính với nhau rồi có thai, trong hàng ngàn trường hợp chưa sống được một, ắt là do số mạng thai nhi ấy không thể làm con của họ. Số mạng đã không thể làm con thì lẽ ra không đầu thai. Nay đã đầu thai rồi lại bị giết chết[1] là vì sao?

Đáp: Những trường hợp ấy thường đều là vì trả nợ đời trước. Đứa con vì trả nợ đời trước mà mất mạng, cha mẹ vì trả nợ đời trước mà chịu mang tiếng xấu.

Hỏi: Con trai nhà giàu sang cưới con gái nhà nghèo hèn, hoặc con gái nhà giàu sang cưới con trai nhà nghèo hèn, như vậy phước đức của cha, mẹ và con hết sức bất đồng, sao vẫn có thể có thai?

Đáp: Đứa con sinh vào nhà ấy, có thể là do đời trước tu phúc có chỗ khiếm khuyết, hoặc nghiệp duyên chỉ có được người cha giàu sang, hoặc chỉ có được người mẹ giàu sang, hoặc đôi vợ chồng ấy có nghiệp duyên sinh được quý tử phúc lớn, hoặc đứa con có nghiệp duyên gặp cha mẹ giàu sang. Do những nhân duyên khác nhau như thế mà cũng có thể thụ thai. Như trong kinh A-hàm khẩu giải thập nhị nhân

[1] Chỉ việc phá thai. Nam nữ quan hệ bất chính phần nhiều không dám sinh con, đều tìm cách phá thai.

duyên[1] có dạy: "Đứa con sinh ra có [một trong] ba nhân duyên. Một là cha mẹ đời trước mắc nợ đứa con, hai là đứa con đời trước mắc nợ cha mẹ, ba là kẻ oán cừu đời trước nay sinh làm con [để trả thù].

Hỏi: Thần thức đến thác sinh, hoặc vào nhà giàu sang, hoặc vào nhà nghèo hèn, có sự khác biệt nào chăng, hay là không khác biệt? Thần thức khi ấy có biết mình đầu thai vào nhà giàu sang, vào nhà bần tiện, hay là hoàn toàn không biết gì?

Đáp: Khác biệt thì có, nhưng thần thức thật không biết được [sự khác biệt ấy]. Luận Du-già[2] nói rằng: "Người có ít phước đức ắt phải sinh vào nhà nghèo hèn. Người ấy vào lúc chết cũng như lúc nhập thai [tái sinh] đều nghe thấy đủ loại âm thanh rối loạn, hoặc thấy mình đi vào trong khu rừng trúc um tùm. Nếu là người phước đức sâu dày, sinh vào nhà giàu sang cao quý, thì lúc ấy cảm thấy tinh thần tỉnh táo sảng khoái, nhìn thấy những thứ xinh đẹp thích thú, hoặc nghe những âm thanh hay lạ êm dịu, hoặc thấy mình đi lên cung điện nguy nga."[3]

[1] An Sĩ toàn thư khắc là A-nan khẩu giải thập nhị nhân duyên kinh (阿難口解十二因緣經) là nhầm lẫn, vì không có tên kinh này. Đúng ra là kinh A-hàm khẩu giải thập nhị nhân duyên (阿含口解十二因緣經), 1 quyển, do hai ngài An Huyền và Nghiêm Phật Điều dịch sang Hán ngữ, được xếp vào Đại Chánh tạng thuộc Tập 25, kinh số 1508. Đoạn trích này nằm ở trang 54, tờ b, bắt đầu từ dòng thứ 18.

[2] Luận Du-già, tức Du-già sư địa luận (瑜伽師地論), tổng cộng 100 quyển, do Bồ Tát Di-lặc soạn, ngài Huyền Trang dịch sang Hán ngữ, được xếp vào Đại Chánh tạng thuộc Tập 30, kinh số 1579.

[3] Đoạn trích này thuộc quyển 1 của Du-già sư địa luận, nằm ở trang 282, tờ c, bắt đầu từ dòng thứ 25.

Hỏi: Thân trung ấm vào lúc nhập thai, nếu là con trai thì sinh tâm ái luyến với mẹ, sân hận với cha; nếu là con gái thì sinh tâm ái luyến với cha, sân hận với mẹ. Nói như vậy cũng là hợp lý, nhưng không biết là căn cứ vào đâu mà biết?

Đáp: Căn cứ vào hình thể hướng về của thai nhi mà biết. Thai nhi là con trai thì hướng về mẹ mà nghịch với cha, thai nhi là con gái thì hướng về cha mà nghịch với mẹ. Tâm ý đã có sự khác nhau như thế thì thân thể cũng tùy theo. Như trong kinh Xử thai[1] nói rằng: "Nếu là con trai, thai nhi ở trong bụng mẹ sẽ nằm về phía sườn bên phải, hai tay che mặt, mặt quay về phía lưng mẹ. Nếu là con gái, thai nhi ở trong bụng mẹ sẽ nằm về phía sườn bên trái, hai tay che mặt, mặt hướng ra phía trước bụng mẹ."

Hỏi: Đôi bên nam nữ hòa hợp, phải có thần thức tìm đến thì mới thụ thai. Nhưng có nhiều trường hợp khi sản phụ lâm bồn lại nhìn thấy có người đi vào phòng mình, về sau hỏi lại quả đúng là người ấy đã chết vào giờ khắc người mẹ sinh con ra. Nhưng thai kỳ kéo dài mười tháng, thì trước đó vào lúc thụ thai người kia vẫn còn sống trên dương thế, vậy lúc cha mẹ gần gũi nhau, làm sao thần thức người ấy đã có thể đến nhập thai? Nhưng nếu không có thân trung ấm của người ấy, thì

[1] Chúng tôi không tìm thấy kinh Xử thai (處胎) như dẫn chú, nhưng tìm thấy nội dung đoạn trích này trong kinh Phật thuyết Bào thai (佛說胞胎經), 1 quyển, do ngài Trúc Pháp Hộ dịch sang Hán ngữ, được xếp vào Đại Chánh tạng thuộc Tập 11, kinh số 317. Nội dung đoạn trích nằm ở trang 889, tờ a, bắt đầu từ dòng thứ 18. Có lẽ đây là tên gọi khác của kinh này.

làm sao có thể thụ thai? Bằng như đã có thân trung ấm, thì thân trung ấm ấy chính là của người nhập thai, làm sao có thể đến lúc sinh nở lại nhìn thấy người ấy đi vào phòng được?

Đáp: Xây dựng nhà cửa, ngục thất, đâu cần phải tự mình theo dõi giám sát công trình? Quy mô chế độ đã định ra, ắt cứ y theo đó mà hình thành; nhà cửa ngục thất đã thành, người giám công ắt sẽ bỏ đi, hình tướng thai nhi đã thành, thần thức mới đến. Tuổi thọ người kia tuy chưa hết nhưng chỗ tái sinh đã định sẵn rồi, tự nhiên chiêu cảm kẻ có nợ đời trước phải đến thay mình mà thụ thai.[1]

Hỏi: Theo sự truyền tụng của người đời thì việc đầu thai xảy ra ngay vào lúc người mẹ sinh con, nhưng theo Kinh điển ghi chép thì việc đầu thai đã xảy ra mười tháng trước đó, [tức là vào lúc cha mẹ hòa hợp]. Vì sao lại có nhiều thuyết khác nhau như vậy?

Đáp: Đầu thai ngay vào lúc người mẹ sinh con, trong ngàn vạn trường hợp chỉ có một mà thôi, nếu không phải là người có phước đức rất lớn, không phải chịu nỗi khổ ở trong bào thai. Trong trường hợp này, lúc người mẹ mang thai thì tuổi thọ của người ấy vẫn còn chưa dứt, cho đến khi người mẹ sinh nở thì người ấy sẽ lâm chung ở một nơi nào đó và thác sinh vào nhà cha mẹ ở một nơi khác. Sự việc như thế đôi khi

[1] Chỗ này gượng ép giải thích theo những chuyện truyền tụng của người đời, chưa lấy gì làm xác thực. Vì thế không thấy An Sĩ toàn thư dẫn chú kinh văn, mà chúng tôi cũng chưa từng thấy có kinh điển nào nói đến nội dung tương tự như đoạn này.

vẫn có thể xảy ra. Ví như quan chức tước vị, nếu dựa vào tài năng tư cách mà dần dần thăng tiến là việc thông thường, nhưng được cất nhắc bổ dụng không theo thứ lớp thì đó là quyền biến.

Hỏi: Các trường hợp sinh đôi, khi nhập thai mẹ tất nhiên phải có đủ hai thân trung ấm. Như vậy thì họ cùng lúc nhập thai hay có trước sau?

Đáp: Có khi là cùng lúc, cũng có khi là trước sau. Nếu cùng lúc nhập thai thì người sinh ra trước là anh (hoặc chị), người sinh ra sau là em. Nếu nhập thai không cùng lúc thì người sinh ra trước là em, người sinh ra sau là anh (hoặc chị). Cũng giống như ta cho hạt hồ đào vào ống trúc, hạt cho vào sau ắt sẽ được lấy ra trước.[1]

Hỏi: Cùng một việc thụ thai như nhau, nhưng khi sinh ra con cái lại có người xinh đẹp đoan trang, có kẻ khiếm khuyết hư hỏng, trong số đó lại có kẻ đen người trắng, chẳng ai giống ai, vì sao như vậy?

Đáp: Một phần là liên quan đến nghiệp đời trước của đứa con, một phần là do người mẹ hiện nay. Nếu là người đời trước nhu hòa nhẫn nhục, thường tạo tranh tượng chư Phật, Bồ Tát, gần gũi cúng dường các vị sa-môn, thì đời nay tự nhiên sẽ được hình tướng tốt đẹp trang nghiêm. Nếu là người đời trước ngăn che Phật pháp, trộm cắp của Tam bảo, sân hận tranh giành, hoặc xúi giục, thay người kiện tụng, hoặc

[1] Phần trả lời này dựa theeo sách Pháp uyển châu lâm. (Chú giải của soạn giả)

chê bai giễu cợt những người có hình dung xấu xí, thì đời nay tự nhiên phải chịu thân hình xấu xí khó coi.[1] Người mẹ trong lúc mang thai nếu thường gần gũi những nơi tối tăm u ám, thì đứa con cũng chịu ảnh hưởng đen tối. Nếu thường ở những nơi mát mẻ thoáng đãng, thì đứa con cũng chịu ảnh hưởng được trắng trẻo xinh đẹp. Nếu người mẹ thường ăn các món mắm muối nguội lạnh, đứa con sẽ bị lông tóc thưa thớt. Nếu người mẹ thường làm chuyện dâm dục, đứa con sẽ dễ bị ghẻ lở, ung nhọt. Nếu người mẹ thường đi lại nhảy nhót hoặc mang vác nặng nề, đứa con có thể sẽ bị khuyết tật chân tay.[2]

Hỏi: Người đời thường nói thân thể này là của cha mẹ ban cho. Xin hỏi, những phần nào là của cha, những phần nào là của mẹ?

Đáp: Hết thảy những phần cứng chắc như xương cốt, răng, móng, tủy, não, gân mạch... đều là thuộc về cha. Hết thảy những phần mềm mại như gò má, con mắt, lưỡi, cổ họng, cho đến tim, gan, thận, lá lách... đều là thuộc về mẹ.[3]

---

[1] Phần này dựa theo kinh Nghiệp báo sai biệt và kinh Tam giới. (Chú giải của soạn giả) Kinh Nghiệp báo sai biệt, tên đầy đủ là kinh Phật vị Thủ-ca Trưởng giả thuyết nghiệp báo sai biệt (佛為首迦長者說業報差別經), 1 quyển, do ngài Cù-đàm Pháp Trí dịch sang Hán ngữ, được xếp vào Đại Chánh tạng thuộc Tập 1, kinh số 80. Kinh Tam giới, tức kinh Đại phương quảng Tam giới (大方廣三戒經), tổng cộng 3 quyển, do ngài Đàm-vô-sấm dịch sang Hán văn, được xếp vào Đại Chánh tạng thuộc Tập 11, kinh số 311.

[2] Phần này dựa theo sách Pháp uyển châu lâm. (Chú giải của soạn giả)

[3] Phần này dựa theo kinh Tu hành đạo địa (修行道地經). (Chú giải của soạn giả) Kinh này có tổng cộng 7 quyển, do ngài Trúc Pháp Hộ dịch sang Hán ngữ, được xếp vào Đại Chánh tạng, thuộc Tập 15, kinh số 606.

THÂN THỂ DIỆT MẤT, THẦN THỨC VẪN CÒN[1]

Hỏi: Chuyện phước thiện hay tai họa, bất quá cũng chỉ là trong lúc còn sống phải chịu mà thôi. Một khi đã chết, thân thể cũng như thần thức đều diệt mất, ví như có nghiệp ác cũng dựa vào đâu mà chịu tội báo?

Đáp: Thân thể có hư hoại, nhưng thể tánh thì không. Cũng giống như các loại ngũ cốc, tuy nhìn thấy cây rễ đều khô chết, nhưng hạt rơi xuống đất vẫn còn đó, đến mùa xuân lại nảy mầm sinh sôi. Người tu phước thiện sinh về hai cõi trời, người; người tạo nghiệp ác phải đọa vào địa ngục, cũng là giống như thế. Giả Nghị nói: "Ngàn vạn lần biến hóa, chưa từng có chỗ khởi đầu hay kết thúc, hóa ra đó là con người."[2]

Ngụy Bá Khởi nói: "Thần thức trải qua từ quá khứ, hiện tại cho đến tương lai đều không diệt mất."[3]

Trương Tử Hậu nói: "Người nào biết được rằng chết không phải mất đi, có thể cùng họ nói chuyện về thể tánh."[4]

Khái niệm sống chết của người đời chỉ là dựa vào thân thể bằng xương thịt này mà nói, không phải nói

---

1 Phần này có 6 mục hỏi đáp. (Chú giải của soạn giả)

2 Trích từ bài "Phục điểu phú" của Giả Nghị đời Hán, chép trong sách Hán thư. (Chú giải của soạn giả)

3 Trích từ sách Ngụy thư. (Chú giải của soạn giả)

4 Trích từ sách Hoành cừ ngữ lục. (Chú giải của soạn giả)

đến tâm tánh của người. Nếu nói rằng sau khi chết thần thức cũng mất đi, thì sao có những chuyện như Bá Cổn hóa làm gấu,[1] Như Ý hóa thành chó,[2] người nước Trịnh đều kinh sợ vì Bá Hữu,[3] Bành Sinh báo oán Tề Tương công.[4] Những chuyện khác nhau như thế rất nhiều, được ghi chép lại từ trước thời Hán Minh Đế, tức là khi Phật pháp chưa truyền đến Trung Hoa, nhưng lý lẽ luân hồi đã được truyền tụng khắp trong thiên hạ.

Cho nên, luận thuyết đoạn diệt cho rằng chết rồi là hết chỉ có thể gạt được những kẻ ngu si, còn người có trí tuệ thì không ai tin nhận được.

Hỏi: Thuyết luân hồi nếu như đã có từ trước, sao Khổng tử không hề nhắc đến?

Đáp: Khổng tử thật có nói đến luân hồi. Như trong

[1] Ghi rõ trong sách Sử ký chính nghĩa. (Chú giải của soạn giả) Cha của vua Vũ là Bá Cổn, bị đày đến Vũ Sơn, sau khi chết ở đó hóa làm con gấu vàng.

[2] Trích từ sách Hán thư. (Chú giải của soạn giả) Chuyện này được chép trong phần Ngũ hành chí. Lữ hậu dùng thuốc độc giết chết Triệu vương Như Ý. Sau khi chết, ông này hóa làm con chó đến báo oán, Lữ hậu do đó mà lâm bệnh rồi chết.

[3] Quan Đại phu nước Trịnh là Bá Hữu bị giết, hóa thành con quỷ hiện về báo thù, khiến cho người dân nước Trịnh đều kinh sợ bất an. Xem trong sách Tả truyện, phần Chiêu công năm thứ bảy.

[4] Tề Tương công sai Bành Sinh giết Lỗ Hoàn công. Sau đó vì sợ người nước Lỗ oán hận, lại đổ tội cho Bành Sinh rồi xử tội chết. Bành Sinh sau khi chết hóa làm con vật lạ giống con lợn nhưng rất to lớn, hiện ra đòi mạng khiến Tề Tương công kinh sợ. Sau Tề Tương công bị Liên Xưng và Quản Chí Phủ cùng Công Tôn Vô Tri phản loạn vây giết. Tương truyền ông nấp sau cánh cửa không ai nhìn thấy, bỗng có con vật lạ cắn chiếc giày của ông lôi ra ngoài, phản quân nhìn thấy biết ông nấp sau cửa nên bắt được giết chết. Xem trong sách Tả truyện, phần Trang công năm thứ tám.

kinh Dịch nói: "Tinh khí làm thành sự vật, biến hóa do phần hồn, từ đó biết được có các trạng thái của quỷ thần."[1] Nói "tinh khí" là chỉ đến thai nhi hình thành sau khi đã thụ thai, nói "phần hồn" là chỉ đến thần thức khi chưa nhập thai, nói "biết được các trạng thái" tức là đã rõ biết về thuyết luân hồi.

Sách Trung dung nói rằng: "Chỗ chí thành là kết thúc và khởi đầu muôn vật." Nói "kết thúc - khởi đầu" mà không nói "khởi đầu - kết thúc", là vì đã thấy được vòng tuần hoàn không có chỗ khởi đầu, không hề diệt mất. Chỉ tiếc là những kẻ học Nho về sau này không nhận biết được đến mức ấy.

Hỏi: Khổng tử nói: "Tinh khí làm thành sự vật, biến hóa do phần hồn", chẳng qua cũng chỉ là suy luận theo lý lẽ mà thôi. Nếu dựa vào đó mà cho rằng [Khổng tử] nói đến thuyết về tái sinh đời sau, chẳng phải là hư dối lắm sao?

Đáp: Chuyện sinh tử luân hồi là lẽ tất nhiên trong đời, đã thấy ghi chép lại nhiều không kể xiết, nếu ai gọi đó là hư dối thì chính người ấy mới thật là kẻ hư dối. Lẽ nào chưa nghe đến việc Văn Xương Đế quân đã qua 17 đời làm kẻ sĩ có quyền thế?[2] Lẽ nào chưa nghe chuyện Viên Áng trải qua mười đời đều làm tăng sĩ?[3] Lẽ nào chưa nghe chuyện ông tiều phu tái sinh thành Lương Vũ đế?[4] Lẽ nào chưa nghe chuyện

[1] Kinh Dịch, phần Hệ từ thượng.

[2] Trích Văn Xương bảo huấn. (Chú giải của soạn giả)

[3] Trích phần Duyên khởi trong sách Thủy sám. (Chú giải của soạn giả)

[4] Trích từ sách Kim cương cảm ứng lục. (Chú giải của soạn giả)

Vương Tăng là hậu thân của Tăng tử?[1] Hoặc chuyện Tô Tử Chiêm[2] là Giới Thiền sư[3] tái sinh, Tăng Lỗ Công là Thảo Đường Thanh Thiền sư tái sinh.[4] Hoặc như chuyện Vĩnh Công tái sinh thành Phòng Quản [đời Đường]?[5] Lại còn những chuyện như Tốn Trưởng lão sau tái sinh thành Lý Thị lang, Nam Am chủ tái sinh là Trần Trung Túc, vị tăng Tri Tạng tái sinh là Trương Văn Định, Nghiêm Thủ tòa tái sinh là Vương Quy Linh, lẽ nào đều chưa từng nghe biết?[6] Nếu không thể đọc khắp những ghi chép trong sách vở xưa nay, sao lại còn học theo thói "ếch ngồi đáy giếng xem trời bằng vung"?

Hỏi: Như lời ông nói đó thì đúng là trải qua nhiều đời đều có căn cứ cho thuyết luân hồi, nhưng chỉ tiếc là những điều ấy không được chép trong chính sử.

Đáp: Gọi là chính sử, chẳng qua chỉ để phân biệt với những loại truyền thuyết, dã sử không đáng tin. Cho nên, chính sử thì đáng tin, mà những truyền thuyết, dã sử thì không đáng tin. Đối với những sách thuộc loại như Văn Xương bảo huấn đều có luận cứ minh bạch, có thể làm rõ cả việc quỷ thần, đem so với chính sử còn cao hơn một bậc, cho nên cần phải có

[1] Trích từ bài văn Văn Xương tích tự. (Chú giải của soạn giả)

[2] Tô Tử Chiêm: tức Tô Đông Pha, danh sĩ đời Tống.

[3] Giới Thiền sư là một vị tăng từng tu tập ở chùa Ngũ Tổ.

[4] Hai chuyện này đều trích từ Tịnh độ văn. (Chú giải của soạn giả)

[5] Trích từ Pháp hỷ chí. (Chú giải của soạn giả)

[6] Những chuyện này đều trích từ Trúc Song nhị bút và truyện ký về mỗi vị. (Chú giải của soạn giả)

một cách nhìn khác hơn. Nhưng dù có cho rằng chỉ những điều do các sử thần viết ra mới đáng tin, thì trong 21 bộ chính sử cũng có ghi chép những sự việc luân hồi qua ba đời nhiều không kể xiết. Những việc khác hãy tạm bỏ qua không nói, nay chỉ đem những chuyện mà tất cả mọi người đều biết, lược kể ra đây một số. Như chuyện Dương Hỗ vốn đời trước là con trai của [một nhà hàng xóm] họ Lý, được chép trong bộ sử Tấn thư,[1] phần Liệt truyện, truyện Dương Hỗ, quyển 34, trang 12;[2] chuyện Lương Nguyên Đế vốn đời trước là một vị tăng chột mắt, được chép trong Nam sử,[3] phần Bản kỷ, nhà Lương, phần hạ, quyển 8, trang 5; chuyện con gái nhà họ Lưu vốn đời trước là Lý Thứ, được chép trong Bắc sử,[4] phần Bản kỷ, nhà Tề, quyển 43, trang 38; chuyện Lưu Hàng vốn đời trước là [quan Tể tướng đời Đường] Ngưu Tăng Nhụ, được chép trong Tống sử,[5] phần truyện Lưu Hàng ở quyển 285, trang 5; chuyện Phạm Tổ Vũ vốn

---

1 Tấn thư là bộ chính sử được biên soạn vào năm 648, đời Đường, theo lệnh của Đường Thái Tông, do Phòng Huyền Linh và Lý Diên Thọ chủ biên. Sách gồm 132 quyển nhưng đến nay chỉ còn được 130 quyển.

2 Quyển 34 của Tấn thư chép truyện Dương Hỗ và truyện Đỗ Dự, đều là danh thần đời Tấn.

3 Nam sử là bộ chính sử được biên soạn bởi sử gia Lý Đại Sư và con trai ông là sử gia Lý Diên Thọ. Sách gồm 80 quyển, viết về giai đoạn lịch sử khoảng 170 năm của 4 triều đại là Tống, Tề, Lương và Trần.

4 Bắc sử là bộ chính sử đồng tác giả như Nam sử, gồm 100 quyển, viết về lịch sử các nước Bắc triều vào thời Nam Bắc triều (năm 439 đến năm 589) như Bắc Ngụy, Tây Ngụy, Đông Ngụy, Bắc Tề, Bắc Chu, nhà Tùy.

5 Tống sử là bộ chính sử đồ sộ nhất trong các bộ chính sử, tổng cộng có đến 496 quyển, ghi chép lịch sử nhà Tống, bao gồm cả Bắc Tống và Nam Tống, hoàn tất vào năm 1345.

đời trước là [Đại tướng quân] Đặng Vũ [thời Đông Hán], được chép trong Tống sử, quyển 337, trang 12; chuyện Quách Tường Chính vốn đời trước là [đại thi hào] Lý Bạch [đời Đường], được chép trong Tống sử, quyển 444, trang 14; chuyện Hạ Nguyên Cát vốn đời trước là Quật Nguyên, được chép trong sách Hoàng minh thông kỷ... Những chuyện như trên quả thật rất nhiều, không thể kể hết.

Còn như những chuyện thần tiên giáng trần cũng không hiếm thấy. Như chuyện con trai Thiên đế giáng trần là Tề Cao tổ [Tiêu Đạo Thành], được chép trong Nam Tề thư,[1] [phần Chí, mục Tường thụy,] quyển 18, trang 5; chuyện thần nhân giáng trần làm vua Đường Đại Tông, được chép trong sách Đường thư,[2] phần truyện Hoàng hậu Chương Kính, quyển 77, trang 2; chuyện Lai Hòa Thiên tôn giáng sinh làm Tống Chân Tông, được chép trong Tống sử, phần truyện Dương Lệ, quyển 287, trang đầu tiên; chuyện Nam Nhạc chân nhân giáng trần là Ngu Bá Sinh, được chép trong Nguyên sử,[3] quyển 181, trang 4; chuyện sao Văn Tinh giáng trần là Lữ Trọng Thực, được chép

---

[1] Nam Tề thư, tức Tề thư, do Tiêu Tử Hiển soạn vào đời Lương, tổng cộng 60 quyển, gồm các phần Tự (1 quyển), Bản kỷ (8 quyển), Chí (11 quyển), Liệt truyện (40 quyển). Hiện đã mất phần Tự, nên sách chỉ còn 59 quyển.

[2] Đường thư là bộ chính sử do Âu Dương Tu chủ biên vào thời Bắc Tống, gồm 225 quyển, về sau thường gọi là Tân Đường thư để phân biệt với Cựu Đường thư của Lưu Hu biên soạn.

[3] Nguyên sử là bộ chính sử do Tống Liêm chủ biên, gồm 210 quyển, chép về lịch sử nhà Nguyên, bắt đầu từ Thành Cát Tư Hãn cho đến đời Nguyên Thuận Đế.

trong Nguyên sử, [truyện Lữ Tư Thành,] quyển 185, trang đầu tiên... Tất cả những chuyện ấy đều được ghi chép rõ ràng, hiện nay hoàn toàn có thể khảo chứng.

Lại có những người sau khi chết một số ngày thì sống lại, hoặc sau mấy năm thì sống lại, trình bày những chuyện nghe thấy ở cõi âm ty, hết thảy đều ứng nghiệm. Nay chỉ lược kể ra một số, như chuyện ông họ Hoàn người ở Trường Sa, được chép trong Hậu Hán thư, quyển 27, trang 6; chuyện cô gái ở Vũ Lăng tên Lý Nga, cũng được chép trong quyển 7, Hậu Hán thư, phần [Ngũ hành chí,] trang 7; chuyện cô tỳ nữ chôn theo người cha của Can Bảo, được chép trong Tấn thư, [phần truyện Can Bảo,] quyển 82, trang 14; chuyện cô gái trong mộ từ thời Ngụy Minh Đế,[1] đến niên hiệu Vĩnh An triều Ngô năm thứ tư[2] giúp người dân nước Ngô được bình an trong binh lửa, hoặc cô tỳ nữ của Đỗ Tích vào thời Tấn Huệ Đế,[3] đến thời Tấn An Đế[4] sinh làm con gái nhà họ Hoàng, được chép trong Tống thư, quyển 34, từ trang 25 đến trang 29; chuyện người ở Hành đô[5] vào niên hiệu Thuần Hy năm thứ 13,[6] được chép trong Tống sử, [phần Ngũ hành chí,] quyển 62, trang 23... Những chuyện như vậy, thảy đều có thể tra cứu khảo chứng rõ ràng.

---

[1] Ngụy Minh Đế trị vì từ năm 236 đến năm 239.

[2] Tức là năm 261.

[3] Tấn Huệ Đế trị vì từ năm 290 đến năm 306.

[4] Tấn An Đế trị vì từ năm 397 đến năm 418.

[5] Hành đô: nơi đóng đô tạm thời của nhà vua.

[6] Tức là năm 1186, đời Tống Hiếu Tông.

Còn có những chuyện đàn ông ngay trong đời này biến hình thành loài thú, như chuyện Công Ngưu Ai vào đời Hậu Hán hóa hình thành cọp, được chép trong Hậu Hán thư, quyển 89, trang 20, hoặc trong sách Hoài Nam tử; chuyện lão ông ở Hoắc châu hóa thành thú dữ [vào niên hiệu Khai Hoàng năm thứ 6],[1] chép trong Tùy thư, quyển 23, trang 18; chuyện người ở Hành Tương hóa thành cọp vào niên hiệu Càn Đạo năm thứ 5,[2] được chép trong Tống sử, quyển 62, trang 23.

Lại có những chuyện phụ nữ ngay trong đời này biến hình thành loài vật, như chuyện bà mẹ của họ Hoàng ở Giang Hạ hóa làm con rùa lớn [vào đời Hán Linh Đế], được chép trong sách Hậu Hán thư, [phần Ngũ hành chí,] quyển 27, trang 6; chuyện bà mẹ của Tống Sĩ Tông ở Thanh Hà hóa thành con ba ba, được chép trong sách Tống thư [phần Ngũ hành chí,] quyển 34, trang 24.

Lại có những chuyện vợ chồng qua đời sau tiếp tục trở lại làm vợ chồng với nhau, như người con gái ở nước Lương vào thời Tấn Huệ Đế, được chép trong sách Tống thư, [phần Ngũ hành chí], quyển 34, trang 27; chuyện nàng họ Lương vợ của người họ Vương vào cuối đời Nam Tống, được chép trong sách Tống sử, [phần Liệt nữ truyện,] quyển 460, trang 50.

Những chuyện hết sức lạ lùng như trên đều được ghi chép rất rõ ràng, có thể khảo chứng được.

[1] Tức là năm 586, đời Tùy Văn Đế.

[2] Tức là năm 1169, đời Tống Hiếu Tông.

Thậm chí còn có những chuyện như thiên nữ sinh ra thủy tổ nhà Bắc Ngụy, được chép trong sách Ngụy thư, quyển 1, trang 2; chuyện Hàn Cầm sau khi chết làm Diêm Vương nơi âm phủ, được chép trong sách Tùy thư, [phần truyện Hàn Cầm,] quyển 52, trang 2; chuyện Tân Ngạn xây dựng [hai tòa] tháp Phật [cao 15 tầng ở trong thành Lộ Châu], nhờ công đức ấy sinh về cõi trời, được chép trong sách Tùy thư, [phần truyện Tân Ngạn,] quyển 75, trang 5; chuyện Dữu Ngạn Bảo thường niệm Phật, trì tụng kinh điển, vãng sinh về Tịnh độ, được chép trong sách Lương thư, quyển 51, trang 21; chuyện Vương Tân tu sửa chùa cổ, đào đất gặp tấm bia [của chính mình] đời trước, được chép trong Tống sử, quyển 276, trang 25; chuyện [Kinh Triệu Vương của Bắc Ngụy là] Thái Hưng thiết trai cúng dường chư tăng, cảm ứng có thần tăng đến dự, được chép trong sách Bắc sử, phần Cảnh mục thập nhị vương truyện], quyển 17, trang 4; chuyện Từ Hiếu Khắc [lúc sắp lâm chung ngồi ngay ngắn niệm Phật, có hương thơm lạ xông tỏa khắp trong nhà,] vãng sinh Cực Lạc, được chép lại trong Trần thư, [truyện Từ Hiếu Khắc,] quyển 26, trang 14; chuyện Lục Pháp Hòa sắp lâm chung ngồi ngay ngắn an nhiên mà tịch, [lúc liệm vào áo quan thân thể tự thiên thu nhỏ lại], sau đó Văn Tuyên Đế truyền lệnh mở quan tài ra xem thì thấy] quan tài trống không, được ghi chép trong Bắc Tề thư, quyển 32, trang 5;[1] chuyện Lư Cảnh Dụ [bị giam] trong ngục [ở Tấn Dương], chí tâm trì kinh,

[1] Truyện về Lục Pháp Hòa cũng được chép trong Bắc sử, phần Cư sĩ truyện.

gông cùm tự nhiên được tháo rời rơi rụng, được chép trong Bắc sử, quyển 33, trang 27; chuyện Trương Hiếu Thủy thiết trai cúng dường tụng kinh [Dược Sư] nên đôi mắt đã mù của ông nội được sáng lại, chép trong Bắc sử, [phần truyện Trương Nguyên,] quyển 84, trang 9...

Những chuyện như trên đều do các bậc danh nho là sử quan của triều đình trung thực ghi chép, nào phải là những luận thuyết vô căn cứ?[1]

Than ôi, bên ngoài vũ trụ tất nhiên có rất nhiều chuyện kỳ quái, nhưng ngay trong thế gian này thì những điều lạ lùng được thấy nghe cũng không phải ít. Người đời nay bất quá chỉ sinh sống hạn hẹp trong một góc trời, chỗ thấy nghe đều tầm thường dung tục, tri thức học được cũng không ngoài nội dung các sách thế gian. Lớn lên vừa biết chuyện yêu đương thì nghiệp duyên đã theo bén gót, chuyện hôn nhân còn chưa tính hết thì tuổi già đã xồng xộc đến nơi. Sống qua hết một đời mà tựa hồ chẳng biết mình từ đâu sinh đến, sau khi chết cũng chẳng biết sẽ về đâu. Ngày ngày chìm đắm trong chốn luân hồi nhưng lại chẳng tin vào nhân quả, thật đáng thương thay!

Hỏi: Luận thuyết luân hồi như vậy quả nhiên không sai. Nhưng những gì tôi nói là dựa theo sách của một vị tiên sinh nọ, chứ không phải không có căn cứ. Tiên sinh ấy nói rằng, khi người ta chết, thân

[1] Những số quyển, số trang ở phần trên đều căn cứ vào bản khắc in chính thức 21 bộ chính sử được thực hiện vào niên hiệu Vạn Lịch năm thứ 39 (tức là năm 1611), so với các bản lưu hành phổ thông có khác biệt. (Chú giải của soạn giả)

thể đã hư hoại thì hồn phách cũng tiêu tán. Những trường hợp tái sinh bất quá chỉ là do sinh khí ngẫu nhiên hợp lại không tan nên mới xảy ra đó thôi.

Đáp: Ông đã từng đọc thiên Kim Đằng [trong sách Thượng thư] chưa? [Sách chép rằng,] Chu Vũ Vương bệnh nặng, người em là Chu Công nguyện đem thân mình thế mạng chết thay, tế cáo với ba vị tiên vương rằng: "Tôi một lòng hiếu thuận với tổ tiên, lại có nhiều tài nghệ, có thể phụng sự quỷ thần."[1] Nếu theo thuyết đoạn diệt [như ông vừa nói], thân thể hư hoại hồn phách cũng tiêu tán, thì Chu Công xin thay Vũ Vương mà chết, sau đó thân thể hư hoại, hồn phách tiêu tán, dù có nhiều tài nghệ cũng tiêu tán chẳng còn, còn dựa vào đâu để phụng sự tổ tiên? Hơn nữa, tổ tiên cũng tiêu tán từ lâu, đâu cần đến sự phụng sự của Chu Công? Huống chi, lễ nghi tế tự là chỗ xem trọng của các bậc hiền thánh, nếu như [hồn phách] tổ tiên đều đã tiêu tán, ắt không cần có việc dùng đồ ăn thức uống để cúng tế quỷ thần, hóa ra chỗ hiểu biết của các bậc thánh nhân xưa đều hư huyễn, sai trái hay sao? Nếu ông cho rằng vị tiên sinh của ông nhất định là đáng tin, thì những thánh nhân như vua Nghiêu, vua Thuấn, Chu Công, Khổng tử... lại càng nhất định đáng tin hơn nữa. Còn nếu cho rằng những thánh nhân như vua Nghiêu, vua Thuấn, Chu

[1] Sau khi nhà Chu diệt nhà Thương được 2 năm thì Chu Vũ Vương lâm trọng bệnh. Người em là Chu Công liền tế cáo với tổ tiên, xin được chết thay cho anh, khấn rằng: "Con một lòng hiếu thuận với tổ tiên, lại có nhiều tài nghệ, nay xin được thay anh chết để được về trời phụng sự tổ tiên." Tế cáo xong, 2 ngày sau thì Vũ Vương khỏi bệnh.

Công, Khổng tử... chưa đủ để đặt niềm tin, thì vị tiên sinh kia làm sao lại có thể đáng tin?

Không những thế, nếu vị tiên sinh kia đã chết, mà nay ông tin theo thuyết đoạn diệt của ông ấy, thì cho dù ông ấy có là bậc hiền nhân, ngày nay cũng đã tiêu tán mất rồi, nên hai kỳ tế tự trong năm vào mùa xuân, mùa thu đều có thể bỏ đi. Còn như hiện nay vẫn thấy tổ chức hai kỳ tế tự trong năm vào mùa xuân, mùa thu, thì giáo thuyết của tiên sinh kia hiện nay đã không được thực hành rồi, làm sao có thể khiến cho thiên hạ đời sau tin phục?

Nếu cho rằng những trường hợp thác sinh chỉ là do sự tình cờ hợp lại không tan [của sinh khí], ắt là tất cả nhân loại được nhìn thấy trước mắt ngày nay đều là do ngẫu nhiên mà có đó sao? Tôi thật hoàn toàn không thể nào hiểu được luận thuyết ấy.

Hỏi: Về thuyết tế tự đó, tiên sinh ấy cũng thường nói đến. Ông ta cho rằng, con cháu là khí của tổ tông, do khí với khí hợp nhau nên có sự cảm ứng dù xa cách.

Đáp: Nếu nói như thế thì việc cúng tế các thần Ngũ nhạc, thần sông, thần núi... không thể có sự cảm ứng, vì người cúng tế không phải con cháu của các vị ấy. Mạnh tử [nói về vua Thuấn] rằng: "Nếu để ông ấy làm chủ tế thì trăm thần đều về dự."[1] Có thể nào cho rằng vua Thuấn, vua Vũ lại là con cháu của trăm thần hay chăng?

[1] Trích từ sách Mạnh tử, chương Vạn Chương, phần thượng, tiết 5, nguyên văn: "使之主祭而百神享之 - Sử chi chủ tế nhi bách thần hưởng chi".

Hơn nữa, nếu quả thật con người sau khi chết tiêu tán hết chẳng còn gì, rốt cùng không có chuyện báo ứng, thì chuyện nỗ lực tu thân, kiêng dè nghiệp ác trong suốt một đời, hóa ra thật chẳng bằng sống buông thả theo vật dục, mưu cầu lợi lộc như những kẻ dung tục tầm thường, mà những kẻ phóng túng làm nhiều việc ác muốn đào thoát đều được đắc ý. Ngạn ngữ có câu: "Nếu như không có chuyện báo ứng thiện ác thì tạo vật làm sao đối xử [công bằng] với Nhan Uyên?[1] Nếu không có địa ngục luân hồi, thượng đế vì sao lại ưu đãi riêng cho Tào Tháo?"[2] Huống chi, lòng người hiện nay có khuynh hướng ngày càng xuống dốc, đạo đức suy đồi, dù gấp rút truyền bá chuyện thiện ác nhân quả báo ứng, e rằng cũng đã rất khó vãn hồi được phần nào, sao còn làm điều ngược lại, mở ra thuyết không [luân hồi nhân quả, khiến người ta không còn gì phải] kiêng dè e sợ, thật chẳng khác nào như nước lớn đang lên mà phá vỡ bờ đê, nhà lớn sắp đổ lại đốn ngã cột chính!

1 Nhan Uyên tức Nhan Hồi, là một học trò giỏi và đức hạnh vượt trội của đức Khổng tử, thường được ngài ngợi khen. Tuy nhiên, Nhan Hồi chết khi còn rất trẻ, chỉ mới 31 tuổi. Câu này hàm ý nếu không còn có đời sau để bù đắp thì hóa ra tạo vật đã quá bất công với người hiền như Nhan Uyên.

2 Tào Tháo gian hùng, làm hại đến nhiều người, nhưng suốt đời lại được hưởng phú quý quyền tước. Nếu không có luân hồi quả báo, thì hóa ra thượng đế quá bất công khi ưu đãi cho hạng người như ông ta.

GIẢI ĐÁP NGHI VẤN VỀ THÂN TRUNG ẤM[1]

Hỏi: Kinh điển có nói đến thân trung ấm, đó là nói đến điều gì?

Đáp: Đó là chỉ cho thần thức. Như kinh Niết-bàn[2] có dạy, đại ý tóm lược như sau: Vào lúc lâm chung, gia đình thân quyến vây quanh than khóc, người sắp chết hoảng hốt kinh sợ, không thể tự chế được mình. Khi ấy, hết thảy những chuyện lành dữ đã làm trong suốt một đời đều hiện ra trước mắt. Sau khi khí ấm trong thân thể mất hết, năm uẩn của quá khứ liền diệt mất đi rồi khởi sinh thân trung ấm hiện tại. Đến sau khi nhập thai thì thân trung ấm hiện tại diệt mất, năm uẩn của tương lai sinh ra. Cũng tương tự như thắp đèn sáng lên thì bóng tối mất, đèn tắt rồi thì bóng tối sinh, tiếp nối thay đổi nhau, không có sự gián đoạn.

Hỏi: Người ta thường cho rằng có "ba hồn, bảy vía", [trong ba hồn ấy thì] một hồn sẽ thác sinh, một hồn ở lại giữ xác và một hồn chịu tội đã làm. Điều ấy có thể tin được chăng?

Đáp: Đó chỉ là lời hư huyễn của bọn đạo sĩ.[3] Nếu quả đúng vậy thì mỗi lần thác sinh đều thừa ra 2 hồn

---

[1] Phần này có 7 mục hỏi đáp.

[2] Kinh Niết-bàn, tức kinh Đại Bát Niết-bàn, tổng cộng 40 quyển, do ngài Đàm-vô-sấm dịch sang Hán ngữ. Ngoài ra còn có 2 quyển Hậu phần, nội dung nối tiếp với 40 quyển trước.

[3] Xem vấn đề này trong sách Văn hiến thông khảo. (Chú giải của soạn giả)

ma, [một giữ xác và một chịu tội,] mười lần thác sinh thì thừa ra đến hai mươi hồn ma, cho đến thác sinh ngàn lần thì thừa ra hai ngàn hồn ma. Mỗi người thừa ra hai ngàn hồn ma thì hai ngàn người ắt sản sinh đến bốn triệu hồn ma. Cứ tích lũy lâu ngày như vậy, ắt là khắp nơi đều có hồn ma. Thử hỏi, những hồn ma lâu ngày ấy rồi tương lai sẽ đi về đâu? Trong cảnh giới của phàm phu, làm sao có được khả năng hóa hiện mỗi người đến trăm ngàn thân? Lại thử hỏi, hồn ma nào thì may mắn được đi thác sinh, còn hồn ma nào bất hạnh phải đi chịu tội?

Hỏi: Bậc chính nhân sau khi lâm chung ắt có thể tự chủ, [biết rõ nơi mình đến,] vì sao lại có chuyện phải vào thân trung ấm, rồi lúc đó lại nhìn người hóa ra trâu, ngựa, gà, vịt...?

Đáp: Đến thời điểm ấy không thể tự chủ được mình, cũng giống như sự điên đảo trong giấc mộng, cho dù là bậc thánh nhân cũng mắc phải. Như Khổng tử lẽ nào chẳng biết Chu Công đã chết trước đó mấy trăm năm rồi, nhưng trong giấc mộng lại thấy gặp Chu Công, mà chưa hẳn lúc đó đã nhận biết được Chu Công là người đã chết. Lại nữa, lẽ nào Khổng tử không biết rằng người còn sống không thể nhận sự tế lễ cúng kính, nhưng sao khi nằm mộng lại thấy tự thân mình ngồi giữa điện thờ mà nhận sự cúng tế?

Hàng Thanh văn [tái sinh] sau khi ra khỏi thai còn quên hết quá khứ, hàng Bồ Tát còn có sự mê hoặc khi chuyển sinh từ đời này sang đời khác, huống chi là những kẻ phàm phu?

Hỏi: Vào giây phút lâm chung mà khởi sinh dục niệm ắt phải đọa lạc. Tuy nhiên, [trong sách này, ở phần Quán luân hồi có nói rằng] chúng sinh ở châu Cù-da-ni khi vào thân trung ấm, nhìn thấy thiên nữ rồi ôm lấy, liền được sinh lên cõi trời. Sao có thể như thế được?

Đáp: Tâm niệm vào lúc lâm chung quả đúng là hết sức quan trọng. Tuy nhiên, phước đức để sinh lên cõi trời vốn là do chúng sinh đã tạo ra trong suốt cuộc đời mình. Ví như thân cây nghiêng hẳn về hướng đông, thì khi đốn gốc ắt phải ngã về hướng đông, nếu nghiêng về hướng tây, thì khi đốn gốc phải ngã về hướng tây.

Hỏi: Trong Quán kinh mô tả chín phẩm vãng sinh Cực Lạc, thảy đều thấy hiện tướng hoa sen. [Trong sách này nói] chúng sinh ở châu Uất-đan-việt được sinh cõi trời thuộc hàng trung phẩm cũng nhìn thấy hiện tướng hoa sen, như vậy làm sao phân biệt?

Đáp: Quán kinh dạy rằng, [trong chín phẩm vãng sinh thì] mỗi phẩm đều có Hóa Phật hiện ra tiếp dẫn người được vãng sinh. Còn người sinh lên cõi trời, tất nhiên là không nhìn thấy Hóa Phật.

Hỏi: [Trong sách này nói rằng] nếu người đọa sinh vào thai của loài chó, lợn, đều nhìn thấy có các mỹ nữ xinh đẹp. Chúng sinh ở châu Cù-da-ni được sinh về cõi trời cũng nhìn thấy mỹ nữ xinh đẹp, vậy làm sao phân biệt?

Đáp: [Tuy nhìn thấy như nhau, nhưng] một bên

thuộc về tình dục, một bên thuộc về tâm tưởng. Tâm tưởng thì nhẹ nhàng thanh khiết, nên sinh lên cõi trời; dục tình thì thô trược nặng nề, nên phải đọa lạc. Như trong kinh Lăng Nghiêm có dạy: "[Người lâm chung xét theo hai phần tình và tưởng trong tâm thức,] nếu chỉ hoàn toàn là tưởng, ắt nhẹ nhàng bay lên, sinh về cõi trời. Nếu có thêm phúc đức trí tuệ cùng với nguyện lực thanh tịnh thì tự nhiên tâm thức khai mở, vãng sinh về cõi Phật.

"Nếu tình ít, tưởng nhiều, ắt sinh làm phi tiên, quỷ vương, hoặc loài dạ-xoa có khả năng phi hành.

"Nếu tình và tưởng ngang nhau thì chẳng sinh lên cao, chẳng đọa xuống thấp, liền tái sinh cõi nhân gian. Trong cõi nhân gian, nếu niệm tưởng hiền thiện nhiều thì được thông minh sáng suốt, nếu dục niệm nhiều thì ngu si đần độn.

"Nếu tình nhiều tưởng ít, ắt đọa vào loài súc sinh. Trong loài súc sinh, nếu ác nghiệp nặng nề thì sinh làm các loài thú trên đất liền, nếu nghiệp ác nhẹ hơn thì sinh làm các loài chim.

"Nếu có đến bảy phần tình, ba phần tưởng, ắt đọa làm các loài dưới nước, hoặc sinh làm ngạ quỷ.

"Nếu có đến chín phần tình chỉ một phần tưởng, ắt phải đọa vào địa ngục. Tội nhẹ thì vào địa ngục hữu gián, có lúc được tạm ngừng; tội nặng thì vào địa ngục vô gián, phải chịu tội khổ không có lúc nào ngừng nghỉ.

"Nếu chỉ thuần là tình mà không có tưởng thì đọa vào địa ngục A-tỳ."

Hỏi: Người đọa vào địa ngục A-tỳ, vừa mới vào liền gặp tám vạn bốn ngàn rừng đao kiếm, nhưng lại nhìn thấy như rừng cây báu; gặp núi lửa hừng hực nóng, nhưng lại nhìn thấy như hoa sen; gặp những con chim mỏ sắt, nhưng lại thấy như giống chim nhạn hiền lành. Người sinh về cõi trời cũng nhìn thấy những cảnh tượng giống như vậy, làm sao phân biệt?

Đáp: Người đọa vào địa ngục, lúc lâm chung do lửa nghiệp thiêu đốt nên khởi sinh vọng tưởng. Do vọng tưởng ấy mà thành ra vọng kiến. Còn người được sinh lên cõi trời thì bốn đại nhanh nhẹ, khi nóng có gió mát thổi qua, khi lạnh có khí ấm xông lên, nên không thể xem là giống nhau được.

GIẢNG RÕ CHỖ VI DIỆU CỦA THỂ TÁNH[1]

Hỏi: Quý Lộ thưa hỏi về chuyện sống chết, Trọng Ni[2] từ chối không nói.[3] Riêng ông lại nói mãi không thôi [về chuyện sống chết], chẳng phải là chỉ truy tìm

---

[1] Phần này có 7 mục hỏi đáp. (Chú giải của soạn giả)

[2] Trọng Ni: tức là đức Khổng tử.

[3] Trích từ sách Luận ngữ, chương Tiên tiến, tiết 11. Nguyên văn: “季路問事鬼神？子曰：未能事人，焉能事鬼？曰：敢問死？曰：未知生，焉知死？ - Quý Lộ vấn sự quỷ thần. Tử viết: Vị năng sự nhân, yên năng sự quỷ? Viết: Cảm vấn tử? Viết: Vị tri sinh, yên tri tử?“ (Quý Lộ hỏi việc thờ cúng quỷ thần. Khổng tử đáp: Chưa phụng sự được con người, làm sao phụng sự được quỷ thần? Lại nói: Dám xin được hỏi về sự chết? Đáp: Chưa rõ việc sống, sao có thể biết về sự chết?)

những chuyện vô ích mà hành xử quái lạ khác người đó sao?

Đáp: Thật ra, đức Khổng tử đã đáp rằng: "Chưa rõ việc sống, sao có thể biết về sự chết?" Đó là cách uyển chuyển dẫn dắt khai mở của Phu tử, không phải là tránh né cự tuyệt không đáp. Khổng tử cũng từng nói: "Sống chết cũng là chuyện lớn vậy."[1] Như vậy, sao có thể nói bàn chuyện sống chết là vô ích, là khác đời?

Hỏi: Cái mà đạo Phật gọi là thể tánh đó, phải chăng là thuyết "không thiện không ác"?

Đáp: Nếu cho rằng không có thiện, không có ác, như vậy là rơi vào chỗ trống không mê muội, tức là thuyết đoạn diệt. Người đời nếu không vướng mắc chấp có, ắt sẽ vướng mắc chấp không; nếu không vướng mắc chấp vào chỗ vừa có vừa không, ắt sẽ vướng mắc chấp vào chỗ chẳng có chẳng không. Cho nên, kinh Quán Phật Tam-muội ví [sự thấy biết hạn hẹp] này như những người mù sờ voi.

Những người mù bẩm sinh thì chưa từng nhìn thấy con voi. Có vị quốc vương cho gọi một số người mù như thế đến, hỏi rằng: "Các ông có muốn biết hình dạng con voi không?" Những người mù đều thưa là muốn biết. Vua liền sai người quản tượng dắt một con voi ra trước sân, rồi bảo những người mù ấy cùng đến sờ con voi. Sau đó, vua hỏi: "Các ông bây giờ đã biết được hình dạng con voi hay chưa?" Tất cả đều nói là đã biết. [Vua liền bảo họ mô tả.]

---

[1] Trích từ sách Trang tử. (Chú giải của soạn giả)

Người sờ tai voi nói: "Con voi [tròn, mỏng] như cái sàng." Người sờ mũi voi nói: "Con voi [đầu to đầu nhỏ] giống như cây đàn." Người sờ ngà voi nói: "Con voi [tròn và dài] giống như cái cọc gỗ." Người sờ lưng voi nói: "Con voi giống như cái nhà." Người sờ bên sườn voi nói: "Con voi giống như tấm vách." Người sờ đuôi voi nói: "Con voi giống như cái chổi lớn." Người sờ dưới chân voi nói: "Con voi giống như cây cột đình."

Những người mù ấy, ai cũng cho rằng mình nói đúng, ra sức tranh cãi với những người khác. Họ cãi nhau không ngừng, cho đến cuối cùng xông vào đánh nhau. Nhà vua liền cười nói: "Các ông đều chưa biết được hình dạng con voi. Người nói cái sàng, đó là tai voi; người nói cây đàn, đó là mũi voi; người nói cây cọc, đó là ngà voi; người nói cái nhà, đó là lưng voi; người nói tấm vách, đó là sườn voi; người nói cái chổi, đó là đuôi voi; người nói cột đình, đó là chân voi."

Những người mù nghe vua nói tuy không dám cãi lại, nhưng trong lòng vẫn tin rằng chỗ sờ biết của mình là chính xác không sai. Người đời [khi chưa giác ngộ mà] nói về thể tánh, cũng giống như vậy thôi.

Hỏi: Hết thảy vạn vật, có thành ắt có hoại, có khởi đầu ắt có kết thúc. Như vậy, thể tánh có sinh, có diệt hay chăng?

Đáp: Thông thường, tất cả những gì có hình tướng ắt phải có thành, có hoại, có sinh ra, có diệt mất. Nhưng thể tánh vốn không hình tướng, làm sao có sự sinh diệt?

Hỏi: Như vậy, phải chăng thể tánh giống như hư không?

Đáp: Không phải vậy. Cái không của hư không là trống không mê muội, không có nhận biết. Cái không của thể tánh gọi là chân không, là cái không chân thật.

Hỏi: Tai với mắt là phần hình tướng, khả năng nghe, thấy là phần thần thức. Nếu thần thức quả thật không bị diệt mất, ắt khả năng nghe thấy từ lúc nhỏ cho đến lớn đều phải như nhau. Thế nhưng, người già đi thì mắt lờ, tai điếc, cho nên tánh thấy, tánh nghe cũng có sự già chết. Theo đó mà suy xét thì biết thần thức cũng có sự sinh diệt.

Đáp: Mắt lờ tai điếc đều là do thân thể [suy yếu] mà ra, nào có liên quan gì đến tánh thấy, tánh nghe? Con mắt nhìn thấy, không phải tự nó có khả năng thấy, mà phải dựa vào tánh thấy mới có thể thấy; lỗ tai nghe tiếng, cũng không phải tự nó có thể nghe, mà phải dựa vào tánh nghe mới có thể nghe. Nếu cho rằng con mắt có thể tự nó nhìn thấy, ắt người chết còn trừng mắt cũng có thể thấy, và lúc nằm mộng thì con mắt nhắm, nên lẽ ra không thể nhìn thấy được đủ mọi hình tượng [trong mộng.] Nếu cho rằng lỗ tai có thể tự nó nghe được, ắt người chết vểnh tai cũng có thể nghe, và lúc nằm mộng thân thể ở trên giường, lẽ ra không thể nghe được những âm thanh [trong mộng] ở những nơi xa xôi khác. Xét như vậy thì [tánh thấy, tánh nghe] làm sao có sự sinh diệt?

Hỏi: Nói rằng thể tánh không có sự sinh diệt, tôi đã tạm hiểu được, nhưng nói rằng thể tánh không có sự đến đi, tôi thật chưa hiểu được.

Đáp: [Nếu thấy có các pháp] chợt đến chợt đi, đó đều là do tâm vọng tưởng, không phải thể tánh chân thật. Chân tánh rộng lớn bao trùm cả hư không, cho đến thế giới đại thiên nằm trong thể tánh của ta bất quá cũng chỉ như bọt nước nổi trên mặt biển mênh mông mà thôi.

Hỏi: Sự báo ứng trong ba đường ác, cho đến việc thác sinh trong cõi nhân gian, nếu luận về hình tướng là do Diêm vương phán quyết, nhưng nếu luận về thể tánh thì đều do nghiệp đã tạo của mỗi người tự chiêu cảm lấy. Xin hỏi, như vậy thì điều nào đúng, điều nào sai?

Đáp: Nếu không vướng mắc bám chấp thì cả hai thuyết đều đúng, còn nếu vướng mắc bám chấp thì cả hai thuyết đều sai. Ví như vợ chồng cùng sinh ra một đứa con, nếu cả hai đều vô tâm, cho dù mỗi người đều nói rằng đó là con tôi sinh ra, cũng chẳng gây tổn hại gì. Nhưng nếu hai người khởi tâm sân hận tranh đoạt cùng nhau, mỗi người đều cho rằng đứa con là do mình sinh ra, không phải người kia sinh ra, khi ấy thì cả hai người đều sai cả.

NGUYÊN NHÂN RƠI VÀO CÁC ĐƯỜNG ÁC [1]

Hỏi: Các loài chim như uyên ương, am thuần, bồ câu..., do đời trước tạo nghiệp dâm dục nên đời này sinh làm loài chim [cũng nặng nghiệp dâm dục],

[1] Phần này có 10 mục hỏi đáp. (Chú giải của soạn giả)

nhưng loài chim nhạn một khi mất bạn tình thì đến chết cũng không tìm con khác, có thể thấy rõ là đời trước không tạo nghiệp tà dâm, vậy vì sao phải đọa vào loài chim?

Đáp: Tà dâm chỉ là một trong mười nghiệp xấu ác. Cả mười nghiệp ấy đều có thể đưa đến việc đọa làm súc sinh. Như các loài uyên ương, am thuần, bồ câu [đều nặng tính dâm], đều do nghiệp tà dâm mà đọa vào loài súc sinh, nhưng nghiệp báo của loài chim nhạn có thể là do những điều xấu ác khác. Trong luận Câu-xá có nói rằng: "Như người tạo nghiệp xấu ác phải đọa vào loài súc sinh thì mỗi người cũng đều có sự khác biệt. Nói chung thì nếu dâm dục nặng nề, sẽ đọa sinh làm các loài chim bồ câu, chim sẻ, chim uyên ương..., nếu sân hận nặng nề, sẽ đọa sinh làm các loài rắn rết, bọ cạp..., nếu nhiều si mê sẽ đọa sinh làm các loài dê, lợn, nghêu, sò..., nếu nhiều kiêu mạn sẽ đọa sinh làm cọp, sói, sư tử..., nếu thường lăng xăng giễu cợt sẽ đọa sinh vào loài khỉ, nếu nhiều tham lam đố kỵ, sẽ đọa sinh làm loài chó đói.

Hỏi: Người tạo nghiệp xấu ác phải đọa nhập thai vào loài súc sinh, lúc ấy có tự biết được đó là súc sinh hay chăng?

Đáp: Vào lúc ấy không thể tự chủ được.

Hỏi: Vì sao sau khi chết không thể tự chủ được?

Đáp: Thật ra, trong lúc sống cũng có bao giờ tự chủ được đâu? Cùng một cô mỹ nữ xinh đẹp, người tham dâm nhìn thấy thì tham luyến yêu mến vô vàn, người đàn bà ghen tuông nhìn thấy thì căm hận đến tận xương tủy. Hiện tại đã [bị ngoại cảnh sai sử như thế,] huống chi là sau khi chết?

Hỏi: Xưa có vị Thiên vương cõi trời Đao-lợi, tự biết mình tuổi thọ sắp hết, [theo nghiệp lực] sắp phải đọa làm con lừa, liền chí tâm quy y Tam bảo, [sau đó khi nhập vào thai lừa, lừa mẹ] liền lập tức bị sẩy thai, ngay khi ấy tái sinh trở lại vẫn làm Thiên vương.[1] Chuyện này phải giải thích thế nào?

Đáp: Vị ấy có phúc đức đời trước hết sức sâu dày, nên mới có thể thay đổi quay lại làm Thiên vương cõi trời. Nếu không, ắt [vào lúc nhập thai,] dù lừa mẹ ở trước mắt nhưng chỉ thấy như mỹ nữ, dù mùi phẩn uế hôi hám trong chuồng bốc lên, vẫn ngửi thấy như mùi hương chiên-đàn, [liền sinh tâm ưa thích.]

Hỏi: Người đời số lượng rất đông, việc đời hết sức đa đoan phức tạp, nếu mỗi mỗi sự việc đều ghi chép chi ly thì dù cả núi mực cũng không đủ dùng. Diêm vương vì sao phải khổ công phí sức lo lắng, ghi chép những việc ấy?

Đáp: Hết thảy các pháp đều do tâm tạo. Tâm có thể tạo ra cung điện cõi trời, cũng có thể tạo ra cảnh địa ngục. Bên trong cung điện cõi trời có rất nhiều cảnh đẹp, nhưng hoàn toàn không phải do xây dựng mà có. Người tái sinh về cõi trời, tự nhiên có đủ tất cả để thọ hưởng.

[1] Chuyện này được kể trong kinh Pháp cú dụ. (Chú giải của soạn giả)

Dưới địa ngục có vô số hình cụ chi ly, cũng không phải do kiến tạo mà thành. Người bị đọa vào trong đó, tự nhiên có đủ tất cả rồi phải chịu khổ.

Hỏi: Lúc còn sống thì bao nhiêu nỗi đau đớn khổ não đều do có thân thể này nhận chịu. Sau khi chết không có thân thể thì còn ai chịu khổ?

Đáp: Đau đớn khổ não là ở nơi thần thức, không phải ở nơi thân xác. Nếu đau đớn là ở nơi thân xác, thì lẽ ra người chết cũng phải biết đau.

Hỏi: Người tạo nghiệp xấu ác tất nhiên phải chịu tội nặng, thế nhưng những ngục tốt, quỷ vương kia cũng hành hạ người cực kỳ độc ác, vậy họ phải chịu quả báo ở địa ngục nào?

Đáp: Nếu theo sự mà luận thì ngục tốt [ở thế gian] vâng lệnh [quan phủ] đánh người, chắc chắn không thể lại phải chịu tội đánh người. Còn theo lý mà luận thì tất cả ngục tốt, quỷ vương nơi địa ngục kia cũng đều từ trong tâm thức của tội nhân hóa hiện ra mà thôi.

Hỏi: Nếu địa ngục đã là cảnh giới thật có, lẽ ra nên khiến cho tất cả người đời đều được nhìn thấy, như thế họ mới có thể tin nhận.

Đáp: Người được nhìn thấy cảnh địa ngục thì khắp nơi đều có, chỉ tiếc là những người đã nhìn thấy rồi thì không thể quay về [để nói lại].

Hỏi: Đức Như Lai dùng một ngón chân nhấn xuống đất, khắp thế giới đại thiên liền hóa thành màu vàng ròng trang nghiêm. Chuyện này được kể trong kinh Duy-ma-cật. Với sức thần thông như vậy, sao ngài không phá tan hết địa ngục trong mười phương, giúp cho những chúng sinh đang chịu khổ địa ngục đều được sinh về cõi Phật?

Đáp: Bậc đại y vương cũng không thể chữa trị được những bệnh nhất định phải chết, không chữa trị được cho những người không chịu dùng thuốc. Những kẻ tạo nghiệp xấu ác là tự mình chiêu cảm quả báo khổ não, Bồ Tát không thể cứu cho họ được miễn tội. Cũng giống như kẻ nghèo khổ không có phúc đức, người giàu có cũng không thể thay họ ăn uống để khiến họ được no.

Hỏi: Nếu những nghiệp nhất định như thế đã không tránh được, thì pháp Phật cũng chẳng thể làm thay đổi gì. Thế nhưng trong Kinh điển thường luôn nói là "cứu độ vô lượng chúng sinh", thế là nghĩa gì?

Đáp: Tất cả những khổ não của thế gian đều do nghiệp xấu ác mà thành. Khuyên người không tạo nghiệp ác để dứt trừ tận gốc mọi khổ não, như vậy chẳng phải là cứu độ hay sao?

NGUYÊN NHÂN THIẾT LẬP LỄ NGHI CƯỚI GẢ[1]

Hỏi: Chuyện dâm dục nếu đã đứng đầu trong muôn điều xấu ác, bậc Thánh vương thời xưa khi cai trị lẽ ra phải ngăn tuyệt dứt sạch, thế nhưng vua Phục

[1] Phần này có 8 mục hỏi đáp. (Chú giải của soạn giả)

Hy lại bày ra chuyện mai mối để kết nối hai bên nam nữ, tác thành hôn nhân, như vậy là thế nào?

Đáp: Đó chính là vì muốn ngăn dứt sự dâm dục [hỗn loạn] trong thiên hạ. Nếu không thiết lập chuyện lễ nghi hôn nhân, ắt kẻ nam người nữ khắp trong thiên hạ, bất kể là ai cũng có thể làm chuyện dâm dục với nhau, giống như loài cầm thú, rồi khi sinh ra con cái, ắt cũng sẽ ruồng bỏ không nuôi dưỡng. Vì thế nên phải bày ra phương tiện, thiết lập lễ nghi phép tắc hôn nhân, để cho khắp trong thiên hạ, mỗi người đàn ông đều chỉ sống như vợ chồng với vợ của mình, phụ nữ cũng chỉ sống như vợ chồng với chồng của mình, cha mẹ đều có trách nhiệm biết nuôi dưỡng con cái, tất cả đều theo đúng một phép tắc như nhau mới không rối loạn.

Hỏi: Tại sao lại giao quyền tác hợp đôi bên nam nữ cho người mai mối?

Đáp: Thông qua mai mối là vì sợ có những kẻ xảo trá gian dối, vì muốn lấy người đẹp mà chê bỏ người xấu, tạo ra sự tranh giành lẫn nhau.

Hỏi: Vì sao phải thiết lập nhiều lễ nghi như vấn danh, nạp cát, thỉnh kỳ...?

Đáp: Vì sợ đời sau có những kẻ buông thả phóng túng dễ dàng ăn nằm hỗn tạp với nhau, nên phải bày ra những lễ nghi rõ ràng như thế [để buộc họ phải tuân theo].

Hỏi: Nguyên nhân ban đầu của việc thiết lập lễ nghi hôn nhân nay tôi đã rõ, nhưng không biết chuyện quan hệ nam nữ có nguồn gốc ban đầu từ lúc nào?

Đáp: Dựa theo kinh Khởi thế nhân bản[1] thì vào khi thế giới mới thành lập, tất cả chúng sinh đều từ nơi cõi trời Quang Âm đầu thai xuống, tự nhiên hóa sinh, không phải sinh ra từ bụng mẹ. [Khi ấy mặt đất ở cõi này sản sinh vật chất có vị ngọt như mật ong, chúng sinh ăn vào tự nhiên đầy đủ khí lực,] nhưng qua một thời gian dài tham ăn những thức ăn đó, hình dung sắc tướng chúng sinh dần dần thay đổi trở thành xấu xí, liền sinh ra những gân, mạch, xương, tủy... và bắt đầu phân chia thành hình tướng nam nữ khác nhau, sau đó mới khởi sinh tình dục. Đó chính là khởi nguyên ban đầu của chuyện quan hệ nam nữ.

Hỏi: Nho gia cho rằng tội bất hiếu có ba điều, trong đó không sinh con nối dõi là tội lớn nhất. Đức Phật lại dạy người lìa bỏ gia đình xuất gia tu đạo, hơn nữa còn hết sức chỉ rõ những điều nguy hại trong đời sống thế tục. Vì sao Nho giáo và Phật giáo, đôi bên lại khác biệt nhau như thế?

Đáp: [Nhìn từ góc độ thế gian thì] chỗ làm tốt đẹp của Nho giáo và Phật giáo tuy có khác biệt nhau, nhưng đôi bên cũng đều hướng đến việc giúp cho xã hội được yên ổn thịnh trị. Người đời căn cơ khí chất khác biệt nhau, có những chỗ Phật pháp không giáo hóa được mà Nho giáo có thể giáo hóa, lại có những chỗ Nho giáo không thể giáo hóa mà Phật giáo có thể giáo

[1] Kinh Khởi thế nhân bản (起世因本經), tổng cộng 10 quyển, do ngài Đạt-ma Cấp-đa dịch sang Hán ngữ, được xếp vào Đại Chánh tạng thuộc Tập 1, kinh số 25.

hóa. Vì thế, bậc thánh nhân của Tam giáo,[1] tuy đồng tâm hiệp lực [giáo hóa người đời], nhưng không thể không phân chia thành các phương diện khác nhau, mỗi đạo đều lập ra tông phái riêng, có phương thức giáo hóa riêng. Tên gọi tuy phân làm ba, nhưng thực chất cũng chỉ là một mà thôi.

Ví như ba vị lương y đều muốn trị bệnh cứu người, nhưng bệnh tật của người đời vốn nhiều khác biệt, nếu cả ba cùng học một phương pháp như nhau thì việc chữa trị sẽ không được rộng khắp. Lại ví như khi gặp nạn binh lửa, có ba vị trưởng giả đều muốn cứu dân ra khỏi thành, nếu cả ba cùng mở một cửa thành thì không thể cứu được nhiều người.

Cho nên, nếu có thể hết sức làm theo lời dạy của đức Khổng tử, ắt rằng đức Thích-ca nhìn thấy cũng vui. Nếu có thể hết sức làm theo lời dạy của đức Thích-ca, ắt đức Khổng tử nhìn thấy cũng vui. Nếu cho rằng phải làm theo đạo của ta mà tốt đẹp, ta mới hài lòng; không làm theo đạo của ta mà tốt đẹp, ta vẫn không hài lòng, như vậy ắt không thể là Phật, là thánh được.

Đời Tùy, Lý Sĩ Khiêm từng nói rằng: "Tam giáo như ánh sáng của mặt trời, mặt trăng và các tinh tú, không thể thiếu một trong số đó."[2] Người đời sau đối với việc này tranh luận không thôi, chỉ bộc lộ ra chỗ hẹp hòi của chính mình mà thôi.

[1] Tam giáo: chỉ Phật giáo, Nho giáo và Lão giáo.

[2] Trích từ sách Tùy thư. (Chú giải của soạn giả)

Hỏi: Có người nói rằng các vị thánh nhân như Phục Hy, Hoàng Đế... đều là các vị đại Bồ Tát ứng hiện hóa thân, không biết có đúng không?

Đáp: Cũng có thể có khả năng đó. Nhà làm cung giỏi thì con cái trước hết cho học làm các loại nia, sàng... Nhà luyện đúc kim khí giỏi thì con cái trước hết cho học làm áo lông cừu.[3] Trong đạo Phật có pháp quyền biến, có pháp xác thực, có pháp tiệm tu, có pháp đốn nhập. Lìa bỏ dục tình, xuất gia tu đạo, đó là pháp xác thực, đốn nhập. Lập gia đình, tại gia tu tập, đó là pháp quyền biến, tiệm tu. Ví như có người chưa thể ăn chay trường thì trước hết nên khuyên họ dùng ba loại thịt sạch.[4] Các bậc thánh nhân của Tam giáo đều cùng một tâm này, cùng một lý này.

Hỏi: Ví như nhân loại ai ai cũng dứt tuyệt chuyện dâm dục, thì trăm năm sau ắt loài người không còn nữa, như thế thì sao?

Đáp: Trong cõi đời ô trược này, trai gái đến tuổi đôi mươi chưa kịp cưới gả thì đã lén lút nhìn nhau, chực đi theo nhau, làm sao có việc ai ai cũng dứt chuyện dâm dục? Chỉ cần ông tự nhìn lại mình xem, chỉ sợ đã không làm được như vậy, huống gì người

---

[3] Câu này lấy ý từ sách Lễ ký, thiên Học ký, ngụ ý sự việc tuy khác biệt nhau nhưng có sự tương thông, như học làm nia, sàng thì giỏi uốn tre, sau đó mới có thể làm cung.

[4] Ba loại thịt thanh tịnh (Tam tịnh nhục): Đó là thịt của con vật mà: 1. Mắt ta không nhìn thấy con vật ấy vì mình mà bị giết. 2. Tai không nghe người đáng tin nói rằng con vật ấy vì mình mà bị giết. 3. Không có bất cứ lý do gì để nghi ngờ rằng con vật ấy vì mình mà bị giết.

khác? Như người chài lưới một ngày nghỉ không bắt cá, lại lo [sông nhiều cá] thuyền đi không thông, thật chẳng khác gì người nước Kỷ lo trời sập xuống.[1]

Hỏi: Tuy nói thế, nhưng nếu quả thật có chuyện ấy xảy ra thì sao?

Đáp: Nếu quả được như vậy thì lúc đó khắp thế gian này sẽ đều giống như chư thiên hóa sinh, không còn phải sinh ra từ tù ngục bào thai nữa.

NGHI VẤN VỀ SÁM HỐI VÀ VÃNG SINH[2]

Hỏi: Nếu đã lỡ tạo nghiệp dâm dục, nên đối trước bàn thờ Phật mà sám hối, hay nên dựa vào tự tâm mình mà sám hối?

Đáp: Tâm tức là Phật, Phật tức là tâm. Việc đối trước bàn thờ Phật mà sám hối không hề ngăn ngại việc dựa vào tự tâm sám hối; dựa vào tự tâm sám hối cũng không ngăn ngại việc sám hối trước bàn thờ Phật. [Đâu nhất thiết phải chọn một trong hai?]

Hỏi: Những nghiệp dâm dục tạo ra trong đời này, tất nhiên cần sám hối để tiêu trừ. Nhưng với những nghiệp dâm dục đã tạo ra trong quá khứ [đời trước], mịt mờ không nhớ biết được thì cần gì phải sám hối?

1 Xưa có người nước Kỷ vì lo trời có thể sập xuống mà bỏ ăn bỏ ngủ. Người sau dùng điển tích này để chỉ những người lo chuyện không đâu, tương tự như tục ngữ ta có câu: "Lo bò trắng răng."

2 Phần này có 7 mục hỏi đáp. (Chú giải của soạn giả)

Đáp: Tất cả chúng ta từ vô lượng kiếp đã qua cho đến hôm nay, bất kể là thọ thân bằng cách nào trong bốn cách sinh,[1] bất kể là thác sinh vào đâu trong sáu nẻo,[2] mỗi mỗi đều đã trải qua vô số lần sinh ra như thế; đối với các tội ác nặng nề nghiêm trọng, mỗi loại đều đã tạo tác vô số lần. Nếu chỉ sám hối tội lỗi đời này mà không nghĩ đến quá khứ, chẳng phải là diệt cỏ mà để lại gốc đó sao?

Hỏi: Đối với việc nhân quả thiện ác báo ứng, cha con cũng không thể chịu thay cho nhau. Nay sám hối tội lỗi của chính mình e còn chưa hết, lại vì tất cả chúng sinh mà sám hối, chẳng phải là nói quá lắm sao?

Đáp: Chỉ cầu lợi ích cho mình mà không nghĩ đến lợi ích cho người khác, đó là quan điểm của kẻ phàm phu. Tự mình chưa được giải thoát đã lo nghĩ đến việc cứu độ người khác, đó là tâm lượng Bồ Tát. Vua Vũ [lo nghĩ đến trong thiên hạ] có người chìm đắm như chính mình bị chìm đắm, có người đói khổ như chính mình bị đói khổ.[3] Khổng tử [từng nói ra chí nguyện của ngài là] mong cho khắp thiên hạ người già đều được sống yên vui, người trẻ tuổi nuôi dưỡng được

---

[1] Bốn cách sinh (tứ sinh): bao gồm thai sinh (sinh ra từ bào thai), noãn sinh (sinh ra từ trứng), thấp sinh (sinh ra từ điều kiện môi trường ẩm ướt) và hóa sinh (do biến hóa sinh ra). Tất cả chúng sinh đều sinh ra từ một trong bốn cách này.

[2] Sáu nẻo, hay sáu đường (lục đạo): bao gồm tất cả các cảnh giới thuộc cõi trời (thiên), cõi người (nhân), cõi a-tu-la, địa ngục, ngạ quỷ và súc sinh.

[3] Trích từ sách Mạnh tử, thiên Li lâu hạ.

hoài bão.[1] Phạm Trọng Yêm [trong Nhạc Dương Lâu Ký có viết rằng:] "Khi cần lo nghĩ thì lo trước thiên hạ, khi được vui sướng thì vui sau thiên hạ."

Hỏi: Như vậy, dâm dục đúng là cội nguồn của sinh tử, không thể không dứt trừ. Tuy nhiên, pháp môn xuất thế là chuẩn bị cho đời sau, vậy đợi đến tuổi già hãy lo việc tu hành hẳn cũng chưa muộn.

Đáp: Việc đời nói chung, lo sớm thì nên chuyện, để muộn thì hỏng việc. Nếu đợi tuổi già mới bắt đầu tu tập, thật chẳng khác nào khi đói mới đi cày ruộng, lúc khát mới lo đào giếng. Huống chi người sống được cho đến tuổi già, trước mắt nhìn thấy cũng không nhiều. Người trong thiên hạ ai ai cũng bon chen bận rộn cho đến tận lúc tuổi già sức yếu, liệu được mấy người có thể sớm buông xả việc đời mà lo chuyện tu tập trước lúc chết?

Hỏi: Chúng sinh trong đời mạt pháp, thật nghèo khổ túng thiếu vô cùng, trong khi các cõi Phật thì lầu gác cung điện thảy đều bằng bảy món báu xinh đẹp trang nghiêm. Vì sao lại có sự khác biệt bất đồng quá mức như vậy? Huống chi, đức Phật luôn xem tất cả chúng sinh đều bình đẳng như con một của ngài, sao chẳng phân chia ơn huệ trong khắp mười phương, để tất cả chúng sinh đều cùng được thụ hưởng sự vui thú?

Đáp: Khổ vui khác biệt một trời một vực, đó là quả trong hiện tại, nhưng tạo ra quả hiện tại đó lại chính

[1] Trích từ sách Luận ngữ.

là do nhân quá khứ. Trong nhân quá khứ đó, hết thảy chúng sinh đều tạo nghiệp giết hại, chỉ riêng Bồ Tát tu tập từ bi; hết thảy chúng sinh đều đam mê sắc dục, chỉ riêng Bồ Tát tu tập hạnh thanh tịnh; hết thảy chúng sinh đều tham lam keo lận, chỉ riêng Bồ Tát ưa thích bố thí. Việc làm thiện, ác đã khác xa nhau một trời một vực, không ai có thể làm thay cho nhau, thì quả báo khác biệt một trời một vực, cũng không ai có thể gánh chịu thay nhau. Ví như hai mắt vua Thuấn đều sáng, so ra để nhìn rõ thì có thừa, [cha vua Thuấn là] Cổ Tẩu bị mù, dù chỉ một mắt cũng thiếu. Vua Thuấn tuy là người đại hiếu, liệu có thể lấy bớt một mắt mà chia sẻ cho cha hay chăng?

Hỏi: Nhà tranh vách đất đơn sơ, đó là thể hiện tấm lòng yêu dân của Nghiêu, Thuấn; xây dựng cung vàng điện ngọc, chính là sự xa xỉ ác độc của Kiệt, Trụ. Đức Phật đã xem ba cõi như lao ngục, cần gì phải dùng đến bảy báu để trang nghiêm cõi nước?

Đáp: Một đàng là hút máu muôn dân để dựng xây xa xỉ, một đàng là quả lành của phúc đức ba đời. Đem hai điều ấy mà so với nhau, thật không thể xem như nhau được.

Hỏi: Cõi Phật trang nghiêm thanh tịnh, tất nhiên vượt trội muôn lần so với thế gian, nhưng cứ theo mô tả trong kinh, e rằng có sự thái quá. Nếu nhất nhất tin theo, chẳng phải là hoang đường lắm sao?

Đáp: Những gì người ta tin theo, bất quá chỉ là [trong phạm vi] mắt nhìn thấy, tâm suy tưởng. Những nơi mắt nhìn không thấu đã vội cho là hoang đường, huống chi những điều tâm suy tưởng không đến? Ví như con giun đất, chỉ biết ăn bùn trong phạm vi một thước đất, đã lấy đó làm vui, đâu biết đến có rồng xanh nhào lộn ngoài biển lớn, vẫy vùng đạp trên sóng nước? Lại như con bọ hung chỉ biết được niềm vui loanh quanh trong đống phẩn uế, đâu biết đến cánh chim bằng tung bay cao xa ngoài vạn dặm, cưỡi mây lướt gió?

ĐỨC NHƯ LAI ỨNG HÓA[1]

Hỏi: Người thế gian sinh ra đều từ nơi cửa mình người mẹ, Bồ Tát đản sinh ra đời từ hông bên phải, vì sao vậy?

Đáp: Người phàm có nhiều dục vọng nên sinh ra từ cửa mình người mẹ, Bồ Tát không có dục vọng nên sinh ra từ hông bên phải.

Hỏi: Trong ba cõi thì cao quý nhất là đấng Thiên đế, nhưng nói rằng khi đức Như Lai giáng sinh có Tứ thiên vương, Thiên tử cõi trời Đao-lợi, thảy đều cung kính đến hầu, như vậy có phải là đã quá phóng đại sự việc?

Đáp: Trong kinh nói đến sáu nẻo luân hồi, chư thiên cũng chỉ là một trong số đó.[2] Người đời đối với chư thiên cho rằng không còn ai cao quý hơn, nhưng đối với đức Phật thì chư thiên chẳng qua cũng chỉ là những chúng sinh phàm tục chưa thoát khỏi sinh tử.

[1] Phần này có 7 mục hỏi đáp. (Chú giải của soạn giả)

[2] Sáu nẻo luân hồi bao gồm cả chư thiên: 1. Cõi trời, 2. Cõi người, 3. Cõi a-tu-la, 4. Địa ngục, 5. Ngạ quỷ, 6. Súc sinh.

Vì thế, mỗi khi đức Như Lai thuyết pháp đều có vô số các vị thiên vương, Đế thích cùng đến cung kính lễ bái, tiếp nhận sự chỉ bày những ý nghĩa nhiệm mầu.

Ở đây chỉ xin nêu sơ lược một vài điều, như trong kinh Hoa Nghiêm chép rằng: "Lúc bấy giờ, Thiên vương từ xa trông thấy đức Như Lai hiện đến, liền dùng thần lực hóa hiện ra hoa sen báu có tòa sư tử, cao trăm vạn tầng để trang nghiêm, lại có trăm vạn thiên vương đều cung kính đảnh lễ."

Kinh Bát-nhã[1] nói: "Khắp cõi thế gian, chư thiên, loài người, a-tu-la đều nên cúng dường [Phật]."

Kinh Đại Bảo Tích[2] chép: "Chư thiên tử ở cõi trời Tứ thiên vương, cõi trời Đao-lợi, đều ở trên hư không rải hoa cúng dường đức Như Lai."

Kinh Liên Hoa Diện[3] nói: "Thiên vương Đế-thích nhìn thấy đức Thế Tôn, lập tức bày tòa cao [thỉnh Phật lên ngồi], rồi đảnh lễ dưới chân Phật."

Kinh Phạm Võng[4] chép: "Mười tám vị Phạm thiên, chư thiên ở sáu tầng trời thuộc cõi Dục, cùng mười sáu

---

[1] Kinh Bát-nhã, tức kinh Đại Bát-nhã Ba-la-mật-đa (大般若波羅蜜多經), tổng cộng 600 quyển, do ngài Huyền Trang dịch sang Hán ngữ, được xếp vào Đại Chánh tạng thuộc Tập 5, kinh số 220.

[2] Kinh Đại Bảo Tích (大寶積經), tổng cộng 120 quyển, do ngài Bồ-đề-lưu-chí dịch sang Hán ngữ, được xếp vào Đại Chánh tạng thuộc Tập 11, kinh số 310.

[3] Kinh Liên Hoa Diện (蓮華面經), 2 quyển, do ngài Na-liên-đề-da-xá dịch sang Hán ngữ, được xếp vào Đại Chánh tạng thuộc Tập 12, kinh số 386.

[4] Kinh Phạm Võng (梵網經), 2 quyển, do ngài Cưu-ma-la-thập dịch sang Hán ngữ, được xếp vào Đại Chánh tạng thuộc Tập 24, kinh số 1484.

vị đại quốc vương, tất cả đều chí tâm chắp tay cung kính lắng nghe đức Phật thuyết giới luật Đại thừa."

Kinh Viên Giác[1] dạy rằng: "Lúc bấy giờ, Đại Phạm vương và hai mươi tám vị thiên vương liền từ tòa ngồi đứng dậy, đảnh lễ dưới chân Phật."

Kinh Hiền Ngu Nhân Duyên[2] nói: "Đế thích đứng hầu bên trái, Phạm vương đứng hầu bên phải [đức Phật]".

Kinh Phổ Diệu[3] nói: "Phạm thiên đứng hầu bên phải, Đế thích đứng hầu bên trái [đức Phật]."

Kinh Tạo Tượng[4] nói: "Phạm thiên cầm lọng trắng đứng hầu bên phải, Đế thích cầm phất trần màu trắng đứng hầu bên trái [đức Phật]."

Kinh Pháp Hoa[5] nói rằng: "Các vị Đại Phạm

---

[1] Kinh Viên Giác, tức kinh Đại Phương Quảng Viên Giác Tu Đa La Liễu Nghĩa (大方廣圓覺修多羅了義經), 1 quyển, do ngài Phật-đà-đa-la dịch sang Hán ngữ, được xếp vào Đại Chánh tạng thuộc Tập 17, kinh số 842.

[2] Kinh Hiền Ngu Nhân Duyên, tức kinh Hiền Ngu (賢愚經), tổng cộng 13 quyển, do nhóm của ngài Huệ Giác dịch sang Hán ngữ, được xếp vào Đại Chánh tạng thuộc Tập 4, kinh số 202.

[3] Kinh Phổ Diệu (普曜經), tổng cộng 8 quyển, do ngài Trúc Pháp Hộ dịch sang Hán ngữ, được xếp vào Đại Chánh tạng thuộc Tập 3, kinh số 186.

[4] Kinh Tạo Tượng, tức kinh Phật Thuyết Đại Thừa Tạo Tượng Công Đức (佛說大乘造像功德經), 2 quyển, do ngài Đề-vân Bát-nhã dịch sang Hán ngữ, được xếp vào Đại Chánh tạng thuộc Tập 16, kinh số 694.

[5] Kinh Pháp Hoa, tức kinh Diệu Pháp Liên Hoa (妙法蓮華經), tổng cộng 7 quyển, do ngài Cưu-ma-la-thập dịch sang Hán ngữ, được xếp vào Đại Chánh tạng thuộc Tập 9, kinh số 262.

Thiên vương cúi đầu và mặt xuống lễ Phật, rồi đi nhiễu quanh ngài trăm ngàn vòng cung kính."

Những trích dẫn từ Kinh điển như thế nhiều không kể xiết. Nếu như phước đức của Như Lai quả thật không sánh bằng chư thiên, ắt trong Kinh điển không thể có những lời xưng tán như thế, mà Phạm vương, Đế thích cũng không dễ chấp nhận cho những Kinh điển ấy được lưu hành rộng rãi.

Hỏi: Kinh Ngọc Hoàng nói rằng: "Thiên đế thuyết pháp, đức Phật đến nghe và tiếp nhận." Điều đó lẽ nào không đúng sao?

Đáp: Kinh điển của Như Lai do chính đức Phật tuyên thuyết, ngài A-nan kết tập, dù một lời cũng không sai dối. Kinh "Ngọc Hoàng" đó, không phải do chính Ngọc đế viết ra [chưa đáng để tin], hơn nữa tuy không khỏi có ý muốn tôn sùng Ngọc đế nhưng lại không biết ai là người tôn quý nhất. Ông chưa từng nghe đức Phật dạy về phước đức cao quý nhất hay sao? [Đức Phật dạy rằng:] Nếu cộng lại tất cả phước đức của những người có phước đức cao quý nhất ở cõi người, cũng không bằng một vị thiên nhân ở cõi trời Tứ vương. Nếu cộng tất cả phước đức của những vị có phước đức cao quý nhất ở cõi trời Tứ vương, cũng không bằng một vị thiên nhân ở cõi trời Đao-lợi. Ngọc đế chính là Thiên vương ở cõi trời Đao-lợi. Từ cõi trời Đao-lợi trở lên, mỗi một tầng trời cao hơn [thì phước đức] càng thù thắng hơn, trải qua bốn tầng trời cao hơn như vậy, lên đến cõi trời Tha Hóa Tự Tại, vẫn thuộc về cõi Dục. Từ cõi trời Tha Hóa Tự Tại lên cao hơn nữa, mỗi một tầng trời cao hơn [thì phước đức] càng thù thắng hơn, trải qua mười tám tầng trời cao hơn như vậy, lên đến cõi trời Sắc Cứu Cánh, thuộc về cõi Sắc. Từ cõi trời Sắc Cứu Cánh lên cao hơn nữa, mỗi một tầng trời cao hơn [thì phước đức] càng thù thắng hơn, trải qua bốn tầng trời cao hơn như vậy, lên đến cõi trời Phi Phi Tưởng, thuộc về cõi Vô Sắc. Cho dù lên đến tận cõi trời ấy, tất cả chư thiên cũng vẫn còn là phàm phu chưa ra khỏi luân hồi.

Lại xét đến trong các bậc thánh xuất thế, có các thánh Thanh văn Tiểu thừa, từ thánh quả Tu-đà-hoàn lên đến thánh quả A-la-hán, cả thảy có bốn bậc.[1] Lại xét lên cao hơn thì có các vị Duyên giác, Độc giác. Lại xét cao hơn nữa, tức là các địa vị của hàng Bồ Tát, có Thập tín, Thập trụ, Thập hạnh, Thập hồi hướng v.v... gồm nhiều tầng bậc, mỗi tầng đều có mười quả vị. Lên cao hơn nữa thì chứng nhập Bồ Tát Sơ địa, tức Hoan hỷ địa, dần lên đến Pháp vân địa, lại cũng trải qua mười bậc chênh lệch. Sau đó mới lên đến được bậc Đẳng giác, rồi Nhất sinh bổ xứ, ấy là sắp sửa thành Phật. Đức Phật được xưng là bậc Đại Pháp Vương Vô Thượng, vì không còn ai có thể cao quý hơn được nữa. Làm sao có chuyện Ngọc Hoàng thuyết pháp mà đức Phật lại đến nghe và tiếp nhận? Đại sư Liên Trì trong Chánh Hóa Tập có bàn đến vấn đề này rất chi tiết, rõ ràng.

Hỏi: Đức Như Lai đản sanh [tại Ấn Độ] vào khoảng đời Chu Chiêu Vương [tại Trung Hoa], đến

[1] Bốn bậc được nói ở đây tức là bốn thánh quả từ thấp lên cao, bao gồm: Tu-đà-hoàn, Tư-đà-hàm, A-na-hàm và A-la-hán.

thời đại của Khổng tử thì Phật pháp đã lưu hành ở Ấn Độ được năm trăm năm rồi, vì sao Khổng tử không được nghe khái lược gì về Phật pháp?

Đáp: Khổng tử thật có nghe qua về Phật pháp rồi. Có lần Thái Tể hỏi Khổng tử rằng: "Phu tử có phải bậc thánh chăng?" Khổng tử đáp: "Bậc thánh thì ta không dám." Lại hỏi Tam vương, Ngũ đế [có phải bậc thánh không], Khổng tử đều không đáp. Thái Tể kinh sợ thưa hỏi: "Vậy ai mới là bậc thánh?" Khổng tử nghiêm sắc mặt giây lát, nói: "Ta nghe rằng về phương tây có bậc đại thánh nhân, không cần cai trị mà người đời không loạn, không cần nói ra mà người đời tự tin theo, không cần giáo hóa mà người đời tự làm theo, oai nghi thánh đức mênh mông trùm khắp mà người đời không biết gọi tên là gì." Chuyện này chép trong sách Liệt tử, thiên Trọng Ni. Sao có thể nói là Khổng tử không nghe biết về Phật pháp?

Hỏi: Đạo Phật vào thời Hán Minh Đế mới được truyền đến Trung Hoa, Khổng tử do đâu được nghe biết?

Đáp: Khi đức Như Lai giáng sinh thì ở Trung Hoa cũng có điềm báo. Vào đời Chu Chiêu Vương năm thứ 26 (bản trong dân gian[1] chép là năm thứ 24), là năm Giáp Dần, ngày mồng tám tháng tư, mặt trời xuất hiện nhiều vầng sáng bao quanh, có mây lành

---

[1] Nguyên tác dùng phường bản (坊本). Các sách ngày xưa khi được khắc in chia thành 2 loại. Do triều đình chính thức bỏ tiền khắc in gọi là chính bản. Do tư nhân tự bỏ tiền khắc in rồi lưu hành, gọi là phường bản, tức là bản in của dân gian.

năm sắc, bay vào tận trong cung nội, hào quang chiếu khắp về hướng tây, mặt đất chấn động nhiều lần, nước trong ao, giếng đều tự nhiên dâng lên đầy tràn ra bên ngoài. Chiêu Vương sai quan Thái sử là Tô Do bói quẻ, được quẻ Càn, hào cửu ngũ,[1] Tô Do tâu lên rằng: "Đây là điềm báo ở phương tây có bậc thánh nhân giáng trần, sau một ngàn năm nữa, giáo pháp của ngài sẽ truyền đến phương này." Chiêu Vương liền sai khắc sự việc ấy vào bia đá, đặt ở phía trước đền Nam giao.[2] Như vậy, những lời Khổng tử nói ra ắt đều có duyên do, chỉ có điều vì giáo pháp chưa được truyền đến phương đông này, nên chỉ nói một cách đại lược thôi.

Hỏi: Xưa nay những gì ghi chép trong Lục kinh[3] mới có thể dùng làm chỗ y cứ. Sách Liệt tử [không nằm trong Lục kinh] sao có thể tin được?

Đáp: Những gì Khổng tử thuyết giảng trong suốt một đời, được ghi chép truyền lại đến đời sau, bất quá trăm ngàn phần chỉ còn được một, làm sao có thể nói rằng tất cả đều được ghi chép trong Lục kinh? Liệt tử quả thật là người học làm theo Khổng tử, sống cách thời đại Khổng tử không xa lắm,[4] nên lời nói của ông

---

[1] Trong phần giải thích về quẻ Càn, cửu ngũ, Khổng tử có nói: "聖人作而萬物睹 - Thánh nhân tác nhi vạn vật đổ." (Thánh nhân ra đời vạn vật trông theo.)

[2] Những chuyện này được trích từ sách Chu thư dị ký và Bạch Mã tự bi ký. (Chú giải của soạn giả)

[3] Lục kinh: chỉ sáu bộ sách chính thống của Nho gia, bao gồm Kinh Dịch, Kinh Thi, Kinh Thư, Kinh Lễ, Kinh Nhạc và Kinh Xuân Thu.

[4] Liệt tử, tức tác giả của sách Liệt tử, tên là Liệt Ngự Khấu. Tuy không có tư liệu nào nói chắc chắn về năm sinh năm mất của ông, nhưng theo

không thể không có căn cứ. Do đâu ông ta lại có thể biết được rằng mấy trăm năm sau đạo Phật sẽ truyền đến xứ này mà dự báo? Hơn nữa, sao không nói đến phương hướng nào khác, lại đúng là phương tây, [nơi đức Phật đản sinh]?

Hỏi: Đời thượng cổ không có Phật, nhưng đời sau đều xưng tụng thời ấy là thái bình, yên ổn. Đời sau này được biết có Phật, ngược lại phong hóa đạo đức ngày càng suy đồi. Như vậy thì đạo Phật nào có ích lợi gì cho dân, cho nước?

Đáp: Chư Phật ra đời chính là vì muốn cứu độ chúng sinh thời suy mạt. Ví như vì thấy tối tăm nên mới thắp đèn, không phải do việc thắp đèn làm khởi sinh sự tối tăm. Thiên hạ loạn lạc, thảy đều là do những kẻ hung hăng, dâm loàn, bạo ngược, hoàn toàn không tin Phật pháp. Đã từng thấy có người nào ăn chay bỏ rượu mà làm việc giết người cướp của, hoặc có ai đã gửi thân vào tự viện mà làm việc giết vua soán ngôi hay chưa? Lưu Tống Văn Đế từng nói rằng: "Nếu như cả nước đều được sự cảm hóa của Phật pháp, ắt ta có thể ngồi yên mà hưởng thái bình."[1] Đường Thái Tông đích thân viết lời tựa cho Tam tạng Thánh giáo,[2] hết lòng tôn sùng, nói với hầu cận rằng: "Phật pháp rộng sâu không gì hơn được." Khi Pháp sư Huyền Trang

---

các dữ kiện được ghi chép về một số nhân vật tương quan cùng thời với ông, người ta đoán rằng ông có thể đã sống vào khoảng hơn 100 năm sau Khổng tử.

[1] Trích từ sách Tống thư. (Chú giải của soạn giả)

[2] Cách gọi trang trọng, chỉ ba tạng Kinh điển của Phật giáo, bao gồm Kinh tạng, Luật tạng và Luận tạng.

viên tịch, Đường Cao Tông than rằng: "Ta đã mất đi một quốc bảo." Vua đau đớn than khóc, trong năm ngày liền sau đó không thiết triều. Đường Huyền Tông được nghe Pháp sư Thần Quang nói về ân đức của Phật đối với chúng sinh, xúc động than rằng: "Ân đức của Phật rộng sâu mênh mông như thế, nếu không nhờ Pháp sư giảng giải thì không thể nào hiểu thấu, nay ta xin phát nguyện đời đời kiếp kiếp kính ngưỡng vâng theo Phật pháp." Vào triều Tống, các vua như Tống Thái Tổ, Tống Thái Tông, Tống Chân Tông, Tống Nhân Tông, Tống Cao Tông, Tống Hiếu Tông, tất cả đều quy hướng về đạo Phật, tinh cần nghiên cứu chuyên sâu Giáo pháp, hoặc đích thân đến chùa lễ Phật, hoặc cung thỉnh chư tăng vào tận cung cấm thuyết pháp để được học hỏi đạo pháp.[1] Vì thế nên từ xưa đến nay, những người có trí tuệ đa phần đều quy hướng theo Phật pháp.

Về những người tin sâu pháp thiền, trong quá trình tu tập hành trì lại thật sự có chỗ chứng ngộ, xin lược kể một số người như: Hứa Huyền Độ (tức Hứa Tuân), Lưu Di Dân (tức Lưu Trình Chi), Chu Đạo Tổ (tức Chu Tục Chi), Lôi Trọng Luân (tức Lôi Thứ Tông), Tôn Thiếu Văn (tức Tôn Bính), Trầm Hưu Văn (tức Trầm Ước), Tống Quảng Bình (tức Tống Cảnh), Vương Ma Cật (tức Vương Duy), Vương Hạ Khanh (tức Vương Tấn), Đỗ Hoàng Thường (tức Đỗ Hồng Tiệm), Bạch Lạc Thiên (tức Bạch Cư Dị), Lý Tập Chi

[1] Chi tiết những chuyện này có thể xem trong các sách sử thời Đường, Tống, như Kê cổ lược, Văn hiến thông khảo, Bắc sơn lục, Trịnh cảnh trọng gia tập v.v... (Chú giải của soạn giả)

(tức Lý Cao), Bùi Trung Lập (tức Bùi Độ), Bùi Công Mỹ (tức Bùi Hưu), Lữ Thánh Công (tức Lữ Mông Chính), Lý Văn Tĩnh (tức Lý Hàng), Vương Văn Chính (tức Vương Đán), Dương Đại Niên (tức Dương Ức), Duẫn Sư Lỗ (tức Duẫn Thù), Phú Trịnh Công (tức Phú Bật), Văn Lộ Công (tức Văn Ngạn Bác), Dương Thứ Công (tức Dương Kiệt), Vương Mẫn Trọng (tức Vương Cổ), Triệu Thanh Hiến (tức Triệu Biện), Chu Liêm Khê (tức Chu Đôn Di), Thiệu Nghiêu Phu (tức Thiệu Ung), Trương An Đạo (tức Trương Phương Bình), Hoàng Lỗ Trực (tức Hoàng Đình Kiên), Trần Oánh Trung (tức Trần Quán), Trương Vô Tận (tức Trương Thương Anh), Trương Tử Thiều (tức Trương Cửu Thành), Trương Đức Viễn (tức Trương Tuấn), Vương Hư Trung (tức Vương Nhật Hưu), Phùng Tế Xuyên (tức Phùng Tiếp), Lữ Cư Nhân (tức Lữ Bản Trung), Lưu Bình Sơn (tức Lưu Tử Huy), Lý Hán Lão (tức Lý Bính)...

Về những người kính ngưỡng Phật pháp, thấu hiểu giáo lý đạo Phật, thì có những vị như: Dương Thúc Tử (tức Dương Hỗ), Vương Mậu Hoành (tức Vương Đạo), Tạ An Thạch (tức Tạ An), Hà Thứ Đạo (tức Hà Sung), Vương Dật Thiếu (tức Vương Hi Chi), Vương Văn Độ (tức Vương Thản Chi), Tạ Khang Lạc (tức Tạ Linh Vận), Chử Quý Dã (tức Chử Bầu), Tiêu Thời Văn (tức Tiêu Vũ), Phòng Kiều Niên (tức Phòng Huyền Linh), Đỗ Khắc Minh (tức Đỗ Như Hối), Ngụy Nguyên Thành (tức Ngụy Chinh), Ngu Bá Thí (tức Ngu Thế Nam), Chử Đăng Thiện (tức

Chử Toại Lương), Nhan Lỗ Công (tức Nhan Chân Khanh), Lý Thái Bạch (tức Lý Bạch), Lý Nghiệp Hầu (tức Lý Bí), Liễu Tử Hậu (tức Liễu Tông Nguyên), Lý Tuấn Chi (tức Lý Bột), Khấu Lai Công (tức Khấu Chuẩn), Phạm Văn Chính (tức Phạm Trọng Yêm), Hàn Ngụy Công (tức Hàn Kỳ), Đỗ Kỳ Công (tức Đỗ Diễn), Tăng Minh Trọng (tức Tăng Công Lượng), hai anh em họ Tô là Tô Thức và Tô Triệt, Lữ Hối Thúc (tức Lữ Công Trước), Uông Ngạn Chương (tức Uông Tảo), Lý Bình Sơn (tức Lý Chi Thuần), Trương Kính Phu (tức Trương Thức), Lữ Đông Lai (tức Lữ Tổ Khiêm), Lưu Tĩnh Trai (tức Lưu Mật)...

Về những bậc tài danh đức độ đáng tôn kính trong thời đại gần đây,[1] có những vị như: Triệu Tùng Tuyết (tức Triệu Mạnh Phủ), Tống Cảnh Liêm (tức Tống Liêm), Chu Tuân Như (tức Chu Thầm), Từ Đại Chương (tức Từ Nhất Quỳ), La Niệm Am (tức La Hồng Tiên), Đường Kinh Xuyên (tức Đường Thuận Chi), Triệu Đại Châu (tức Triệu Trinh Cát), Lục Bình Toàn (tức Lục Thọ Thanh), Lục Ngũ Đài (tức Lục Quang Tổ), Ân Thu Minh (tức Ân Mại), Tiết Quân Thái (tức Tiết Huệ), Vương Yểm Châu (tức Vương Thế Trinh), Tôn Tử Tương (tức Tôn Thần), Đặng Định Vũ (tức Đặng Dĩ Tán), Phùng Cụ Khu (tức Phùng Mộng Trinh), Ngu Trường Nhụ (tức Ngu Thuần Hi), ba anh em nhà họ Viên là Viên Tông Đạo, Viên Hoành Đạo, Viên Trung Đạo, hai anh em nhà họ Đào (Đào

[1] Tức thời đại của tiên sinh An Sĩ.

Vọng Linh, Đào Thích Linh), Tiêu Y Viên (tức Tiêu Hoành), Hoàng Thận Hiên (tức Hoàng Huy), Vương Vũ Thái (tức Vương Khẳng Đường), Chung Bá Kính (tức Chung Tinh)...

Về những vị đạo cao đức trọng được người đời xưng tụng thì có những vị như Bạch Sa (tức Bạch Hiến Chương), Dương Minh (tức Dương Thủ Nhân)...

Về những vị có thể đứng ra làm tông chủ đạo học, giảng bày chỉ dạy phù hợp với tông chỉ thiền môn, chính thức được truyền thừa thì có các vị như Vương Long Khê (tức Vương Kỳ), La Cận Khê (tức La Nhữ Phương), Chu Hải Môn (tức Chu Nhữ Đăng), Dương Trinh Phục (tức Dương Khởi Nguyên)... Họ đều là những người đối với Phật pháp có sự nghiên cứu và thể nhập sâu xa.

Ôi, nếu như pháp Phật không phải là phương tiện tối thượng chân chánh, giúp ích cho việc giáo hóa trị an, thì làm sao có thể được những bậc hiền nhân đức độ khâm phục, kính cẩn tin theo nhiều như thế?[1] Những ai tu tập răn ngừa dâm dục, mong muốn vượt qua con sóng dữ trong bể ái ân, quả thật không thể không lưu tâm đến điều này.

[1] Những sự tích trên có thể tìm xem trong 21 bộ chính sử cùng các văn tập, ngữ lục. (Chú giải của soạn giả)

LỜI BẠT

Những sách khuyến thiện mà người đọc vừa xem qua đã cau mày khó chịu, ắt không thể lưu hành rộng rãi, truyền lại về sau; nhưng vừa mở sách ra đã khiến người ta tán thưởng ngay, ắt cũng không thể truyền lại về sau. Vì sao vậy? Một đàng vì quá thâm sâu uyên áo, một đàng lại quá thô thiển cạn cợt, đều khó được người xem chấp nhận lâu dài.

Sách này của thầy tôi, tuy hướng đến sự răn ngừa dâm dục, nhưng lại hết sức chân thành muốn giúp người vượt thoát sinh tử, e rằng cũng là quá thâm sâu uyên áo. Tuy nhiên, hằng ngày vào những lúc thanh vắng yên tĩnh, nếu đem mối lo sinh tử ra mà tự vấn lòng mình, hẳn là ai ai trong chúng ta cũng không thoát khỏi. Với cái tâm niệm biết mình không thoát khỏi như thế mà mang sách này ra nghiền ngẫm lại, ắt sẽ thưởng thức được những điều thú vị, sau đó mới hiểu ra được chỗ học thức sâu rộng cùng với tâm từ bi chí thiết của người soạn sách. Đến lúc ấy thì những kẻ trước đây cau mày ắt cũng đều sẽ hân hoan tán thưởng. Cho nên, sách này hiện nay đang lưu hành hết sức rộng rãi, mà trong tương lai rồi cũng sẽ được khắc bản lưu truyền không dứt, đó là điều có thể đoán chắc được.

Viết tại Ngu sơn
Môn đệ là Trần Tuyên Thánh Lai thị
Kính cẩn bái lạy ghi lại

THUẬT NGỮ PHẬT HỌC TRONG SÁCH NÀY [1]

a-bàng: ngục tốt nơi địa ngục, dịch nghĩa là "vô từ" (không có lòng từ).

A-di-đà Phật: đức Phật A-di-đà. Phạm ngữ "a" dịch nghĩa là "vô", "di-đà" dịch nghĩa là "lượng". Vì đức Phật này hào quang chiếu sáng qua vô lượng thế giới, thọ mạng kéo dài qua vô lượng kiếp, phúc đức cũng là vô lượng, nên xưng danh là Phật A-di-đà.

A-nan: tên một vị đệ tử Phật, dịch nghĩa là "khánh hỉ", cũng dịch là "hoan hỉ". Ngài sinh vào ngày Phật thành đạo, nên đặt tên như vậy. Ngài A-nan là con vua Hộc Phạn, em họ của đức Phật.

An-đà: tên một nước nằm gần Ấn Độ thời cổ.

a-tu-la: tên một cõi trong sáu cõi luân hồi, dịch nghĩa là "vô đoan chính", vì chúng sinh ở cõi này, nam nhân xấu xí, nữ nhân đoan chính xinh đẹp. Cũng gọi là "phi thiên", vì chúng sinh cõi này có phúc nhưng không có đức giống như chư thiên. Cũng gọi là "vô tửu", vì chúng sinh cõi này chưng cất rượu không được, khởi tâm sân hận thề không uống rượu.[2]

---

[1] Trong phần thuật ngữ này, chúng tôi không chỉ chuyển dịch nguyên tác, mà thỉnh thoảng cũng bổ sung thông tin ở những chỗ xét thấy cần thiết, để giúp độc giả thuận tiện hơn khi tra cứu. Ngoài ra, chúng tôi cũng sắp xếp lại tất cả thuật ngữ theo thứ tự bảng chữ cái để dễ dàng tra tìm, thay vì phân chia các thuật ngữ theo ba quyển như trong nguyên tác.

[2] Về ý nghĩa "vô tửu", chúng tôi thấy có phần gượng ép. Đại từ điển Phật Quang có đề cập đến nghĩa này và cũng ngờ là xưa kia đã nhầm lẫn

A-xà-thế: (*Ajātaśatru*) tên vị thái tử con vua Bình Sa (tức Tần-bà-sa-la), dịch nghĩa là "vị sinh oán", nghĩa là mối oán cừu từ lúc chưa sinh ra.

Bắc Câu-lô châu: cõi thế giới nằm về phía bắc núi Tu-di. Người dân ở châu này đều có tuổi thọ trung bình đến ngàn tuổi, trong lòng mong muốn có y phục hay thức ăn, đều tùy ý có được đầy đủ. Sau khi mạng chung ở cõi này đều được sinh về cõi trời.

bà-la-môn: dịch nghĩa là "tịnh hạnh", hạnh thanh tịnh, trong sạch, thường chỉ hàm ý là không làm việc dâm dục. Đây là một trong bốn giai cấp của Ấn Độ thời cổ. Xem chi tiết trong kinh Trường A-hàm, kinh Tứ tánh.[1]

ba-la-xoa: tên một loài hoa, cũng đọc là tất-lợi-xoa, dịch nghĩa là "vô ưu".

bát bộ: tám bộ chúng, bao gồm: trời (thiên), rồng (long), dạ-xoa, càn-thát-bà, a-tu-la, ca-lâu-la, khẩn-na-la và ma-hầu-la-già.

bát công đức thủy: loại nước có đủ tám công đức, gồm: 1. Trừng tịnh: lắng gạn trong sạch; 2. Thanh lãnh: trong trẻo mát lạnh; 3. Cam mỹ: mùi vị ngon ngọt; 4. Khinh nhuyễn: nhẹ nhàng mềm mại; 5. Nhuận trạch: thấm nhuần tươi mát; 6. An hòa: yên ổn hòa nhã; 7. Trừ được đói khát và vô số khổ não; 8. Trưởng dưỡng thân tứ đại, tăng trưởng các thiện căn.

---

khi chuyển dịch: "舊譯不酒，不飲酒，或係 誤譯 - Cựu dịch bất tửu, bất ẩm tửu, hoặc hệ ngộ dịch." (Cách dịch cũ là "bất tửu", "bất ẩm tửu", e rằng đã dịch nhầm lẫn.)

[1] Trong các bản Đại tạng thời Nguyên, Minh đều là kinh Tứ tánh, tương đương với bản Đại Chánh tạng là kinh Trường A-hàm, quyển 6 (trong 22 quyển), thuộc Tập 1, kinh số 1, trang 36, tờ b, bắt đầu từ dòng thứ 25, có tên là kinh Tiểu duyên.

bát khổ: tám nỗi khổ trong cuộc đời mà hầu hết chúng sinh đều phải trải qua, gồm: sinh ra, già yếu, bệnh tật, cái chết, thương yêu phải chia lìa, oán ghét phải gặp nhau, mong cầu không đạt được, năm ấm không hài hòa.

bát nan:[1] tám hoàn cảnh khó tu tập theo Phật pháp. Một là địa ngục, hai là ngạ quỷ, ba là súc sinh, bốn là sinh nơi vùng biên địa, năm là sinh về cõi trời trường thọ, sáu là làm người không đủ các căn, bảy là sinh vào nhà tà kiến, tám là sinh vào thời không có Phật ra đời. Có nơi giải thích thay cõi trời trường thọ là châu Bắc Câu-lô, vì cõi này cũng sống đến cả ngàn năm, nhưng giải thích như vậy là sai lầm. Có thể xem trong kinh Đại Bát-nhã, kinh Giác lượng thọ mạng.[2]

bát Nê-hoàn: tức bát Niết-bàn. Xem ở mục bát Niết-bàn.

bát niệm: tám điều niệm tưởng, tức là thường nhớ nghĩ đến, bao gồm: niệm Phật, niệm Chánh pháp, niệm Tăng-già, niệm giới luật, niệm buông xả, niệm chư thiên, niệm hơi thở ra vào, niệm cái chết.

bát quan trai: tức tám giới, dành cho người tại gia, có thể thọ trì chỉ trong vòng một ngày đêm. Nếu muốn thọ trì nhiều ngày thì phải mỗi ngày đều thọ giới, xả giới. Người thọ giới rồi phải quyết tâm giữ trọn thời gian, không

---

[1] Có nhiều người gọi đây là tám nạn. Chữ 難 có thể đọc là nan hay nạn, nhưng nghĩa có khác nhau. Nếu hiểu đây là tám nạn, thì việc sinh về cõi trời trường thọ mà gọi là "nạn" e không ổn, chỉ có thể hiểu đó là một hoàn cảnh khó tu tập Phật pháp, nên mang nghĩa "nan" (khó khăn) thì thích hợp hơn.

[2] Kinh Giác lượng thọ mạng, tức Phật thuyết Giác lượng thọ mạng kinh (佛說較量壽命經), 1 quyển, được xếp vào Đại Chánh tạng thuộc Tập 17, kinh số 759.

được phạm giới. Nếu có thể trì giới này hoàn toàn thanh tịnh, tuy chỉ trong một ngày đêm nhưng nhờ công đức ấy nhất định có thể tái sinh về cõi trời.

bát thập tùy hình hảo: tám mươi vẻ đẹp, hay tám mươi tướng phụ. Xem chi tiết về các tướng này trong các kinh Hoa nghiêm, Đại Bát-nhã, Tam muội hải.

bát vương: tám ngày phân tiết trong năm theo âm lịch, bao gồm: lập xuân, xuân phân, lập hạ, hạ chí, lập thu, thu phân, lập đông và đông chí.

Ba-tuần: tên gọi của Ma vương, cũng đọc là Ba-ti-dạ, dịch nghĩa là "cấp ác".

Bồ Tát: danh xưng đầy đủ là Bồ-đề-tát-đỏa, dịch nghĩa là "giác hữu tình". Vì cũng tu chứng như Phật nên gọi là "giác", nhưng chưa dứt hết vô minh nên gọi là "hữu tình". Theo một nghĩa khác, "hữu tình" chỉ tất cả chúng sinh, Bồ Tát dùng chánh đạo giáo hóa giác ngộ chúng sinh nên gọi là "giác hữu tình".

Bổ xứ chi tôn: Phạm ngữ là A-duy-nhan, dịch nghĩa là "nhất sinh bổ xứ", hàm nghĩa vị Bồ Tát chỉ còn một lần giáng sinh là sẽ thành Phật.

bồ-đề: dịch nghĩa là "giác", nghĩa là tỉnh thức, giác ngộ.

Ca-diếp Phật: dịch nghĩa là "ẩm quang", là thầy của đức Phật Thích-ca, là vị Phật thứ ba trong một ngàn vị Phật của Hiền kiếp.

Câu-thiểm-di: tên nước, cũng đọc là Kiều-thưởng-di, thuộc miền trung Ấn Độ cổ đại.

Câu-thi-na thành: dịch nghĩa là "giác thành", vì thành này có hình tam giác.

Chánh giác: dịch từ Phạm ngữ là tam-bồ-đề. Tu tập thành tựu quả Phật gọi là thành Chánh giác.

chân-thúc-ca: dịch nghĩa là màu đỏ thắm.

Chuyển luân thánh vương: cũng gọi là Luân vương, có bốn hạng. Kim luân vương, cai trị bốn cõi thiên hạ; Ngân luân vương, cai trị ba cõi thiên hạ; Đồng luân vương, cai trị hai cõi thiên hạ; Thiết luân vương, cai trị chỉ một cõi Diêm-phù-đề.

Cù-đà-ni: cũng đọc là Cù-da-ni, dịch nghĩa là "ngưu hóa", tức châu Tây Ngưu Hóa, là một cõi đất rộng tám ngàn do-tuần.

cửu phẩm vãng sinh: chín phẩm vãng sinh. Người tu tập pháp môn Tịnh độ được vãng sinh chia làm ba phẩm là Thượng phẩm, Trung phẩm và Hạ phẩm, mỗi phẩm lại chia thành ba bậc là thượng sinh, trung sinh và hạ sinh, cộng tất cả thành chín phẩm vãng sinh. Ý nghĩa này được giải thích rõ ràng trong kinh Quán Vô Lượng Thọ Phật.

Cưu-ma-la-thập: tên một vị đại sư dịch giả, dịch nghĩa là "đồng thọ". Ngài là người Ấn Độ, con vua Quy Tư. Vào đời vua Phù Kiên của nhà Tiền Tần, niên hiệu Kiến Nguyên năm thứ 9, tức là năm 373 theo Tây lịch, quan Thái sử xem thiên văn tâu lên vua có bậc hiền đức xuất hiện ở nước ngoài, nhân đó vua cho người thỉnh ngài đến Trung Hoa.

Dạ-ma thiên: gọi đầy đủ là Tu-dạ-ma, dịch nghĩa là "thiện thời phân", là cõi trời nằm trên cõi trời Đao-lợi.

Đao-lợi Thiên vương: tức là vị Thiên chủ Đế-thích, hay Thích-đề hoàn nhân. Trong kinh Niết-bàn có kể ra đến mười một danh xưng của vị này.

Đao-lợi thiên: cõi trời Đao-lợi, dịch nghĩa là "tam thập tam thiên" (cõi trời Ba mươi ba), nằm trên cõi trời Tứ vương, là nơi cư trú của Đế thích. Cõi trời này có ba mươi hai vị tiểu thiên tử trụ ở 8 phương, cùng vị thiên chủ ở trung tâm hợp thành số ba mươi ba, nên gọi tên như vậy, không phải là có ba mươi ba tầng trời từ dưới tính lên.

Đâu-suất thiên: cõi trời Đâu-suất, gọi đầy đủ là Đâu-suất-đà, dịch nghĩa là "diệu túc", là cõi trời nằm trên cõi trời Dạ-ma.

địa vị: đất có mùi vị. Vào lúc thế giới ban sơ mới hình thành, vật chất được sinh ra trên mặt đất có hình trạng sền sệt như sữa đun sôi cô đặc lại, mùi vị ngon ngọt như mật ong. Chúng sinh khi ấy dùng dạng vật chất này làm thức ăn, không bao giờ phải đói thiếu.

Diêm-phù-đề: tên gọi đầy đủ là Diêm-phù-na-đề, vốn là tên của một loài cây, dịch nghĩa là "tinh kim", vì dưới cây này có vàng nên gọi tên cây như thế. Châu Nam Thiệm-bộ đặc biệt có loại cây này, do đó cũng gọi tên châu là châu Diêm-phù-đề, là một cõi đất rộng bảy ngàn do-tuần.

điệp: một loài cây có hoa dùng dệt thành vải rất mịn.

Di-lặc: dịch nghĩa là "Từ thị", là họ của một vị Bồ Tát, được thọ ký sẽ thành Phật tiếp theo sau đức Phật Thích-ca, xem chi tiết trong kinh Di-lặc hạ sinh thành Phật.[1]

Độc giác: là những vị ra đời gặp lúc không có Phật, tự mình tu hành đạt được giác ngộ nên gọi là Độc giác.

[1] Tức kinh Phật thuyết Di-lặc hạ sanh thành Phật (佛說彌勒下生成佛經), 1 quyển, do ngài Cưu-ma-la-thập dịch sang Hán ngữ, được xếp vào Đại Chánh tạng thuộc Tập 14, kinh số 454.

do-tuần: cũng đọc là do-diên, hoặc du-thiện-na, là khoảng cách giữa hai chỗ dừng nghỉ khi vị Luân vương đi tuần thú, tương tự như các dịch trạm ở Trung Hoa. Các sách nói về khoảng cách này không giống nhau, có nơi nói là mười sáu dặm, có nơi cho là ba mươi dặm, hoặc bốn mươi dặm, hoặc sáu mươi dặm, cho đến có nơi cho là tám mươi dặm.

Duyên giác: là những chúng sinh nghe Phật thuyết giảng giáo pháp Thập nhị nhân duyên mà được ngộ đạo, nên gọi là Duyên giác.

hằng hà: sông Hằng, gọi đầy đủ là Hằng-già (Ganga), cũng đọc là Căng-già, dịch nghĩa là "thiên đường lai". Sông này nằm gần thành Xá-vệ.

hành giả: chỉ người tu hành, thường là tu tập hành trì theo một pháp môn cụ thể nào đó.

Hóa lạc thiên: tên Phạm ngữ là Tu-niết-mật-đà, dịch nghĩa là "hóa tự lạc", là tên cõi trời nằm trên cõi trời Đâu-suất.

Hoan hỷ địa thập trùng giai cấp: từ Hoan hỷ địa tiến lên mười bậc, tức là Thập địa, mười giai vị tu tập tiếp theo sau Thập hồi hướng, bao gồm: Hoan hỷ địa, Ly cấu địa, Phát quang địa, Diệm tuệ địa, Nan thắng địa, Hiện tiền địa, Viễn hành địa, Bất động địa, Thiện tuệ địa và Pháp vân địa.

Kỳ viên: vườn cây do thái tử Kỳ-đà cúng dường lên Phật, trưởng giả Cấp-cô-độc đã mua vùng đất này để xây dựng tinh xá cúng dường đức Phật và Tăng đoàn, thái tử không bán cây cối mà tự mình cũng dâng cúng, nên gọi đầy đủ là Kỳ thọ Cấp-cô-độc viên, gọi tắt là Kỳ viên.

La-hán: danh xưng đầy đủ là A-la-hán, có ba nghĩa, một là giết giặc phiền não tặc, hai là không còn thọ thân tái sinh đời tiếp theo, ba là xứng đáng nhận sự cúng dường cung kính của hàng trời, người.

lục căn: tức sáu căn, hay sáu giác quan, gồm có mắt (nhãn), tai (nhĩ), mũi (tị), lưỡi (thiệt), thân (xúc giác) và ý.

lục đạo: sáu đường, tức sáu cảnh giới, gồm cõi trời (thiên), cõi người (nhân), cõi a-tu-la, cõi súc sinh, cõi ngạ quỷ và cõi địa ngục.

lục thiên: sáu tầng trời [thuộc cõi Dục], gồm từ Tứ vương thiên lên đến Tha hóa Tự tại thiên.

Ma-da phu nhân: danh xưng đầy đủ là Ma-ha Ma-da, dịch nghĩa là "đại thuật", hoặc "đại ảo", nghĩa là có thể dùng đại ảo thuật, làm mẹ sinh ra chư Phật.

Ma-đặng nữ: tức Ma-đăng-già. Ma-đặng là mẹ của Ma-đăng-già, nên Ma-đặng nữ (con gái Ma-đặng) tức chỉ Ma-đăng-già.

Ma-đăng: tên gọi đầy đủ là Ma-đăng-già, dịch nghĩa là "bản tính", là tên của một dâm nữ, về sau trên Pháp hội giảng kinh Lăng-nghiêm được nghe Chánh pháp liền ngộ đạo xuất gia, gọi là Tính tỉ-khâu ni.

Ma-hê-thủ-la: dịch nghĩa là "đại tự tại", là tên vị Thiên vương ở cõi trời Sắc cứu cánh, tên Phạm ngữ là A-ca-ni-trá, dịch nghĩa là "trất ngại cứu cánh", cũng dịch là "sắc cứu cánh". Đây là cõi trời cao nhất trong Sắc giới.

Ma-nhân-đề: tên một vị trưởng giả.

ma-ni: tên một loại ngọc, đúng ra là mạt-ni, dịch nghĩa là "ly cấu".

Mục-liên: tên một vị đệ tử Phật, danh xưng đầy đủ là Mục-kiên-liên, dịch nghĩa là "thái thục thị".

nê-lê: tức địa ngục, dịch nghĩa là "vô hữu" (không có), hàm ý là nơi không có chuyện vui, không có sự tha thứ.

ngũ ấm: năm ấm, cũng gọi là năm uẩn, bao gồm: sắc, thụ, tưởng, hành, thức.

nhị thập bát thiên vương: hai mươi tám vị thiên vương, bao gồm sáu vị ở Dục giới, mười tám vị ở Sắc giới và bốn vị ở Vô sắc giới.

Như Lai: phiên âm theo Phạm ngữ là Đa-đà-a-già-độ (*Tathāgata*), dịch nghĩa là Như Lai, là một trong mười danh hiệu của Phật.

Niết-bàn: dịch nghĩa là diệt độ, nghĩa là đạt được niềm vui của sự tịch diệt, độ thoát nỗi khổ sinh tử. Cũng được giải thích rằng, niết là không sinh, bàn là không diệt, không sinh không diệt nên gọi là Niết-bàn.

phạm hạnh: hạnh thanh tịnh. Người giữ giới không làm sự dâm dục gọi là tu tập phạm hạnh.

Phạm vương: tức vị Thiên chủ cai quản thế giới Ta-bà.

Phất-bà-đề: cũng gọi là Tì-đề-ha, cũng gọi là Phất-vu-đãi, dịch nghĩa là "thắng", tức châu Đông Thắng Thần, là một cõi đất rộng chín ngàn do-tuần.

Phi phi tưởng thiên: cõi trời Phi phi tưởng, là cõi trời cao nhất thuộc Vô sắc giới.

phù-đồ: dịch nghĩa là "cao hiển", chỉ ngôi tháp thờ Phật.

Quang âm thiên: cõi trời Quang âm. Chư thiên ở cõi trời này mỗi khi nói năng thì từ miệng phát ra hào quang thanh tịnh, nên gọi tên là cõi trời Quang âm. Đây là cõi trời cao nhất trong cõi trời Nhị thiên thuộc Sắc giới. Khi thế giới xảy ra hỏa tai thì cõi trời này không bị hại tới.

sa-di: dịch nghĩa là "tức từ", dứt hết dục nhiễm thế gian nên gọi là "tức", tâm từ cứu độ chúng sinh nên gọi là "từ".

sa-môn: dịch nghĩa là "cần tức", nghĩa là chuyên cần tinh tấn tu tập giới định tuệ để diệt trừ, chấm dứt ba độc tham, sân, si.

Ta-bà: cũng đọc là Sa-ha, hoặc Sách-ha, dịch nghĩa là "kham nhẫn", tức là cõi thế giới mà đức Phật Thích-ca ứng hóa để cứu độ, là tên gọi chung của cả một thế giới đại thiên này.

tam ác đạo: như **tam đồ**, chỉ ba đường ác: địa ngục, ngạ quỷ, súc sinh.

Tam bảo: Ba ngôi báu, chỉ Phật, Chánh pháp và Tăng-già. Về sáu ý nghĩa của Tam bảo, tìm xem trong sách Bảo tánh luận.[1]

tam đồ: tức ba đường ác, gồm địa ngục, ngạ quỷ và súc sinh.

Tam giới: Ba cõi, bao gồm cõi Dục (Dục giới), cõi Sắc (Sắc giới) và cõi Vô sắc (Vô sắc giới).

tam sinh: tức **tam thế**. Xem mục từ **tam thế**.

---

[1] Bảo tánh luận: tức Cứu cánh nhất thừa Bảo tánh luận (究竟一乘寶性論), được xếp vào Đại Chánh tạng thuộc Tập 31, kinh số 1611.

Tam tạng: toàn bộ Giáo pháp của đạo Phật, bao gồm Kinh tạng, Luật tạng và Luận tạng.

tam thập nhị tướng: tức ba mươi hai tướng tốt của đức Phật. Đó là: 1. Lòng bàn chân phẳng (Túc hạ an bình lập tướng, 足下安平立相). 2. Bánh xe pháp dưới lòng bàn chân (Túc hạ nhị luân tướng, 足下二輪相). 3. Ngón tay thon dài (Trường chỉ tướng, 長指相). 4. Bàn chân thon (Túc cân phu trường tướng, 足跟趺長相). 5. Ngón tay ngón chân cong lại, giữa các ngón tay và có ngón chân đều có màng mỏng nối lại như chim nhạn chúa (Thủ túc chỉ man võng tướng, 手足指縵網相, cũng gọi là Chỉ gian nhạn vương tướng. 指間雁王相). 6. Tay chân mềm mại (Thủ túc nhu nhuyến tướng 手足柔軟相). 7. Sống (mu) bàn chân cong lên (Túc phu cao mãn tướng, 足趺高滿相). 8. Cặp chân dài thon như chân sơn dương (Y-ni-diên-đoán tướng, 伊泥延踹相). 9. Đứng thẳng tay dài quá đầu gối (Chánh lập thủ ma tất tướng, 正立手摩膝相). 10. Nam căn ẩn kín (Âm tàng tướng, 陰藏相). 11. Giang tay ra rộng dài bằng thân mình (Thân quảng trường đẳng tướng, 身廣長等相). 12. Lông mọc đứng thẳng (Mao thượng hướng tướng, 毛上向相) 13. Mỗi lỗ chân lông có một cọng lông (Nhất nhất khổng nhất mao sinh tướng, 一一孔一毛生相). 14. Thân có màu vàng rực (Kim sắc tướng, 金色相). 15. Thân phát sáng (Đại quang tướng, 大光相cũng gọi là Thường quang nhất tầm tướng, 常光一尋相, Viên quang nhất tầm tướng 圓光一尋相). 16. Da mềm mại (Tế bạc bì tướng細薄皮相). 17. Tay, vai và đầu tròn tương xứng (Thất xứ long mãn tướng, 七處隆滿相). 18. Hai nách đầy đặn (Lưỡng dịch hạ long mãn tướng, 兩腋下隆滿相). 19. Thân hình như sư tử (Thượng thân như sư tử tướng, 上身如獅子相). 20. Thân hình thẳng đứng (Đại trực thân tướng, 大直身相). 21. Hai vai đầy đặn mạnh mẽ (Kiên viên hảo tướng, 肩圓好相). 22. Bốn mươi cái răng (Tứ thập xỉ tướng 四十齒相). 23. Răng đều đặn (Xỉ tề tướng, 齒齊相). 24. Răng trắng (Nha bạch tướng, 牙白相Sanskrit: *suśukla-danta*). 25. Hàm như sư tử (Sư tử giáp tướng 獅子頰相). 26. Nước miếng có chất thơm, bất cứ món ăn nào khi vào miệng cũng thành món ngon nhất (Vị trung đắc thượng vị tướng, 味中得上味相). 27. Lưỡi rộng dài (Đại thiệt tướng 大舌相 hay Quảng trường thiệt tướng (廣長舌相). 28. Tiếng nói tao nhã như âm thanh của Phạm thiên (Phạm thanh tướng, 梵聲相). 29. Mắt xanh trong (Chân thanh nhãn tướng, 眞青眼相). 30. Mắt tròn đẹp giống mắt bò (Ngưu nhãn tiệp tướng, 牛眼睫相). 31. Lông trắng giữa cặp chân mày (Bạch mao tướng, 白毛相). 32. Một khối thịt trên đỉnh đầu (Đảnh kế tướng, 頂髻相).

tam thế: ba đời, tức quá khứ, hiện tại và vị lai.

tam thiên đại thiên thế giới: thế giới ba ngàn đại thiên. Một cõi thế giới bao gồm một ngàn mặt trời, một ngàn mặt trăng, một ngàn núi Tu-di, cho đến một ngàn cõi trời Phạm thiên, được gọi là một thế giới tiểu thiên. Một ngàn thế giới tiểu thiên gọi là một thế giới trung thiên. Một ngàn thế giới trung thiên gọi là một thế giới đại thiên. Vì có sự chênh lệch ba lần ngàn, nên gọi là "ba ngàn", nhưng thật ra chỉ là một thế giới đại thiên mà thôi.

tam thú: ba con thú, là voi, ngựa và thỏ, được dùng trong ví dụ ba con thú cùng lội qua sông.

tam trường trai nguyệt: ba tháng ăn chay trong một năm, bao gồm tháng giêng, tháng năm và tháng chín.

tam-muội: dịch nghĩa là chánh định, tức không phải tà định, cũng gọi là chánh thọ, không còn thọ nhận các cảm thọ nên gọi là chánh thọ.

Tha hóa tự tại thiên: tên Phạm ngữ là Bà-xá-bạt-đề, dịch nghĩa là "tha hóa tự tại", là tên cõi trời nằm trên cõi trời Hóa lạc thiên, là cõi trời thứ sáu thuộc Dục giới. Cõi trời này thuộc cõi Dục nhưng tiếp giáp với cõi Sắc, xem như trung gian giữa hai cõi, có thiên ma làm thiên vương, cai quản toàn cõi Dục giới, là cõi trời cao nhất trong cõi Dục.

Thanh văn: hàng đệ tử Phật nhờ được nghe âm thanh thuyết pháp Tứ đế mà chứng quả, nên gọi là Thanh văn.

thập ác: mười nghiệp xấu ác, gồm ba nghiệp xấu ác của thân, bốn nghiệp xấu ác của miệng và ba nghiệp xấu ác của ý. Ba nghiệp của thân là: giết hại, trộm cướp, tà dâm. Bốn nghiệp của miệng là: nói dối, nói thêu dệt vô nghĩa, nói hai lưỡi, nói lời ác độc. Ba nghiệp của ý là: tham lam, sân hận và si mê.

thập bát phạm thiên: mười tám cõi phạm thiên, tức các cõi trời thuộc Sắc giới, nằm trên các cõi trời thuộc Dục giới. Vì chư thiên ở các cõi trời này đã đoạn dứt tình dục, nên gọi là phạm thiên (thanh tịnh vô dục). Mười tám cõi trời này bao gồm: Phạm chúng thiên,

Phạm phụ thiên, Đại phạm thiên, Thiểu quang thiên, Vô lượng quang thiên, Quang âm thiên, Thiểu tịnh thiên, Vô lượng tịnh thiên, Biến tịnh thiên, Phúc sinh thiên, Phúc ái thiên, Quảng quả thiên, Vô tưởng thiên, Vô phiền thiên, Vô nhiệt thiên, Thiện kiến thiên, Thiện hiện thiên, Sắc cứu cánh thiên. Về ý nghĩa chi tiết, xin xem trong kinh Lăng nghiêm ở quyển 8, quyển 9.[1]

Thập hạnh: mười giai vị của hàng Bồ Tát, từ giai vị thứ hai mươi mốt đến thứ ba mươi trong 52 giai vị, được xếp ngay sau Thập trụ, bao gồm: Hoan hỉ hạnh, Nhiêu ích hạnh, Vô sân hận hạnh, Vô tận hạnh, Ly si loạn hạnh, Thiện hiện hạnh, Vô trước hạnh, Tôn trọng hạnh, Thiện pháp hạnh và Chân thật hạnh.

Thập hồi hướng: mười giai vị tiếp theo của Thập hạnh, tức là các giai vị từ thứ ba mươi mốt đến thứ bốn mươi, bao gồm: 1. *Cứu hộ nhất thiết chúng sinh ly chúng sinh tướng hồi hướng:* Tức giai vị thực hành Lục độ, Tứ nhiếp, cứu hộ tất cả chúng sinh, kẻ oán, người thân đều bình đẳng. 2. *Bất hoại hồi hướng:* Giai vị đã có được niềm tin bất hoại đối với Tam bảo, hồi hướng căn lành này, khiến chúng sinh được lợi ích tốt đẹp. 3. *Đẳng nhất thiết Phật hồi hướng:* Giống như sự hồi hướng của chư Phật ba đời, tu hành không đắm trước sinh tử, không lìa bỏ bồ-đề. 4. *Chí nhất thiết xứ hồi hướng:* Đem các thiện căn đã tu được hồi hướng đến khắp tất cả các nơi từ Tam bảo

[1] Kinh Lăng Nghiêm, tức kinh Đại Phật Đỉnh Như Lai mật nhơn tu chứng liễu nghĩa chư Bồ Tát vạn hạnh Thủ Lăng Nghiêm (大佛頂如來密因修證了義諸菩薩萬行首楞嚴經), tổng cộng 10 quyển, do ngài Bát Thích Mật Đế dịch sang Hán ngữ, được xếp vào Đại Chánh tạng thuộc Tập 19, kinh số 945.

cho đến chúng sinh để làm lợi ích cúng dường. 5. *Vô tận công đức tạng hồi hướng:* Tùy hỷ tất cả thiện căn vô tận, hồi hướng làm Phật sự để được vô tận công đức thiện căn. 6. *Tùy thuận bình đẳng thiện căn hồi hướng:* Hồi hướng các thiện căn đã tu, được Phật che chở, thành tựu tất cả căn lành bền vững. 7. *Tùy thuận đẳng quán nhất thiết chúng sinh hồi hướng:* Tức nuôi lớn tất cả gốc lành để hồi hướng làm lợi ích cho tất cả chúng sinh. 8. *Như tướng hồi hướng:* Thuận theo tướng chân như mà hồi hướng các thiện căn đã thành tựu. 9. *Vô phược vô trước giải thoát hồi hướng:* Tức đối với tất cả pháp không để bị vướng mắc, trói buộc, được tâm giải thoát, đem thiện pháp hồi hướng, thực hành hạnh Phổ hiền, đầy đủ mọi đức. 10. *Pháp giới vô lượng hồi hướng:* Tức tu tập tất cả thiện căn vô tận, đem hồi hướng các thiện căn này để nguyện cầu vô lượng công đức trong pháp giới sai biệt.[1]

thập lục đại quốc: mười sáu nước lớn, chỉ những nước nằm tiếp cận với Ấn Độ thời cổ, như các nước Ương-già, Ma-kiệt-đề v.v...

Thập tín: tức Thập tín tâm, hay cũng gọi là Thập tâm, chỉ mười tâm của Bồ Tát tu tập trong 10 giai vị đầu tiên của 52 giai vị, bao gồm: Tín tâm, Niệm tâm, Tinh tấn tâm, Tuệ tâm, Định tâm, Bất thối tâm, Hồi hướng tâm, Hộ pháp tâm, Giới tâm và Nguyện tâm.

Thập trụ: mười giai vị của hàng Bồ Tát, từ giai vị thứ mười một đến thứ hai mươi trong 52 giai vị, được xếp ngay sau Thập tín, bao gồm: Phát tâm trụ, Trị địa trụ, Tu

[1] Phần giải thích thuật ngữ này có bổ sung thông tin từ Phật Quang Đại Từ điển.

hành trụ, Sinh quý trụ, Phương tiện cụ túc trụ, Chính tâm trụ, Bất thối trụ, Đồng chân trụ, Pháp vương tử trụ và Quán đỉnh trụ.

Thất Phật: bảy vị Phật, chỉ các vị: Phật Tì-bà-thi, Phật Thi-khí, Phật Tì-xá-phù, Phật Câu-lưu-tôn, Phật Câu-na-hàm Mâu-ni, Phật Ca-diếp, Phật Thích-ca Mâu-ni.

thất thú: bảy cõi. Kinh Lăng nghiêm thêm tiên đạo (cõi tiên) vào sáu cõi (lục đạo): trời, người, a-tu-la, địa ngục, ngạ quỷ, súc sinh, gọi chung là thất thú (bảy cõi).

Thích-ca Mâu-ni Phật: tiếng Phạm Thích-ca, dịch nghĩa là "năng nhân", Mâu-ni, dịch nghĩa là "tịch mặc", vì đức nhân có thể cứu độ muôn loài, đạo vẫn giữ theo tịch mặc vô vi, nên gọi là "năng nhân tịch mặc". Phật, nghĩa là tỉnh giác, giác ngộ.

thiên nhãn: là một trong ngũ thông. Các vị Bồ Tát và Phật đều có thiên nhãn. Tuy cũng là thiên nhãn, nhưng tùy theo sự chứng đắc mà khả năng rộng hẹp có khác nhau. Những người tu theo ngoại đạo, các vị thiên tiên cũng có thiên nhãn, các vị chứng quả Thanh văn, Duyên giác cũng có thiên nhãn.

Thiên Trúc: tên gọi chỉ đất nước Phật giáng sinh, nay là [Nepal, trước đây thuộc] Ấn Độ, xưa cũng gọi là Thân Độc (身毒), là vùng đất nằm ngay giữa cõi Diêm-phù-đề, nên chư Phật trước đây xuất thế đều chọn nơi này. Ấn Độ có chu vi hơn chín vạn dặm, ba mặt giáp biển, phía bắc có dãy Tuyết sơn ngăn che, phía đông giáp Trung Hoa, phía nam kéo dài đến lãnh thổ nước Kim Địa, phía tây giáp nước A-du-già, phía bắc gặp núi Tiểu Hương, mỗi bề đều khoảng năm vạn tám ngàn dặm.

Ở nước này, vào tiết hạ chí, đúng giờ ngọ giữa trưa dùng cọc đo bóng thì bốn phía đều hoàn toàn không nhìn thấy bóng, trong khi ở tất cả các đất nước khác đều phải nhìn thấy bóng.[1]

Thiết vi sơn: tên núi, Phạm ngữ là Chước-ca-la, dịch nghĩa là "Luân sơn", cũng dịch là "Thiết vi sơn", nằm bên ngoài bốn châu thiên hạ.

tỉ-khâu ni: dịch nghĩa là "khất sĩ nữ", tức một vị xuất gia thuộc phái nữ.

tỉ-khâu: dịch nghĩa là "khất sĩ", người đi xin, hàm nghĩa là người đi theo Phật xin Chánh pháp để nuôi dưỡng tuệ mạng, vào thế gian xin thức ăn để nuôi dưỡng xác thân. Chữ này còn có nghĩa là phá trừ xấu ác, làm cho ma quân kinh sợ.

Tịnh Phạn vương: vua Tịnh Phạn, phiên âm theo Phạm ngữ là Duyệt-đầu-đàn, cũng dịch nghĩa là Bạch Tịnh. Ngài là người cai trị nước Ca-duy-la-vệ, phụ vương của thái tử Tất-đạt-đa.

tinh xá: nơi đức Phật và chư tăng lưu trú. Ngày nay rất nhiều người gọi nhầm là tịnh xá. Tinh xá (精舍) hàm ý là nơi ở của các bậc trí đức tinh luyện, còn chữ tịnh (淨) hoàn toàn không có nghĩa này.

Tì-thủ-yết-ma: tên một vị thiên thần, dịch nghĩa là "chủng chủng công nghiệp". Ở Ấn Độ thời cổ, đa số những người làm thợ thủ công thường thờ cúng vị thiên thần này.

---

[1] Những kiến thức về đất nước Ấn Độ ở đây có thể không còn chính xác, nhưng chúng tôi chuyển dịch theo nguyên tác để độc giả thấy được cách nhìn của một người Trung Hoa từ thế kỷ 17 về đất nước này.

trà-tì: cũng đọc là xà-duy, tức nghi lễ hỏa thiêu.

Tứ đại Thiên vương: bốn vị Thiên vương ở bốn phương. Phương bắc là Đa Văn Thiên vương, phương đông là Trì Quốc Thiên vương, phương nam là Tăng Trưởng Thiên vương, phương tây là Quảng Mục Thiên vương.

tứ đại: tức bốn đại, bao gồm địa, thủy, hỏa và phong. Có bốn đại bên trong và bốn đại bên ngoài. Nếu lấy thân người mà xét, thì xương thịt là địa đại, tinh huyết là thủy đại, hơi ấm là hỏa đại, sự vận động là phong đại.

tứ sinh: bốn cách sinh ra của tất cả chúng sinh, gồm *thai sinh* (sinh bằng bào thai), *noãn sinh* (sinh bằng trứng), *thấp sinh* (sinh từ sự ẩm ướt) và *hóa sinh* (sinh do biến hóa).

Tứ vương thiên: là cõi trời đầu tiên của Dục giới, cách mặt đất bốn vạn hai ngàn do-tuần. Cung điện cõi này gần với mặt trời, mặt trăng.

Tu-đà-hoàn tứ trùng giai cấp: từ quả Tu-đà-hoàn tiến lên bốn bậc. Phạm ngữ Tu-đà-hoàn, dịch nghĩa là "nhập lưu", vì khi chứng đắc thánh quả này được các pháp nhãn tịnh, bắt đầu dự vào dòng các bậc thánh. Từ thánh quả này tiếp tục tu tập tiến lên đến thánh quả Tư-đà-hàm, A-na-hàm, A-la-hán, như vậy cả thảy có bốn bậc thánh quả.

Tu-di: gọi đầy đủ là tu-di-lô, dịch nghĩa là "diệu cao". Núi này do bốn món báu hợp thành nên gọi là "diệu", cao hơn tất cả các núi khác nên gọi là "cao". Trong bốn cõi thiên hạ thì núi này cao đến mười sáu vạn tám ngàn do-tuần, một nửa nhô lên bên trên mặt biển, một nửa chìm trong biển, trên đỉnh núi có cung trời Đao-lợi, mặt trời mặt trăng qua lại đều ở phạm vi nửa trên mặt biển của núi này.

Úc-đan-việt: dịch nghĩa là "cao xuất", cũng dịch là "tinh xứ", tức là châu Bắc Câu-lô, là một cõi đất rộng mười ngàn do-tuần.

ưu-bà-di: cũng đọc là ổ-ba-tư-ca, dịch nghĩa là "cận sự nữ", nghĩa là người phụ nữ tại gia thường gần gũi phụng sự các vị tỉ-khâu ni. Cũng đọc là ô-ba-tát-cát, dịch nghĩa là "thiện túc nữ", hàm ý tuy sống đời tại gia nhưng khéo tránh việc nam nữ cùng ngủ chung.

ưu-bà-tắc: cũng đọc là ổ-ba-sách-ca, dịch nghĩa là "cận sự nam", nghĩa là người đàn ông tại gia thường thân cận phụng sự vị tỉ-khâu. Cũng gọi là ổ-ba-tát-ca, dịch nghĩa là "thiện túc nam", nghĩa là tuy sống đời tại gia nhưng khéo tránh việc nam nữ cùng ngủ chung.

ưu-bát-la: dịch nghĩa là hoa sen xanh, khác với hoa ưu-đàm-bát-la.

ưu-đàm-bát-la: tên một loài cây, dịch nghĩa là "linh thụy", nghĩa là báo điềm lành. Loài cây này thường không có hoa, chỉ khi có đức Phật ra đời, hoặc vua Chuyển luân ra đời thì cây mới nở hoa.

Ưu-điền vương: vua Ưu-điền. Phiên âm theo Phạm ngữ là Ổ-đà-diễn-na, dịch nghĩa là "xuất ái", thoát khỏi ái dục. Cũng gọi là Ưu-đà-diên. (Dùng Phạm ngữ là để chỉ chữ viết của Ấn Độ ngày xưa. Người Ấn xưa kia tin rằng từ thuở ban sơ đó là tiếng nói của Phạm thiên, nên gọi là Phạm ngữ. Nhiều nơi khác vẫn quen gọi là Phạn ngữ.)

xá-lợi: tức xương người sau khi hỏa thiêu, cũng gọi là "linh cốt", những vị chứng bốn quả thánh đều có. Xá-lợi có hình dạng, màu sắc không nhất định, vô cùng mầu nhiệm linh ứng, các nạn nước trôi lửa cháy hoặc va chạm với các thứ kim loại, đá cứng đều không thể làm tổn hại.

xuất gia tứ chúng: bốn chúng xuất gia, gồm: tì-khâu, tì-khâu ni, sa-di và sa-di ni.

BÀI TỤNG BẤT TỊNH QUÁN CỦA PHÁP SƯ TỈNH AM [1]

LỜI TỰA

Đức Phật vì những chúng sinh nhiều tham dục nên chỉ dạy pháp quán bất tịnh. Thực hành pháp quán này lâu ngày thuần thục, tự nhiên trừ dứt được tham dục, có thể vượt qua được con sông luyến ái, siêu thoát sinh tử luân hồi.

Nhân lúc thanh nhàn, tôi có xem qua bộ luận Đại trí độ,[2] mượn lấy ý tưởng từ đó mà làm ra bài tụng này, dùng để tự nhắc nhở cảnh tỉnh bản thân, cũng là nhắc nhở cảnh tỉnh người đời.

Quán tưởng cái chết[3]

Bao nhiêu luyến ái rồi cũng dứt,
Thân này xét kỹ được bao lâu?

---

1 Có kèm bài tựa. (Chú giải của soạn giả)

2 Đại trí độ luận (大智度論), tổng cộng 100 quyển, do ngài Cưu-ma-la-thập dịch sang Hán ngữ, được xếp vào Đại Chánh tạng thuộc Tập 25, kinh số 1509.

3 Pháp quán tưởng này được thực hiện trước tiên, đặt nền móng căn bản cho chín phép quán tiếp theo bên dưới. (Chú giải của soạn giả) Trong nguyên tác, tất cả các thi kệ trong phần này đều được làm theo thể ngũ ngôn tứ tuyệt. Khi Việt dịch, chúng tôi đổi sang dùng thất ngôn tứ tuyệt để có thể chuyển tải được hết ý thơ.

Rơi lệ khóc người đều vô nghĩa,
Mấy ai quán xét tự ban đầu?

Quán xác chết trương sình

Sinh thời bao dáng vẻ đẹp xinh,
Thoắt chốc thành thây thối trương sình.
Trước mắt những người đang son trẻ,
Mai sau có thoát được tử sinh?

Quán xác chết với máu bầm xanh đen

Da thịt đổi sang đỏ, trắng, vàng...
Máu bầm xanh tím rỉ tràn lan,
Hãy nhìn cho kỹ thân xác ấy,
Mới hôm nào y phục xênh xang.

Quán xác chết hư hoại

Da thịt ôi thôi vữa nát rồi,
Tim gan phèo phổi lộ ra thôi.
Nếu người sáng suốt như thật quán,
Tham luyến gì trong đống thịt hôi?

Quán xác chết máu ứ tanh hôi

Dung nhan tươi đẹp đã mất rồi,
Tử thi đầy máu ứ tanh hôi.
Dù muốn nhìn qua phân đẹp xấu,
Cũng chỉ mơ hồ một dáng thôi.

Quán xác chết thối rữa chảy mủ

Xác người thối rữa khó nhìn thay,
Nồng nặc tanh hôi muốn tránh ngay.

Ngờ đâu thân xác hôi tanh ấy,
Đã từng son phấn biết bao ngày.

Quán xác chết bị các loài thú xâu xé

Chim, thú chia nhau bữa thịt người,
Người từng ăn chim, thú suốt đời.
Ba tấc hơi ngừng, người với thú,
Cũng đều thối rữa, trắng xương phơi.

Quán xác chết tan rã

Người chết hình hài cũng rã tan,
Tứ chi, xương cốt vãi tràn lan.
Xét kỹ hình dung xưa đẹp đẽ,
Giờ biết về đâu giữa mênh mang?

Quán xương trắng

Xương trắng nằm trơ giữa quạnh hiu,
Khi còn đi lại ngỡ yêu kiều.
Nhưng dáng yêu kiều xưa là giả,
Vẻ thật ngày nay, có đáng yêu?

Quán xác chết hỏa thiêu

Hừng hực bốc cao ngọn lửa hồng,
Di hài bỗng chốc đã hóa không.
Hãy nhìn đám khói bay lên đó,
Có thể khởi lòng tham luyến không?

Những thi kệ trên chỉ nêu sơ lược điểm cốt yếu của các phép quán, chưa có sự quán xét sâu xa và phân tích kỹ. Vì thế, dưới đây tiếp tục nêu rõ hơn:

Quán tưởng cái chết - lần 2

Người thân yêu nay vĩnh biệt rồi,
Mắt nhìn chẳng nỡ, dạ bồi hồi.
Thần thức vừa lìa ra khỏi xác,
Di thể nhập quan khóa chặt thôi.

Đêm khuya nhà trống đèn leo lắt,
Gió thu trướng lạnh hắt từng hồi.
Khuyên ai đang lúc còn sinh lực,
Sớm tĩnh tâm, quán lúc lìa đời.

Quán xác chết trương sình - lần 2

Hơi dừng thân lạnh khí phát sinh,
Thi hài thoắt chốc đã trương sình.
Thân thể căng phồng như túi nước,
Bụng như dưa héo nhìn phát kinh.

Nước rỉ từ thân bao nhơ nhớp,
Ruồi nhặng đua nhau đến rập rình.
Một lớp da che, không sớm biết,
Lầm lạc bao năm đáng hận mình.

Quán xác chết với máu bầm xanh đen - lần 2

Thây phơi nắng gió dãi vài phen,
Màu sắc chuyển sang vàng, xanh đen.
Da khô vữa nát rơi từng mảng,
Xương cốt nửa phần cũng rã tan.

Tai, mũi giờ đây thành hốc lõm,
Dây gân từng đoạn đứt ngổn ngang.
Ví như tượng đá thường câm lặng,
Nhìn cảnh thê lương cũng lệ tràn.

Quán xác chết hư hoại - lần 2

Da bọc quanh thân vừa rơi rã,
Hình thể liền tan nát xót xa.
Bụng như dưa nứt bày gan ruột,
Giòi bọ từ trong khoét đường ra.

Dây khô vô tình quấn tóc rối,
Rêu ẩm mọc lan nát lụa là.
Nhắn gửi người đắm mê hình sắc,
Thôi đừng tô điểm túi phân da.

Quán xác chết máu ứ tanh hôi - lần 2

Trơ trơ nằm đó khối máu đông,
Ngàn năm bất động, người còn không?
Bê bết lẫn trong lùm cỏ dại,
Ngổn ngang bụi đất cũng ố hồng.

Còn đâu ảo tưởng phân đẹp xấu,
Đâu kẻ nam nhi, khách má hồng?
Đáng thương kẻ mê nơi mắt thịt,
Nhận giả làm chân, mãi chạy rông.

Quán xác chết thối rữa chảy mủ - lần 2

Da mỏng bồi giấy rách khác chi?
Thịt thối, canh thiu càng đổ đi.

Mủ máu hôi tanh từ trong rỉ,
Ruồi nhặng tranh nhau rúc tử thi.

Như kẻ ăn lòng lợn nôn mửa,
Như người tắm chó nước sạch chi?
Nếu không ghê tởm thấu xương tủy,
Làm sao dứt được khối tình si.

Quán xác chết bị các loài thú xâu xé - lần 2

Xác quẳng ra muôn loài xâu xé,
Có phần nào còn được vẹn nguyên?
Chẳng đủ no lòng bao quạ đói,
Chưa hết cơn thèm lũ chó điên.

Ngày nay đang sống, không tự liệu,
Lúc thân tàn, ai kẻ tương liên?
Khi ấy không bằng loài dê, lợn,
Thịt chúng còn mang bán được tiền.

Quán xác chết tan rã - lần 2

Thịt xương bỗng chốc rã tan mau,
Thân người chẳng biết theo về đâu?
Nào chỉ dung nhan, hình thể mất,
Cho đến tuổi tên cũng còn đâu!

Mấy khóm cỏ thu, đời dài vắn,
Thịnh suy xin hỏi gió qua cầu.
Người ơi xin hãy xem xét kỹ,
Ngọn nguồn sinh tử khởi từ đâu?

Quán xương trắng - lần 2

Da thịt giờ đây rã tan rồi,
Chỉ còn xương trắng nằm trơ thôi.
Gió mưa thêm đổi màu rêu mốc,
Nước tràn in dấu đất tinh khôi.

Trùng kiến không mời thường kéo đến,
Cháu con mong ngóng vắng xa rồi.
Phong lưu một thuở giờ đâu nữa?
Một khối sầu ôm, hồn chơi vơi!

Quán xác chết hỏa thiêu - lần 2

Xương khô, lửa dữ quyện vào ngay,
Phút giây cuồn cuộn ngút trời bay.
Hừng hực lửa hồng, thiêu trời đỏ,
Ngùn ngụt khói đen, phủ ngọn cây.

Vọng niệm theo tro tàn tiêu tán,
Chân tâm như mặt nhật hiển bày.
Muốn thoát luân hồi vượt sinh tử,
Phải tinh cần tu phép quán này.

BÀI TỤNG TỨ NIỆM XỨ CỦA PHÁP SƯ TỈNH AM[1]

LỜI TỰA

Khi sắp nhập Niết-bàn, đức Phật có dặn lại các vị tỳ-kheo về sau hãy dựa vào phép quán Tứ niệm xứ mà tu tập an trụ, sẽ được như Phật không khác.

Ngày nay là thời mạt pháp, người tu chính niệm rất ít, nhìn lại pháp môn này, càng không thấy ai tu tập. Chẳng những không hiểu được nghĩa lý, mà e rằng cho đến tên gọi của pháp môn này cũng không mấy ai biết đến. Thật đáng buồn thay!

Nhân lúc ở giữa núi rừng được vô sự, tôi có đọc qua phẩm Di giáo trong kinh Đại Bát Niết-bàn, liền mượn lấy ý tưởng từ đó rồi dùng vần điệu mà làm ra những bài tụng này, giúp cho người ngâm vịnh, đọc tụng có thể tăng trưởng chính niệm, trừ diệt vọng tâm.

Nếu đặt những lời này gần bên chỗ ngồi, hằng ngày xem thấy có thể tự cảnh tỉnh, đồng thời cũng nhờ đó không quên đi những lời dặn dò răn nhắc của đức Thế Tôn.

---

[1] Có kèm theo lời tựa. (Chú giải của soạn giả)

Quán thân bất tịnh

Một niệm đảo điên vừa sinh khởi,
Huyễn thân duyên hợp đã hiện rồi.
Một bọc chứa đầy bao máu mủ,
Trong ngoài trên dưới rặt tanh hôi.

Da như giấy mỏng che máu thịt,
Dây ràng, gân buộc giữ xương thôi.
Lông mọc trên người như cỏ dại,
Trùng bọ trong thân khắp mọi nơi.

Tim gan phèo phổi toàn nhơ nhớp,
Khăn áo xênh xang lấp liếm thôi.
Bốn đại vốn là hư huyễn cả,
Sáu căn không thật quá rõ rồi.

Nói năng phát tiếng nhờ hơi gió,
Chuyển động đều do khí xoay vần.
Gượng ép phân chia nam với nữ,
Hư danh đối đãi lập chủ, trần.

Ba thước đất gò, trăm năm dứt,
Một nấm mồ, muôn thuở gửi thân.
Sang hèn rồi cũng buông tay trắng,
Hiền ngu đồng phận đáng tương lân.

Luống kiếp sinh ra toàn vô nghĩa,
Ai người nhận biết cội nguồn chân?

Quán thọ là khổ

Hỏi xem muôn khổ từ đâu tới,
Mới hay do cảm thọ sinh tình.

Vừa nhận chút tình yêu với ghét,
Bám chấp, ghét bỏ, liền khởi sinh.

Ngay khi vừa thịnh, suy liền đến,
Giờ nhục là do trước đã vinh.
Từ trong thân thích sinh oán đối,
Giữa chỗ vui mừng khổ phát sinh.

Vương, Tạ[1] *danh gia, còn đâu nữa?*
Lưu, Tào hai nước[2] *cũng tan tành.*
Buồn vui ngẫm lại đêm trường mộng,
Thắng bại cuộc cờ, ai nhục vinh?

Sự đời luôn chẳng theo như ý,
Đói nghèo, bệnh khổ, bóng theo hình.
Thần tài mời gọi ít khi đến,
Quỷ bần đuổi mãi cứ quẩn quanh.

Hối hả một đời chỉ vô ích,
Uất ức bao phen chứa bất bình.
Không cầu, đâu ngại chi quý tiện,
Biết đủ, thiếu dư cũng mặc tình.
Diệu lý chân không vừa nhận rõ,
Buồn lo, vui thích dứt mầm sinh.

Quán tâm vô thường

Tâm vọng nếu không nơi bám víu,
Thể tánh rốt cùng sẽ ra sao?

---

1 Họ Vương và họ Tạ là hai gia tộc lớn trong thời Lục triều ở Trung Hoa.

2 Chỉ nước Thục của Lưu Bị và nước Ngụy của Tào Tháo, là hai phe trong Tam quốc.

Đuốc trong gió lập lòe chớp lóe,
Thuyền dạt trôi mặt biển nhấp nhô.
Một căn nhà mở ra sáu cửa,[1]
Sáu anh em[2] *cùng trải giang hồ.*

Rối rắm mỗi người một cõi riêng,[3]
Ngổn ngang trăm mối đều khác biệt.[4]
Màu sắc chợt vàng lại chợt xanh,[5]
Âm thanh khi động rồi khi tĩnh.[6]
Mũi ngửi thối thơm tùy mỗi lúc,[7]
Lưỡi nếm mặn nhạt thường đổi thay.[8]
Nóng lạnh bất chợt, thân thường biết,[9]
Yêu ghét hai đường, ý theo ngay.[10]

Trần cảnh dứt rồi, tâm an ổn.
Tình đã không, trí bám vào đâu.[11]
Lật nhào tận đáy hang năm dục,
Đảo ngược tầng tầng ổ sáu căn.

---

[1] Chỉ sáu căn. (Chú giải của soạn giả)

[2] Chỉ sáu thức. (Chú giải của soạn giả)

[3] Chỉ mắt chạy theo hình sắc, tai chạy theo âm thanh v.v... (Chú giải của soạn giả)

[4] Như mắt không hợp theo âm thanh, tai không hợp theo màu sắc... Các thức đều có phạm trù riêng biệt của mình. (Chú giải của soạn giả)

[5] Chỉ sự vô thường của nhãn thức. (Chú giải của soạn giả)

[6] Chỉ sự vô thường của âm thanh. (Chú giải của soạn giả)

[7] Chỉ sự vô thường của tị thức. (Chú giải của soạn giả)

[8] Chỉ sự vô thường của thiệt thức. (Chú giải của soạn giả)

[9] Chỉ sự vô thường của thân thức. (Chú giải của soạn giả)

[10] Chỉ sự vô thường của ý thức. (Chú giải của soạn giả)

[11] Đây chỉ trí phân biệt, nương theo tình xúc mà khởi, không phải trí Bát-nhã do tu tập mà hiển lộ.

Giặc cướp về cải tà quy chánh,
Chim chóc mừng vui thoát lưới sa.
Đến khi bừng ngộ lẽ thường trụ,
Vọng niệm trùng trùng thảy tiêu ma.

Quán pháp vô ngã

Các pháp do nhân duyên khởi sanh,
Nào phải do người định mà thành.
Nhân duyên có sanh ắt có diệt,
Niệm khởi đôi bên liền phân tranh.

Người muốn được hóa ra lại mất,
Kẻ mong nhàn cứ phải chạy quanh.
Sợ lạnh, đông triền miên không dứt,
Ghét nóng, hạ càng chẳng qua nhanh.

Nghèo khổ ước mong ngày giàu có,
Già yếu mơ hoài lúc tuổi xanh.
Người người ai cũng mong thuận lợi,
Nào ai lại thích chuyện bất thành?[1]

Đạt tâm tự tại, ấy là chủ.
Nay đổi mai thay, lẽ đâu thường?
Lìa khỏi các căn, niệm nào khởi,
Thức đã không rồi, cảnh chẳng vương.

[1] Phần này muốn nêu rõ là tất cả những chuyện được mất trong đời, hoặc nhàn rỗi hay bận rộn, nóng hay lạnh, giàu hay nghèo... đều do nhân duyên mà thành, không do mỗi người mong muốn mà được. (Chú giải của soạn giả)

Trong ngoài xét kỹ đều không cả,
Nơi trung gian tìm lẽ chân thường.
Khi sáu cửa không không, vắng lặng,
Một tòa rực rỡ dưới ánh dương.

Chỉ cần duyên dứt, trần lao tận,
An nhiên thường trụ Đại Giác Vương.

MỤC LỤC

- **Lời tựa** 5
- **Đức hạnh đáng khâm phục** 8
- **Thể lệ chung khi biên soạn sách này** 10
- **Kinh sách tham khảo** 14
  - Tham khảo trong Đại tạng kinh 14
  - Sách tham khảo của Nho giáo 16
- **Quyển một: Những gương tốt xấu xưa nay** 19
- **Lời khuyên chung** 19
  - Khuyên người đang làm quan 25
  - Khuyên các bậc tướng soái 33
  - Khuyên những người cầu công danh 39
  - Khuyên người làm thầy giáo 49
  - Khuyên hàng thanh thiếu niên 52
  - Khuyên các gia đình bất hòa 58
  - Khuyên người cầu con nối dõi 67
  - Khuyên người cầu sống lâu 75
  - Khuyên người gặp kẻ hoạn nạn 80
  - Khuyên người làm thầy thuốc 83
  - Khuyên người buôn bán, nông phu, thợ thuyền 86
  - Khuyên những kẻ mê đắm lầu xanh 94

✦ Khuyên người phải biết sám hối lỗi lầm 97
✦ Khuyên người lỡ phạm các tội nặng 102
✦ Khuyên người phát tâm xuất thế 107

Quyển hai: Phương pháp tu tập 123

✦ Phương pháp tu sửa cho người làm quan 123
✦ Phương pháp ứng xử trong gia đình 132
✦ Phương pháp tu sửa,răn ngừa tổng quát 142
✦ Phương pháp dứt trừ tội lỗi 154
✦ Những điểm cốt yếu trong Kinh điển 162
✦ Quán tưởng bào thai như tù ngục 177
✦ Quán ký sinh trùng 182
✦ Quán bất tịnh 185
✦ Bốn cách quán tưởng khởi sinh sự rõ biết 193
✦ Chín phép quán tử thi 196
✦ Quán luân hồi 200
✦ Quán xét tình dục ở các cõi trời 206
✦ Quán xét nhân duyên 208
✦ Quán giải thoát 211

Quyển ba: Giải trừ nghi vấn 219

✦ Tổng luận về nghiệp tham dục 219
✦ Phân tích giải trừ nghi vấn về nhân quả 223
✦ Giải đáp thắc mắc về ngăn ngừa tà dâm 227
✦ Phá bỏ những sai lầm khi thực hành tu tập 232
✦ Hiểu biết phân biệt về thai nhi 239
✦ Thân thể diệt mất, thân thức vẫn còn 247

✦ Giải đáp nghi vấn về thân trung ấm 260
✦ Giảng rõ chỗ vi diệu của thể tánh 264
✦ Nguyên nhân rơi vào các đường ác 268
✦ Nguyên nhân thiết lập lễ nghi cưới gả 272
✦ Nghi vấn về sám hối và vãng sinh 277
✦ Đức Như Lai ứng hóa 281

Lời bạt 293
Thuật ngữ Phật học trong sách này 294
Bài tụng Bất tịnh quán của Pháp sư Tỉnh Am ... 314
Bài tụng Tứ niệm xứ của Pháp sư Tỉnh Am 321

Lời thưa

Trong kinh Pháp Cú, đức Phật dạy rằng: "Pháp thí thắng mọi thí." Thực hành Pháp thí là chia sẻ, truyền rộng lời Phật dạy đến với mọi người. Mỗi người Phật tử đều có thể tùy theo khả năng để thực hành Pháp thí bằng những cách thức như sau:

1. Cố gắng học hiểu và thực hành những lời Phật dạy. Tự mình học hiểu càng sâu rộng thì việc chia sẻ, bố thí Pháp càng có hiệu quả lớn lao hơn. Nên nhớ rằng **việc đọc sách còn quan trọng hơn cả việc mua sách**.

2. Phải trân quý kinh điển, sách vở in ấn lời Phật dạy. Khi có điều kiện thì mua, thỉnh về nhà để tự mình và người trong gia đình đều có điều kiện học hỏi làm theo. Không nên giữ làm của riêng mà phải sẵn lòng chia sẻ, truyền rộng, khuyến khích nhiều người khác cùng đọc và học theo. Không nên để kinh sách nằm yên đóng bụi trên kệ sách, vì **kinh sách không có người đọc thì không thể mang lại lợi ích**.

3. Tùy theo khả năng mà đóng góp tài vật, công sức để hỗ trợ cho những người làm công việc biên soạn, dịch thuật, in ấn, lưu hành kinh sách, **để ngày càng có thêm nhiều kinh sách quý được in ấn, lưu hành**.

Thông thường, việc chi tiêu một số tiền nhỏ không thể mang lại lợi ích lớn, nhưng nếu sử dụng vào việc giúp lưu hành kinh sách thì lợi ích sẽ lớn lao không thể suy lường. Đó là vì đã giúp cho nhiều người có thể hiểu và làm theo lời Phật dạy. Mong sao quý Phật tử khắp nơi đều lưu tâm đóng góp sức mình vào những việc như trên.

TINH YẾU THỰC HÀNH PHÁP THÍ

- *Mua thỉnh kinh sách về đọc, tự mình sẽ được rất nhiều lợi ích.*
- *Chia sẻ, truyền rộng bằng cách cho mượn, biếu tặng kinh sách đến nhiều người thì lợi ích ấy càng tăng thêm gấp nhiều lần.*
- *Đóng góp công sức, tài vật để hỗ trợ công việc biên soạn, dịch thuật, giảng giải, in ấn, lưu hành kinh sách thì công đức lớn lao không thể suy lường, vì có vô số người sẽ được lợi ích từ việc lưu hành kinh sách.*

www.ingramcontent.com/pod-product-compliance
Lightning Source LLC
LaVergne TN
LVHW090229051026
849517LV00001B/240
* 9 7 9 8 2 1 5 4 4 3 6 5 1 *